व्यावसायिक समाजकार्य

शिक्षण व व्यवसाय

व्यावसायिक समाजकार्य

शिक्षण व व्यवसाय

डॉ. देवानंद शिंदे

डायमंड पब्लिकेशन्स

व्यावसायिक समाजकार्य : शिक्षण व व्यवसाय
डॉ. देवानंद शिंदे

Wyavsaik Samajkarya : Shikshan va Wyavsay
Dr. Devanand Shinde

प्रथम आवृत्ती : २०१२

ISBN 978-81-8483-468-0

© डायमंड पब्लिकेशन्स

अक्षरजुळणी
अक्षरवेल, पुणे

मुखपृष्ठ
शाम भालेकर

प्रकाशक
डायमंड पब्लिकेशन्स
१२५५ सदाशिव पेठ, लेले संकुल, पहिला मजला
निंबाळकर तालमीसमोर, पुणे – ४११ ०३०.
☎ ०२० – २४४५२३८७, २४४६६६४२
diamondpublications@vsnl.net
www.diamondbookspune.com

प्रमुख वितरक
डायमंड बुक डेपो
६६१ नारायण पेठ, अप्पा बळवंत चौक
पुणे – ४११ ०३०. ☎ ०२० – २४४८०६७७

मनोगत

'व्यावसायिक समाजकार्य - शिक्षण व व्यवसाय' हा ग्रंथ भावी समाजकार्यकर्ते व चिकित्सक वाचक यांच्या हाती देतांना एकीकडे कर्तव्यपूर्तीच्या भावनेने मन भरून आले आहे तर दुसरीकडे कर्तव्यपूर्ती करून भावनेवर मात करता आली याचा विशेष आनंद होतो आहे. अर्थात व्यावसायिक तत्त्वाचे पालन करता आले हे अत्यंत महत्त्वाचे. आतापर्यंत समाजकार्यशिक्षणक्षेत्रात कार्यरत अनेक तज्ज्ञ व अनुभवी व्यक्ती विशेषत: प्राध्यापकांनी केवळ भावनेपोटी समाजकार्यशिक्षण घेणाऱ्या विद्यार्थ्यासाठी मराठीत वा त्यांच्या मातृभाषेत संदर्भसाहित्य उपलब्ध नसल्याची खंत वर्षानुवर्षे व्यक्त केली. मात्र साहित्यनिर्मितीसाठी त्यांनी फारशी धडपड केली नाही. समाजकार्ये महाविद्यालयाची बहुतेक ग्रंथालये इंग्रजी पुस्तकांनी (त्यातही परदेशी लेखकांची) भरलेली दिसतात. महाराष्ट्राच्या संदर्भात विचार करता समाजकार्यशिक्षण घेणाऱ्या मुला - मुलींचे सरासरी प्रमाण हे शहरी ४० टक्के तर ग्रामीण ६० टक्के असे आहे. अर्थातच ग्रामीण विद्यार्थ्यांना इंग्रजी साहित्यवाचनाची फारशी सवय नसल्याने इंग्रजी संदर्भग्रंथ सहसा ते हाताळत नाहीत. मराठी ग्रंथांचा विचार करता मराठी संदर्भग्रंथांचा तुटवडा. कशाबशा अवस्थेत विद्यार्थी अभ्यास करतो आणि एकदाचा पास होतो. अशा विद्यार्थ्यांची समाजकार्य शिक्षणाच्या संदर्भातील वाचनाची भूक खऱ्या अर्थाने भागत नाही. नेमकी हीच भूक भागविण्याच्या उद्देशाने या ग्रंथाची निर्मिती झाली हे वास्तव.

समाजकार्यशिक्षणातील पद्धती, तत्त्वे, कौशल्य यांतील अनेक बाबी या पारंपरिकच आहेत. काही महाविद्यालये व विद्यापीठे वगळता बहुतांशी महाविद्यालयांनी सर्व काही पारंपरिकतेवरतीच भर दिल्याचे दिसते ही खंतही मनात अनेक वर्षांपासून होती. खंत म्हणण्यापेक्षा हे एक आव्हानच वाटत होते. कधीतरी, कोणीतरी समाजकार्य शिक्षणाला बदलाच्या दिशेने घेऊन जाणे गरजेचे वाटत होते. म्हणूनच नव्या काही माहितीसह 'व्यावसायिक समाजकार्य-शिक्षण व व्यवसाय' ह्या ग्रंथनिर्मितीचा मानस केला आणि आज तो जन्माला येऊन समाजकार्यक्षेत्रातील प्राध्यापक, विद्यार्थी, कार्यकर्त्यांना आपली गुणवत्ता दाखविण्यासाठी सज्ज झाला आहे.

समाजकार्यशिक्षणासंबंधित काही मूलभूत माहितीव्यतिरिक्त अनेक बाबी समाविष्ट करण्यासारख्या होत्या परंतु आज नेमके काय समाविष्ट करण्यासारखे आहे याचा खास आणि स्वतंत्र विचार करून समाजकार्यशिक्षणात वापरण्यात येणारे विविध दृष्टिकोन नव्याने समाविष्ट केले. क्षेत्रकार्यासाठी अद्यावत माहिती व आधुनिक तंत्रासह मार्गदर्शन करण्याचा प्रयत्न या ग्रंथाद्वारे केला आहे. क्षेत्रकार्याच्या नोंदी, अहवाललेखन,

डायरीलेखन, फील्डवर्क कार्डाचा नमुना या सर्व बाबी प्रथमच या ग्रंथाच्या रूपाने वाचकासमोर येणार आहेत.

विखुरलेली माहिती एकत्रित करून ती माहिती विद्यार्थ्यांभिमुख साधार, विश्वासार्ह व अद्यावत करण्याचा प्रयत्न येथे केला आहे. अवास्तव विश्लेषण टाळून मोजके मात्र स्पष्ट असे विश्लेषण करून ग्रंथाच्या शीर्षकाला पुरेपूर न्याय देण्याचा प्रयत्न केला आहे. तरीही त्रुटी असू शकतात याची मला निश्चितच जाणीव आहे.

कोणताही उपक्रम एकट्याने पूर्ण करणे वा होणे कदापीही शक्य नसते. हा उपक्रमही त्यास अपवाद असण्याचे कारण नाही. हा ग्रंथ पूर्ण होण्यासाठी विशेषत: उपलब्ध आधारग्रंथांचा निश्चितच उपयोग झाला त्याबद्दल त्या ग्रंथांचे लेखक, संपादक यांचे आभार. काही संस्थांची ग्रंथालये व त्यांचे ग्रंथपाल (विशेषत: कर्वे समाज सेवा संस्था, पुणे; भारती विद्यापीठ, पुणे; ऑल इंडिया इन्स्टिटयूट ऑफ लोकल सेल्फ गव्हर्न्मेंट, पुणे विभाग, पुणे) यांचे आभार मानायलाच हवेत. सहकारी मित्र व नातेवाईक यांनीही या उपक्रमात प्रत्यक्ष अप्रत्यक्ष मदत केली त्यांचेही आभार. माझी पत्नी सौ. निर्मला, मुलगा शुभम व मुलगी सोनाली यांचेही प्रत्यक्ष अप्रत्यक्ष मोलाचे सहकार्य लाभले त्यांचेही विशेष आभार.

डॉ. देवानंद शिंदे
'निर्मल'
साईराम पार्क, अ/२४, दुसरा मजला,
सिप्ला फाउंडेशन जवळ, वारजे, पुणे - ४११ ०५२.

लेखकाविषयी

डॉ. देवानंद शिंदे हे एक राष्ट्रीय पातळीवरील समाजकार्याचे अभ्यासक व संशोधक मानले जातात. पुणे विद्यापीठाशी संलग्न व देशामध्ये शैक्षणिक दृष्ट्या चौथ्या क्रमांकावर असलेल्या पुणे येथील कर्वे समाजसेवा संस्थेत (कर्वे इन्स्टिटट्यूट ऑफ सोशल सर्व्हिस) गेली १६ वर्षे ते वरिष्ठ प्राध्यापक म्हणून कार्यरत आहेत. सध्या ते कुटुंब व बालकल्याण विभागाचे प्रमुख आहेत. "Human Resource Development (HRD) Practices in NGOs : With special reference to Pune city." या विषयावर त्यांनी Ph. D. प्राप्त केली आहे.

आजपर्यंत त्यांनी मनुष्यबळ विकास मंत्रालय (केंद्र सरकार), नवी दिल्ली; महाराष्ट्र राज्य प्राथमिक शिक्षण परिषद (महाराष्ट्र शासन), मुंबई; महाराष्ट्र राज्य शैक्षणिक संशोधन व प्रशिक्षण परिषद (एम.एस.सी.ई.आर.टी. महाराष्ट्र शासन), पुणे; सामाजिक न्याय विभाग, महाराष्ट्र शासन, एस.ओ.एस. नवी दिल्ली व पुणे महानगरपालिका आदी शासकीय, अशासकीय संस्थांसाठी महत्त्वपूर्ण संशोधन केले आहे.

डॉ. देवानंद शिंदे हे पुणे विद्यापीठाच्या समाजकार्य अभ्यासमंडळाचे सदस्य असून भारती विद्यापीठ, पुणे; टिळक महाराष्ट्र विद्यापीठ, पुणे व यशवंतराव चव्हाण महाराष्ट्र मुक्त विद्यापीठ, नाशिक यांच्या विविध शैक्षणिक उपक्रमांत त्यांचा मोलाचा वाटा आहे. त्यांची युवकांशी हितगुज, दुसरे भारतीय त्रिरत्न, शोषित समाज संशोधन व उद्रेक ही पुस्तके प्रकाशित आहेत.

अनुक्रम

१

समाजकार्य : काही संकल्पना
(Social Work : Some Concepts)

१.१ प्रस्तावना
१.२ विषयविवेचन
१.३ सारांश
१.४ पारिभाषिक शब्द, शब्दार्थ

सदर घटकाच्या अभ्यासामुळे समाजकार्याची पार्श्वभूमी व समाजकार्याशी संबंधित विविध संकल्पनांसंबंधी माहिती मिळेल.

१.१ प्रस्तावना

पूर्वी गरीब, गरजू, अपंग व कमकुवत घटकांची काळजी संयुक्त कुटुंबात घेतली जायची. पुढे काळाप्रमाणे कुटुंबाचे विघटन होत गेले आणि विभक्त कुटुंबपद्धती अस्तित्वात आली. या प्रक्रियेत गरजूंची काळजी घेणे कठीण होऊ लागले. औद्योगिकीकरण, शहरीकरण यांमुळे एकूणच सामाजिक सुरक्षाव्यवस्थेचेही स्वरूप बदलत गेले. व्यक्ती, कुटुंब, गट व एकूणच वातावरणात अकार्यक्षमता, अस्थिरता निर्माण झाली. अशा अनेक प्रश्नांच्या सोडवणुकीसाठी कल्याणकारी संस्थांची स्थापना करणे ही समाजाची गरज होऊन बसली. अर्थातच या प्रश्नांच्या सोडवणुकीसाठी शास्त्रीय दृष्टिकोनाची गरज पुढे आली आणि शास्त्रीय आधार असलेली कार्यपद्धती अस्तित्वात आली. त्यालाच पुढे समाजकार्य म्हटले जाऊ लागले.

समाजकार्य या संज्ञेला धर्मादाय संस्थांचा खरंतर सुरुवातीला विरोधच होता.

किंबहूना समाजकार्य ही संज्ञाच मान्य नव्हती. समाजकार्य या संज्ञेला या क्षेत्रातील तज्ज्ञांनी अनेक तर्क वितर्क लावले आहेत. काहींच्या मते समाजसेवा, समाजकल्याण, सामाजिक सुधारणा, सामाजिक विकास व सामाजिक न्याय म्हणजेच समाजकार्य होय, वगैरे.

१.२. विषयविवेचन

समाजकार्य : काही संकल्पना (Social Work : Concepts) :

पूर्वी गरीब, गरजू, अपंग व कमकुवत लोकांची काळजी घरातच घेतली जायची. संयुक्त कुटुंबपद्धती मोठ्या प्रमाणात अस्तित्वात असल्याने ते शक्य होते. कुटुंबातील अशा व्यक्तींची काळजी घेण्यास कुटुंब अगदीच असमर्थ असेल तर त्या त्या जातींचे लोक, गावातील व समुदायातील लोक काळजी घेत. तेही शक्य नसेल तर धार्मिक संस्थांद्वारा गरीब, गरजू लोकांचा सांभाळ होत असे. पुढे औद्योगिकीकरण शहरीकरण या विकासाच्या एकूण प्रक्रियेमध्ये सामाजिक सुरक्षा व कल्याणकारी व्यवस्थेचे स्वरूपही बदलत गेले. अर्थातच गरीब, गरजू, अपंग व निराश्रित यांची काळजी घेण्यामागील भूमिकेतही बदल होत गेले. औद्योगिक क्रांतीने सामाजिक प्रश्नांमध्ये एका अर्थाने भरच टाकली. व्यक्ती, कुटुंब, गट, व एकूणच वातावरणातील अकार्यक्षमता त्यामुळे अस्थिरता निर्माण झाली. अशा अनेक प्रश्नांच्या सोडवणुकीसाठी कल्याणकारी संस्थांची स्थापना करणे ही समाजाची गरज होऊन बसली. या प्रश्नांच्या सोडवणुकीसाठी शास्त्रीय दृष्टिकोनाची गरज पुढे आली आणि नवीन शास्त्रीय ज्ञानाचा आधार असलेली व्यवस्था (कार्यपद्धती) अस्तित्वात आली, त्यालाच समाजकार्य म्हटले जाऊ लागले.

सुरुवातीला धर्मादाय संस्थांना समाजकार्य ही संकल्पनाच मान्य नव्हती, परंतु व्यक्ती, गट व समुदायांच्या विविध प्रश्नांवर विविध पद्धतींनी व अभ्यासपूर्वक मार्ग काढून प्रश्नांची सोडवणूक झाली. त्यात सुधारणा घडवून आणण्याचे वेळोवेळी प्रयत्न झाले. दरम्यानच्या काळात आजारपण, मानसिक अनारोग्य, नैराश्य व सामाजिक वर्तनासंबंधित सामाजिक व आर्थिक परिस्थितीवर मात करता येईल अशा अनेक गोष्टींवर कार्य चालूच राहिले.

समाजकार्याच्या विविध संकल्पना स्पष्ट करण्यापूर्वी :

१) दान करणे म्हणजे समाजकार्य नव्हे.

२) समाजकार्य म्हणजे श्रमदान किंवा विद्यावेतनसेवा नव्हे.

३) नैसर्गिक आपत्तीच्या वेळी केलेले मदतकार्य म्हणजे समाजकार्य नव्हे, हे स्पष्ट करणे गरजेचे वाटते.

स्पष्टीकरण :

समाजकार्य ही एक प्रक्रिया असल्याने एखाद्या प्रसंगी किंवा सातत्याने केवळ दान केल्याने समाजकार्य होत नाही. दान ही एक सेवा असली तरी समाजकार्यामध्ये सेवाप्रदानासंबंधी काही मूल्ये, तत्त्वे व पद्धती ठरल्या आहेत. दान करण्यामध्ये या कोणत्याही मूल्य किंवा तत्त्वांचा, पद्धतीचा वापर होत नसल्याने दान करणे म्हणजे समाजकार्य नव्हे. श्रमदान हे समाजसेवा होऊ शकते, कारण त्यात उत्स्फूर्तपणाची वैशिष्ट्ये आहेत. त्यास चिरंतन ध्येय असेलच असे नाही. त्या उपक्रमाचे सातत्य पुढे असेलच असे नाही. म्हणून श्रमदान हे समाजकार्य नव्हे. विद्यावेतन म्हणजे मोबदल्याच्या स्वरूपात दिली जाणारी सेवा ही विशिष्ट काळापुरतीच मर्यादित असते. त्यामुळे ही सेवा

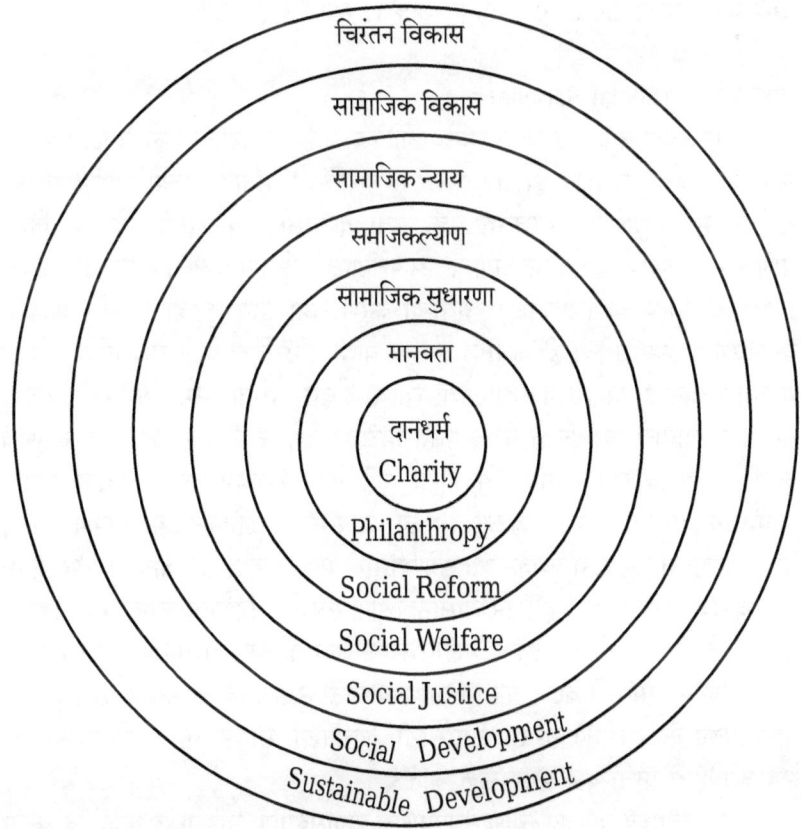

समाजकार्याची बदलती / प्रागतिक संकल्पना

समाजकार्याच्या चौकटीत बसत नाही. प्रारंभिक केलेले कोणतेही कार्य समाजकार्याच्या कक्षेत बसत नाही. नैसर्गिक आपत्ती नेहमी नेहमी येत नाही. जेव्हा आपत्ती येते तेव्हा केलेले कार्य हे एका विशिष्ट वेळेपुरता केलेला उपक्रम(One time activity) असतो. असे मदतकार्य समाजसेवेचा भाग होतो. मात्र समाजकार्य होत नाही.

दानधर्म म्हणजे समाजकार्य नव्हे, हे जरी खरे असले तरी समाजकार्याचा उगम हा दानधर्मातूनच आला आहे, हे मान्य करायला हवे. एकीकडे दानधर्माच्या संकल्पनेतून सुरू झालेल्या समाजसेवेचे रूपांतर व्यावसायिक समाजकार्यात झाले आणि दुसरीकडे बदलत्या काळाप्रमाणे समाजकार्याच्या संकल्पनांमध्ये बदल होऊन दानधर्मापासून चिरंतन निकषापर्यंतचा टप्पा गाठला.

समाजकार्याच्या संकल्पनेच्या बाबतीत तज्ज्ञांचे एकमत नाही. प्रत्येकाने आपापल्या परीने संकल्पना मांडल्या आहेत. त्या पुढीलप्रमाणे;

समाजसेवा (Social Service) :

गरजेच्या वेळी एखाद्या स्वयंसेवकाने व्यक्ती किंवा गटाला केलेली मदत म्हणजे समाजसेवा होय. एखाद्या व्यक्तीने इच्छा म्हणून किंवा भावनिकतेच्या आधारे इतरांना केलेली मदत म्हणजे समाजसेवा. ही सेवा देण्यासाठी कोणतेही कौशल्य किंवा प्रशिक्षण आवश्यक नसते. उदाहरणार्थ, आपत्तीग्रस्त कुटुंबांना केलेली मदत, उन्हाळ्यात पिण्याच्या पाण्याची (पाणपोई) व्यवस्था करणे, आगीतून कुटुंबांना बाहेर काढणे, वाचविणे इ. समाजसेवा ही कधी ठरवून तर कधी न ठरविता केलेला कार्यक्रम असून मानवी साधनांचे संरक्षण व सुधारणेशी त्याचा संबंध असतो. समाजसेवेमध्ये व्यक्ती, गट व समुदायाचे गमावलेले वैभव पुन्हा मिळवून देणे, ते टिकवून ठेवणे व एकूणच व्यक्ती व कुटुंबाच्या संबंधित कार्याला पुष्टी देण्याचे काम केले जाते. त्यासाठी सामाजिक साधनांचा शोध घेऊन त्यांच्या वापरासाठी लोकांना कार्यप्रवण करणे, ताणतणावग्रस्त कुटुंबांना त्यातून बाहेर येण्यासाठी मदत करणे, समाजात वावरण्यासाठी व जीवनावश्यक गरजांची पूर्ती करण्यासाठी त्यांना समर्थ बनविण्याचे काम समाजसेवेद्वारा केले जाते. समाजसेवेचा उद्देशच मुळात सामाजिक कार्यक्षमता वाढविणे हा होय.

जनमानसांमध्ये बदल घडवून आणण्यासाठी समाजसेवेची अत्यंत गरज असते. परिणामकारक सामाजिक सहभागासाठी व्यक्तीला साधनयुक्त बनविण्यासाठीच समाजसेवेद्वारा प्राधान्याने काम केले जाते.

या सेवेमध्ये समाजकल्याण सेवेप्रमाणेच मागासवर्गीय, महिला, बालके, विकलांग व्यक्ती यावर भर असतो. या सेवा तात्पुरत्या स्वरूपाच्या असतात. या सेवा समाजकार्याच्या

तत्त्वज्ञानाप्रमाणे असत नाहीत. येथे सेवा कोणासाठी व कोणाद्वारे केली हे काही निश्चित असत नाही. अशा सेवेतून लोकांचे कल्याण साधले जाते. यात सामाजिक विमा, सामाजिक सुरक्षितता आदींचा अंतर्भाव होतो. या सेवेसाठी तात्पुरता का असेना लोकसहभाग हवाच असतो. इतरांच्या कल्याणात स्वत:चे योगदान देण्याच्या जबाबदारीच्या भावनेला कृतीत रूपांतरित करण्यासाठी तसेच इतरांच्या कल्याणाला हातभार लावणाऱ्या समाजकल्याणाच्या कामात त्या कामाच्या विकासात योगदान देण्याचे आपले कर्तव्य पार पाडण्यासाठी लागणाऱ्या योग्य कृती करण्यासाठी उपलब्ध असणाऱ्या साहाय्यभूत माध्यमांचा, साधनांचा उपयोग माणूस करतो ती माध्यमे म्हणजे समाजसेवा होय.

एच. एम. काशिदे यांनी समाजसेवेची खालील व्याख्या केली आहे.

"Social services are those organised activities that are primarily and directly concerned with the conservation, protection and improvement of human resources." म्हणजेच समाजसेवा ही संघटितरीत्या केलेला उपक्रम असून त्याचा प्राथमिक आणि थेट मानवी साधनांचे संवर्धन, संरक्षण व सुधारणेशी (प्रगती) संबंध आहे. यालाच एच. एम. काशिदे यांनी समाजसेवा म्हटले आहे.

समाजकल्याण (Social Welfare) :

समाजकल्याण हा मराठी शब्द जेवढ्या वेळा वापरला जात असावा तेवढ्याच वेळा Social Welfare हाही शब्द वापरला जात असावा. समाजकार्यक्षेत्रात तसेच समाजकल्याणाच्या क्षेत्रात काही शब्द वारंवार वापरले जातात. त्यात समाजकल्याण हा शब्द एक म्हणता येईल. समाजकल्याण या संकल्पनेच्या चौकटीमध्ये कोणतेही छोटे मोठे सामाजिक काम (कार्य) बसते. उदा. अपंगांसाठी योजना राबविणे, वंचित, निराश्रित महिलांसाठी निवारा व आधारगृहांची योजना राबविणे, अनुसूचित जाती व जमातींच्या मुलामुलींसाठी वसतिगृहांची सोय करणे वा शैक्षणिक साहित्याची उपलब्धता करून देणे एवढेच नव्हे तर देवदासी पुनर्वसन, बालगुन्हेगार व गरजू मुलांची राहण्याची, शिक्षणाची व प्रशिक्षणाची सोय करणे आदी योजना समाजकल्याण सदरात मोडतात. मात्र समाजकल्याण म्हणजे काय याचा नेमका अर्थ व शास्त्रीय व्याख्या काय असावी यासाठी १९६८ साली डॉ. चार्लस शॉटलँड यांच्या अध्यक्षतेखाली समिती नेमली होती. या समितीने समाजकल्याण या शब्दाची नेमकी परिभाषा सर्वप्रथम स्पष्ट करण्याचा प्रयत्न केला. या समितीच्या म्हणण्याप्रमाणे समाजात जे व्यथित गट किंवा ज्या व्यथित व्यक्ती आहेत त्यांना साहाय्य देणे म्हणजे समाजकल्याण. व्यथित गट म्हणजे अंध,

मूक, बधिर, विविध असाध्य रोगाने पीडित व्यक्ती, मानसिक रुग्ण, अपंग, मागास, वंचित गट, सावकाराच्या जाळ्यात अडकलेली माणसे एकूणच शोषित घटक होत. या सर्व व्यथित व गरजू लोकांना, गटांना उपलब्ध सेवासुविधांचा (शिक्षण, रोजगार, आरोग्य) लाभ घेण्याची संधी म्हणून केल्या जाणाऱ्या प्रयत्नांना समाजकल्याण म्हटले जाते.

फ्रेडलँडर यांनी समाजकल्याणाची व्याख्या खालीलप्रमाणे केली आहे.

"Social Welfare is the organized system of social services and institutions, designed to aid individuals and groups to attain satisfying standards of life and health, and personal and social relationship that permits them to develop their full capacities and to promote their well being in harmony with the needs of their families and the community."

समाजकल्याण ही एक विशिष्ट अवस्था आहे. ती व्यक्ती व गटाच्या विकासाच्या प्रक्रियेदरम्यानही असते आणि व्यक्ती, गटाच्या विशिष्ट विकासाच्या टप्यावरही ती जाणवते. संपूर्ण समाजाचे, लोकसंख्येचे जीवनमान, सामाजिक जीवन व आर्थिक जीवन अपेक्षित प्रकारचे ठेवण्याची जबाबदारी समाजकल्याणामुळे शासनावर येते. कल्याणकारी राज्याची कल्पना व संकल्पना राबविणे चालू झाल्यापासूनच राज्यातील जनतेचे कल्याण ही राज्याची जबाबदारी होऊन बसली आहे. राज्याच्या वतीने ही जबाबदारी पार पाडण्याचे काम राज्याच्या समाजकल्याण विभागाचे असते. समाजकल्याण साधताना सामाजिक कायदे, सामाजिक आंदोलने, सामाजिक प्रशासन, सामाजिक सुधारणा आदींचा संबंध येतो.

समाजात व्यक्तींना महत्त्व असते. परस्पर आंतरक्रियांमधून वैयक्तिक, कौटुंबिक व सामाजिक समस्या निर्माण होतात, हे व्यक्तीला मान्य असते. या समस्या दूर करून व्यक्तींचे जीवन समृद्ध करण्यासाठी काही करता येते हा विश्वास असतो. म्हणजेच सामाजिक समस्यांना तोंड देण्यासाठी व सामाजिक समस्या सोडविण्यासाठी करावी लागणारी कार्ये, प्रक्रिया यांचा व हे कार्य करणाऱ्या संस्था यांचा समाजकल्याणात समावेश होतो.

समाजातील मागासलेले घटक हा समाजाचा महत्त्वपूर्ण व समान अधिकार असणारा घटक असतो. भारत हे कल्याणकारी व लोकशाही राज्य असल्याने या घटकांच्या प्रगतीचे देशाच्या विकासातील महत्त्व लक्षात घेऊन शासन व स्वयंसेवी संस्था कार्य करतात. समाजकल्याणाचे काम स्वयंसेवी संस्थांनी केल्यास शासन त्यास मदत करते. समाजात शांतता राहण्यासाठी, समाजातील गटांचे संबंध सुयोग्य राहण्यासाठी

समाजातील गटांमध्ये असणारी दरी कमी करण्यासाठी, सर्वांचा समान विकास होण्यासाठी, सर्वांना संधी व न्याय मिळण्यासाठी मागासलेल्यांना अधिक गतीने विकास साधता यावा व इतर समाजांच्या बरोबर प्रगत होता यावे म्हणून योजना व कार्यक्रम आखले जातात. या योजना समाजकल्याणाचा आधार असतात. विसावे शतक हे समाजकल्याणाचे शतक मानले जायचे. विकास ही एक प्रक्रिया असल्याने विकासाचे चक्र चालूच राहणारे असते. समाजकल्याणासाठी एक चांगले सामाजिक धोरण अपेक्षित असते. योग्य धोरणे आखणे हा अर्ध्या विकासाचा भाग असतो.

समाजकल्याणाद्वारा मुख्यत्वे :

- अपंग, समस्याग्रस्तांचे पुनर्वसन, दु:खशामक, परिहारक व निवारक कार्यांबरोबरच उपचारात्मक व प्रतिबंधात्मक कार्य.
- गरजू व अपंगांना शिक्षण, काळजीवाहू उत्तर सेवा, गरजू व अपंगांकरिता विशेष सेवा.
- लोकसहभागाद्वारे सदर योजना राबविण्याचा प्रयत्न समाजकल्याण विभाग करतो. घटनेतील कलम ३४२, ३३९,२७५ - मागास कल्याणावर भाष्य करतात.पंचवार्षिक योजनांद्वारे मागासवर्गीयांच्या कल्याणासाठी व संरक्षणासाठी विविध कायदे निर्माण झालेले आहेत मागासवर्गीय कल्याण खाती निर्माण झालेली आहेत. त्यांच्या विकासाबरोबरच विविध सवलतीही प्रदान करण्यात येतात.

सामाजिक सुधारणा (Social Reform) :

सामाजिक सुधारणा ही समाजातील शैक्षणिक, आर्थिक व सामाजिक मागासलेपणाशी संबंधित संकल्पना आहे. सामाजिक अस्थिरता, सामाजिक हानी व वंचितता या सुधारणा घडवून आणण्याच्या प्रक्रियेला सामाजिक सुधारणा म्हटले जाते. ज्यांना समाजामध्ये सुधारणा, बदल व्हायला हवा असे वाटते अशा व्यक्ती व गट यांच्या द्वारेच खऱ्या अर्थाने समाजसुधारणा घडते. उदाहरणार्थ, राजा राममोहन रॉय (१७७२-१८३३) यांनी सती प्रथा बंद केली. डॉ. महर्षी कर्वे (इ.स. १८५८-१९६२) यांनी स्त्रीसुधारणेसाठी शैक्षणिक सुविधा, विधवा विवाहप्रथा सुरू केली. फुले दांपत्यांने (इ.स. १९ वे शतक) महिलाशिक्षणासाठी शैक्षणिक उपक्रमाबरोबर इतर अनेक कार्यक्रम राबविले. अण्णा हजारे यांची भ्रष्टाचारविरोधी चळवळ, मेधा पाटकरांची प्रकल्पग्रस्तांना न्याय मिळवून देण्यासाठीची नर्मदा बचाव आंदोलन हे सर्व समाजसुधारणेच्या दृष्टीनेच केलेले प्रयत्न होत. सामाजिक सुधारणा ही सामाजिक बदलांशी संबंधित असून त्याचा

परिणाम व्यक्तीच्या सबंध जीवनावर तसेच मूल्य व एकूणच सामाजिक संस्थेवर होत असतो. सामाजिक सुधारणेद्वारा या संस्थांमध्ये बदल घडवून आणता येतो. सामाजिक प्रगतीला पोषक असे वातावरण निर्माण केले जाते. जे सातत्याने वंचित, मागास, दुर्लक्षित व भेदभावाचे बळी ठरले आहेत, अशांना न्याय देण्याच्या दृष्टीने प्रयत्न केले जातात. उदाहरणार्थ, महिलाअधिकारासाठी झगडणे, समुदाय सेवा केंद्राद्वारा समाजविकासाच्या योजना राबविणे ह्याही गोष्टी समाजसुधारणेचेच भाग आहेत.

समाजसुधारणा ही तीव्र आकांक्षेपोटी सुरू केलेली चळवळ असते. यातून समाजजीवनाशी निगडित पारंपरिक प्रथा, परंपरा व मूल्यांचे निर्मूलन करून नवीन मूल्ये व सामाजिक जीवनाचा नवा मार्ग निर्माण केला जातो. समाजसुधारणा ही व्यक्तिकेंद्रित नसून समाजकेंद्रित संकल्पना आहे. सामाजिक व्यवस्थेमध्ये मूलभूत बदल घडवून आणण्यासाठी समाजसुधारणाचळवळ कार्यरत असते. समाजसुधारणा ही संकल्पना व त्यातील कार्यपद्धती समाजकार्यापेक्षा वेगळी असली तरी समाजसुधारणेसाठी समाजकार्याच्या काही तंत्रांचा वापर निश्चितच करता येऊ शकतो.

समाजात जनजागृती झाल्याशिवाय सामाजिक सुधारणा अशक्य आहे, म्हणून जनजागृतीला समाजसुधारणेत महत्त्वाचे स्थान आहे. समाजसुधारणेसाठी समाजाची मानसिकता बदलून एक विशिष्ट जनमत तयार करावे लागते. सुधारणा ही एक मोठी प्रक्रिया आहे. त्यामुळे टप्प्याटप्प्याने किंवा सातत्याने हे काम करणे गरजेचे असते. समाजसुधारणेला पोषक वातावरण निर्माण झाल्याशिवाय समाज झालेल्या सुधारणेला स्वीकारेलच असे नाही. त्या सुधारणेला समाजमान्यताच हवी. समाजमान्य सुधारणा हीच खरी समाजसुधारणा.

कायद्याने किंवा शासनाने केलेला बदल किंवा घेतलेला निर्णय समाज बऱ्याच वेळा स्वीकारत नाही. म्हणूनच समाजसुधारणा लांबणीवर पडते. उदा. भूकंपग्रस्तांचे पुनर्वसन झाले, पण अनेकजण समाधानी नाहीत. अनेकांना विश्वासात घेतलं गेलं नाही. आजही लोकांच्या मनात शासनाबद्दल संताप आहे. म्हणजेच शासन जनमत तयार न करताच एका अंगाने निर्णय घेऊन समाजसुधारणा करू पहात असेल तर ती खरी समाजसुधारणा नव्हे. काही वेळा समाजातील बदल अचानक व मूलभूत स्वरूपाचे असतात. समाजाच्या एका भागात बदल झाला तर त्यामधून अन्य भागातील बदलांना चालना मिळते. एका बदलातून दुसरा बदल निर्माण होतो. यालाच बदलाचे चक्र म्हणतात.

समाजसुधारणा व सामाजिक कायदे यांचा अनिवार्यपणे परस्पर संबंध असतो. सुधारणा जनमत निर्माण करतात. त्यातून सुधारणेच्याच हेतूने कायदे घडविले जातात.

सुधारणांमुळे कायद्यांचा समाजाकडून स्वीकार होतो व कायद्यांच्या अंमलबजावणीमुळे समाजात निर्माण होणारे वातावरण समाजास पोषक ठरते. भारतात अनेक कायद्यांचा उगम सुधारणाचळवळीतून आला आहे. समाज सुधारणा हे समाजकार्याचे कार्यक्षेत्र आहे. समाजसुधारणेचे सर्व विषय व क्षेत्रे ही समाजकार्याचे विषय व क्षेत्र आहेत.

सामाजिक विकास (Social Development) :

सामाजिक विकास ही समाजकल्याणाची पुढची पायरी होय. ढोबळ मानाने सांगायचे झाल्यास सामाजिक विकास म्हणजे सर्वांचा सर्व क्षेत्रांतील विकास. सामाजिक विकास हा अत्यंत संथ गतीने होतो. सामाजिक विकास हा कधीतरी त्या त्या क्षेत्रात विकासाच्या जवळ पोहोचणारा असतो. तो टप्प्याटप्प्याने होत जातो, ज्याला आपण विकास म्हणतो. विकासाला दोन बाजू असतात. त्या म्हणजे आर्थिक व सामाजिक. म्हणूनच विकास एकात्म आहे. विकासाची व्याख्या करताना जागतिक बँकेचे तत्कालीन अध्यक्ष डॉ. रॉबर्ट मॅक्नामारा यांनी म्हटले आहे की, ''जगातील लक्षावधी लोकांचे जीवनमान उंचावणे, जगातील लक्षावधी वंचित लोकांना संधी आणि गुणवत्ता प्राप्त करून देणे म्हणजे विकास.'' विकास हा एखाद्या क्षेत्रात झालेली केवळ संख्यात्मक वाढ नव्हे तर त्यास गुणात्मकतेचीही झालर असायला हवी. म्हणजेच संख्यात्मक वाढ आणि गुणात्मक विस्तार या विकासाच्या दोन बाजू आहेत. उदा. एखाद्या गावात एखाद्या शाळेचा विस्तार होऊन ३-४ शाळा होणे म्हणजेच विस्तार नव्हे, तर त्या शाळांमध्ये प्रशिक्षित शिक्षकांद्वारा गुणवत्तायुक्त शिक्षण आणि विद्यार्थ्यांवर होणारे संस्कार, त्यांची जडणघडण हेच महत्त्वाचे असते. शाळेची संख्यात्मक वाढ होणे चुकीचे नाही. मात्र त्याद्वारा दिल्या जाणाऱ्या शिक्षणाचा दर्जा ढासळलेला असेल तर ते चुकीचेच म्हणावे लागेल. शिक्षणाची गुणवत्ता कमी ठेवून शाळांची संख्या वाढली तर तो खोटा विकास म्हणावा लागेल. केवळ सामाजिक सेवांची निर्मिती व त्याची अंमलबजावणी करण्यातून समाजविकास घडत नाही. त्यास समाजाचा प्रतिसाद व त्या प्रतिसादातून समाजाला झालेला फायदा ह्या दोन्हीही बाबी सामाजिक विकासाच्या दृष्टीने महत्त्वाच्या मानायला हव्यात. अलीकडच्या काळात ज्या समाजाचा, विभागाचा विकास झाला आहे, असे म्हणण्यात येते त्या समाजाचा, विभागाचा अभ्यास केल्यास खरंच विकास झाला असे म्हणण्याचे धाडसच होत नाही. विकासाचे टप्पे पुढे पुढे जाताना दिसतात मात्र विशिष्ट टप्प्यावर समाजविकास कितपत झाला याचे उत्तर समाधानकारक येणे कठीणचं.

सिंगापूरजवळील ब्रुनेई हा प्रदेश तेथे मिळणाऱ्या पेट्रोलमुळे श्रीमंत झाला.

दरडोई उत्पन्न वाढले पण आरोग्य, शिक्षण व रोजगाराच्या सोई- सुविधा फारशा उपलब्ध नाहीत.

अनेक प्रगत देशांमध्ये (भारतासह) आर्थिक उलाढाल व भरभराट होत असताना त्याच देशात शेतकऱ्यांच्या आत्महत्या, घटस्फोट, भ्रष्टाचार, गुन्हेगारी व प्रादेशिक वादाचे प्रमाण वाढत असेल तर देशाच्या झालेल्या प्रगतीमध्ये वरील प्रश्न असमतोल निर्माण करण्याची शक्यता असते किंबहुना तो खरा, गुणात्मक विकास नसतोच. सदर परिस्थितीचा विचार केला तर असे म्हणता येईल की सामाजिक विकास ही केवळ आर्थिक संकल्पना नसून ती अधिक सामाजिक व सर्वांगीण आणि सर्वस्पर्शी अशी कल्पना आहे.

सामाजिक न्याय (Social Justice) :

सामाजिक न्याय ही एक प्रक्रिया होय. सर्व मनुष्यजगताला योग्य वागणूक व समान न्याय मिळण्याच्या – देण्याच्या अवस्थेला सामाजिक न्याय म्हणतात. व्यक्तीला जगण्यासाठी आवश्यक साधनांचे वाटप; व्यक्तीचा सामाजिक, मानसिक, शारीरिक व धार्मिक विकास म्हणजे सामाजिक न्याय. सामाजिक असमतोल नाहीसा करून सामाजिक सुधारणा घडवून आणण्याच्या उद्देशानेच सामाजिक न्यायाची संकल्पना पुढे आली.

सामाजिक न्यायाची मुख्य दोन ध्येये आहेत :

१) अन्यायनिवारण, प्रतिकूल वातावरणात सुधारणा घडवून आणणे.

२) व्यक्तीच्या सामाजिक जीवनातील असमतोल नाहीसा करणे (उदा. धार्मिक, सांस्कृतिक, राजकीय, आर्थिक, शैक्षणिक इ.)

बेकर यांच्या म्हणण्याप्रमाणे समाजातील सर्व सदस्यांसाठी जेव्हा समान हक्क, संरक्षण, संधी व समान कायदा असतो व सामाजिक न्याय मिळाल्यानंतर जे आदर्श स्वरूपाचे वातावरण निर्माण होते त्यास सामाजिक न्याय असे म्हणतात.

सामाजिक न्यायाची संकल्पना ही व्यापक स्वरूपाची असून अनेक तज्ज्ञांनी वेगवेगळी मते या संदर्भात मांडलेली आहेत. या संदर्भात तत्त्वज्ञ जॉन रॉल्स म्हणतात की न्याय कोणासाठी आवश्यक आहे? न्याय सर्वसाधारण समाजाच्या कल्याणासाठी अपेक्षित नाही तर समाजातील प्रत्येक व्यक्तीच्या कल्याणासाठी न्याय आवश्यक आहे.

राज्यघटनेच्या प्रास्ताविकात नमूद केल्याप्रमाणे राज्यघटनेच्या माध्यमातून सामाजिक न्यायच अपेक्षित आहे. त्यातील Justice (न्याय), Liberty (स्वातंत्र्य), Equality (समानता) आणि Fraternity (बंधुभाव) हे शब्द सामाजिक न्याय

रूजविण्यासाठी मार्गदर्शक ठरतात.

भारतीय राज्यघटनेतील कलमे १५(१), १६(१),(२), १७, १८, २९(२) आणि ३३० सामाजिक न्यायाच्या संदर्भात मार्गदर्शन करतात.

सामाजिक न्याय हा कोणत्याही समाजसुधारणेच्या चळवळीचा गाभा असतो आणि तो असावा लागतो. सामाजिक न्याय सर्वसामान्य लोकांच्या तेव्हाच पदरात पडतो जेव्हा कायदा न्याय्य असतो, न्यायदानाची पद्धतही न्याय्य असते आणि न्यायाधीश पूर्वग्रहांना बळी न पडणारे व सदसद्विवेकबुद्धीचा आधार घेणारे असतात. या गोष्टी सुरळीत पार पडण्यासाठी राज्य हे कायद्याचे असले पाहिजे.

सामाजिक न्यायाची उपलब्धी प्रामुख्याने खालील गोष्टींवर अवलंबून असते.

१) सार्वजनिक मालमत्तेचे नियंत्रण

२) उत्पादनसाधनांची मालकी

३) जीवनावश्यक गरजांची परिपूर्ती आणि रोजगाराची शाश्वती

४) विकासासाठी समान संधी

५) सेवा/श्रमाचा उचित मोबदला

६) शासन आणि अर्थव्यवस्थेत सहभाग इ.

मानवी हक्क (Concept of Human Rights) :

संयुक्त राष्ट्रसंघाने केलेल्या व्याख्येनुसार – मानवी हक्क म्हणजे असे हक्क जे नैसर्गिकरीत्या जन्मतःच मिळालेले असतात, ज्याच्याशिवाय मनुष्यप्राणी जगणे कठीण असते. मानवी हक्क हे निसर्गदत्त हक्क असल्याने व्यक्तीचे हे हक्क कोणी हिरावून घेऊ शकत नाहीत, हे तात्त्विक दृष्ट्या मान्यच केलेले आहे. मानवी हक्काच्या संकल्पना विविध देशांमध्ये हळूहळू विकसित होत गेल्या. परंतु संयुक्त राष्ट्रसंघाने सन १९४८ साली मानवी हक्कांची सनद तयार करून ती जागतिक पातळीवर लागू करण्यासंबंधी जाहीर केले. भारतीय घटनाकारांना याची जाणीव व माहिती असल्याने त्यांनी घटनेच्या भाग ३ व कलम १९ आणि ३२ मध्ये मानवी हक्कांचा भारतीय राज्यघटनेत समावेश केला. हे हक्क म्हणजे केवळ मार्गदर्शकच आहेत असे नाही तर या हक्कांच्या संबंधित जे जे काही प्रशासकीय व कायदेविषयक पेच निर्माण होतील त्यांवर तोडगा काढण्यासाठी ते दिशा देतात. या अर्थाने मानवी हक्क हे मूलभूत हक्क आहेत. ज्या ज्या वेळी, प्रसंगी मूलभूत हक्कांवर गदा येते आहे असे वाटते त्या त्या वेळी कायदेविषयक तक्रार करण्याचा अधिकारही व्यक्तीला दिलेला आहे.

मानवी हक्कांसंबंधित झालेल्या करारानुसार मानवी हक्कांचे ३ विभागांत विभागणी

केली आहे.

१) नागरी किंवा राजकीय अधिकार (उदा. जगण्याचा अधिकार, स्वातंत्र्य आणि सुरक्षा, अयोग्य कैद यापासून मुक्त राहणे इ.)

२) सामाजिक, आर्थिक आणि सांस्कृतिक अधिकार. (उदा. समान काम, समान वेतनाचा अधिकार, कुटुंबास साहाय्य होईल यासाठी पुरेशी कमाई करण्याचा अधिकार, भेदाभेदविरोधी लढण्याचा अधिकार इ.)

३) पर्यावरण आणि विकासात्मक अधिकार. (उदा. स्वच्छ आणि आरोग्यदायी वातावरणाचा अधिकार, शिक्षणाचा अधिकार इ.)

अलीकडच्या काळात अन्याय, अत्याचार तसेच वेगवेगळ्या तऱ्हेने केली जात असलेली पिळवणूक यांसारख्या अनेक घटना घडतात. म्हणजेच मानवी हक्कांची मोठ्या प्रमाणात पायमल्ली होते आहे. आंध्रप्रदेशातील दलितांच्या जमिनीचा प्रश्न, मध्यप्रदेशमधील रेवा जिल्ह्यातील संपूर्ण दलित वस्तीस लावलेली आग, अमरावती जिल्ह्यात हजारो बालके कुपोषणामुळे मृत्युमुखी पडतात. बिहारमधील पदारिया गावातील सहा आदिवासी महिलावरील सामूहिक बलात्कार, हुंडाबळी प्रकरणातील शालिनी प्रवीण मल्होत्रा प्रकरण, तसेच सरदार सरोवर प्रकल्पग्रस्त या सर्वच प्रकारात मानवी हक्काची पायमल्ली झाली आहे, होते आहे. या प्रातिनिधिक स्वरूपातील परिस्थितीतूनही व्यक्तीच्या जीवन आणि अधिकारासंबंधित अनेक प्रश्न नमूद केले आहेत. किंबहुना मानवी अधिकार केवळ इच्छाशक्तीपुरते मर्यादित झाले आहेत, त्याचा आनंद उपभोगता येत नाही. गरिबी, निरक्षरता, सामाजिक अरिष्ट तसेच जातीय दंगली चालूच आहेत. भांडवलदार, जमीनदार, उच्चवर्गीय लोकांच्याकडून होणारे शोषण चालूच आहे. पोलिस, मिलीटरी, गावगुंडांची दहशत कमी झालेली नाही. एकूणच पाहता मानवी हक्कांसंबंधातील परिस्थिती उत्तरोत्तर वाईटच होत चालली आहे. उलटपक्षी गरिबी व्यक्तीच्या दुःखात भरच घालत आहे.

व्यक्तीला स्वातंत्र्य, हक्क तसेच दर्जा मिळवून द्यायचा असेल तर व्यक्ती म्हणून तसेच समाजाचा घटक म्हणून आपण ज्या समाजात राहतो ती समाजव्यवस्थाच बदलण्यासाठी प्रयत्न करायला हवेत. मूलभूत हक्क मिळविण्यासाठी लढा अत्यंत महत्वाचा आहे तरच सामाजिक विकास साधता येईल आणि न्याय मिळविता येईल.

सामाजिक परिवर्तन (Social Change) **:**

परिवर्तन म्हणजे बदल. सामाजिक परिवर्तन म्हणजे समाजामध्ये पूर्वी असलेल्या स्थितीत अनेक गोष्टींमध्ये बदल होणे. परिवर्तन किंवा बदल हा निसर्गाचा नियम

आहे. जसे नैसर्गिक परिस्थितीमध्ये सतत परिवर्तन होत असते तसे मानवसमाजामध्येही परिवर्तन होत असते. मानवसमाज पूर्णपणे स्थिर नसल्याने काळानुरूप त्यात परिवर्तन घडून येते, म्हणूनच ग्रीक विचारवंत ॲरिस्टॉटल (इसपू ३८४-३२२) यांनी मानव हा समाजशील प्राणी आहे असे म्हटले आहे. मानवी समाजाचे महत्त्वाचे वैशिष्ट्य म्हणजे परिवर्तनशीलता. ही परिवर्तनशीलतेची प्रक्रिया सातत्याने सुरूच असते. या परिवर्तनाच्या प्रक्रियेमुळेच मानवसमाज रानटी अवस्थेतून प्रगत अवस्थेत येऊन पोहोचला आहे.

समाजशास्त्रज्ञ डॉ. हॅरी जॉन्सन यांच्या म्हणण्याप्रमाणे मानवी समाजात दोन प्रकारच्या प्रक्रिया सातत्याने चालू असतात. (१) समाजव्यवस्थेत स्थिरता (स्थैर्य) प्रदान करणारी प्रक्रिया आणि (२) समाजव्यवस्थेमध्ये परिवर्तन घडवून आणणारी प्रक्रिया. समाजव्यवस्थेत स्थैर्य प्रदान करणाऱ्या प्रक्रियेत सामाजिकीकरण व सामाजिक नियंत्रणाचा समावेश होतो. सामाजिकीकरणाच्या प्रक्रियेद्वारा समाजातील मूल्य, वर्तनप्रकार, गरजा भागविण्याच्या पद्धतीचा अंगीकार करण्याचा प्रयत्न केला जातो. सामाजिक नियंत्रणाच्या माध्यमातून समाजमान्य वर्तनाचे काटेकोरपणे पालन करण्यासाठी व्यक्तीवर प्रत्यक्ष अप्रत्यक्ष दबाव आणला जातो. म्हणजेच सामाजिकीकरण आणि सामाजिक नियंत्रणाद्वारे समाजात स्थिरता टिकवून ठेवण्याचा प्रयत्न होतो.

व्याख्या :

१) किंग्जले डेव्हिल यांच्या मते "सामाजिक परिवर्तन म्हणजे सामाजिक संघटनात अर्थात समाजाच्या संरचना आणि प्रकार्यात झालेला बदल होय."

२) गिलिन आणि गिलिन म्हणतात, "सामाजिक परिवर्तन म्हणजे स्वीकृत जीवन-प्रणालीतील परिवर्तन होय. मग ते परिवर्तन भौगोलिक परिस्थिती, सांस्कृतिक घटक, लोकसंख्यारचना किंवा विचारप्रणालीत झालेले असो. हे परिवर्तन किंवा आविष्कार कोणत्याही रीतीने समूहांतर्गत झालेले असते.

३) मॅक आयव्हर आणि पेज यांच्या मते 'समाजशास्त्रज्ञ' म्हणून आपली विशेष अभिरुची ही सामाजिक संबंधाशी आहे. केवळ या सामाजिक संबंधातील बदलास सामाजिक परिवर्तन असे म्हणतात.

थोडक्यात सामाजिक परिवर्तन म्हणजे सामाजिक मूल्यातील बदल, संस्थात्मक परिवर्तन, मालकी हक्क व पुरस्कार वितरण परिवर्तन, भूमिकाधारकांच्या क्षमता व अभिवृत्तीमधील परिवर्तन होय. सार्वभौमिकता (universality), सामाजिक परिवर्तन हे सामुदायिक परिवर्तन (Social change is community change), अपरिहार्यता

(Inevitably), गतिभिन्नता (unequal speed), तुलनात्मकता (comparability), अचूक भविष्यवाणी अशक्य (definite Prediction is not possible), अमूर्तता (Abstract) ही सामाजिक बदलाची वैशिष्ट्ये होत.

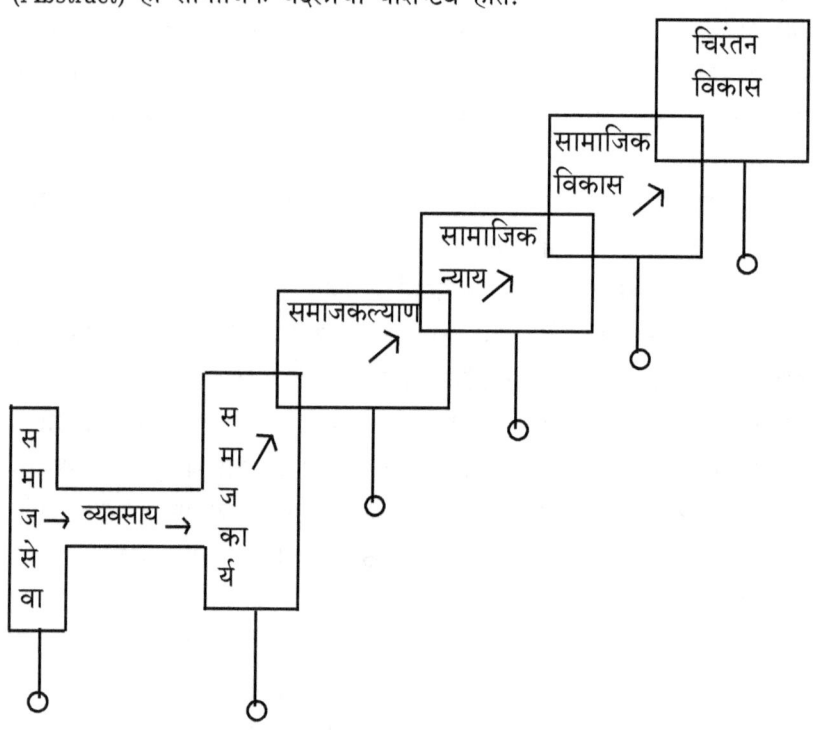

समाजकार्य संकल्पना व आंतरिक संबंध

सामाजिक परिवर्तनाचे प्रकार :

'सामाजिक परिवर्तन' ही तटस्थ संज्ञा असल्याने हे परिवर्तन कशा प्रकारचे वा कोणत्या प्रकारचे, बरे किंवा वाईट असे स्पष्ट करणे कठीण असते. सामाजिक जीवनातील विविध प्रकारचा बदल परिवर्तनामुळे लक्षात येतो. तरीही काही समाजशास्त्रज्ञांनी परिवर्तनाचे काही प्रमुख प्रकार सांगितले आहेत ते खालीलप्रमाणे – (१) उत्क्रांती (Evolution) (२) क्रांती (Revolution) (३) प्रगती (Progress) (४) विकास (Development) (५) प्रक्रिया (Process) इत्यादी.

सामाजिक जाळे (Social Network) :

जाळे (Network) ही संज्ञा साधारणपणे तंतू, रेषा, एखाद्या भागाला (कपड्याला)

लावण्यात आलेले अस्तर, व्यक्तीच्या शरीरातील नस यांच्या एकीकरणाला अथवा संयोगाला जाळे असे संबोधण्यात येते. येथे अभिप्रेत असलेले जाळे हे सामाजिक संबंधाशी संबंधित आहे. व्यक्ती समाजामध्ये जन्माला आल्यापासून मरेपर्यंत विविध नाती जपतो किंबहुना समाजाची रचनाच सामाजिक संबंधांवर आधारित आहे. म्हणून तर सामाजिक संबंधाचे जाळे म्हणून समाजाची व्याख्या केली आहे. आई, वडील, आजी, आजोबा, बहीण, भाऊ, आत्या, मावशी, काका, काकी, सून, जावई, त्याची मुले, आईवडील, वडिलाकडील नातेवाईक अशा भरगच्च नात्याच्या गर्दीत व्यक्ती आपले जीवन जगते. व्यक्तीचे जीवन जगणे (चांगले, वाईट) हे कुटुंबातील वा कुटुंबाबाहेरील संबंधावर अवलंबून असते. चांगल्या संबंधांचा सकारात्मक आणि वाईट तसेच पूर्वग्रहदूषित, दूरच्या संबंधाचा नकारात्मक परिणाम व्यक्तीवर होण्याची शक्यता असते. व्यक्तीचे योग्य व समतोल असे सामाजिकीकरण होण्यासाठी सकारात्मक संबंध, सकारात्मक भूमिका व सकारात्मक कार्यात्मकता अपेक्षित असते. सामाजिक संबंध व त्यातून निर्माण झालेले सामाजिक संबंधाचे जाळे हे माणसाच्या गरजांची पूर्तता करण्यासाठी उपयोगी ठरतात. दोन व्यक्ती व त्यापेक्षा अधिक लोकांच्यामध्ये, घरामध्ये होणाऱ्या आंतरक्रिया या संबंधावर अवलंबून असतात. या सर्व गोष्टींचा समावेश सामाजिक जाळे या संकल्पनेत होतो.

१.३ सारांश

समाजकार्याच्या विविध संकल्पनांचा विचार करता असे लक्षात येते, की समाजकार्य या संज्ञेसंबंधीची तज्ज्ञांची मते वेगवेगळी असून प्रत्येकाने आपापल्या परीने त्याचा अर्थ सांगण्याचा प्रयत्न केला आहे. काळाच्या ओघात गरजूंची गरज बदलत गेली, अर्थातच गरजूंची काळजी घेण्याची पद्धतही बदलली. पूर्वी संयुक्त कुटुंबात घेतली जाणारी काळजी पुढे ती जबाबदारी कल्याणकारी संस्थेवर आली. आज अनेक संस्था गरजूंचा आधार ठरल्या आहेत.

१.४ पारिभाषिक शब्द, शब्दार्थ

१) **सामाजिक सुरक्षा :** समाजातील व्यक्ती व इतर घटकांच्या जीवनास कोणतीही बाधा निर्माण न होणे, कोणत्याही धोक्याची शक्यता नसणे यालाच सामाजिक सुरक्षा म्हणता येईल.

२) **धर्मादाय संस्था :** मदत हा धर्म मानून मदत करणाऱ्या संस्था म्हणजे धर्मादाय संस्था होत.

२

समाजकार्य : अर्थ, व्याख्या व तत्त्वज्ञान
(Social Work : Meaning, Definition and Philosophy)

२.१ प्रस्तावना
२.२ विषयविवेचन
२.३ सारांश
२.४ पारिभाषिक शब्द, शब्दार्थ

सदर घटकाच्या अभ्यासामुळे समाजकार्याचा विविध अंगांनी लावलेला अर्थ समजणार आहे. तसेच देशी विदेशी तज्ज्ञांनी केलेल्या समाजकार्याच्या व्याख्या व तत्त्वज्ञान समजणार आहे.

२.१ प्रस्तावना

समाजकार्य हा व्यवसाय म्हणून मान्यता पावला असला तरी आजही त्याबाबत संभ्रम आहे. समाजसेवा, समाजकार्य, समाजकल्याण, आदी संकल्पना अनेकांना आजही सारख्याच वाटतात. काही तज्ज्ञांनी समाजकार्य आणि समाजकल्याण सारखेच असल्याचे सांगितले आहे. समाजकार्य व्यवसायाच्या वैशिष्ट्यांबद्दल लोकांच्या मनात स्पष्टता नाही. त्यामुळे समाजकार्याच्या काही मर्यादा असणे साहजिकच आहे. समाजकार्याच्या अभ्यासक्रमाबाबतही भिन्न मते आहेत. मात्र समाजकार्याच्या क्षेत्रातील सर्वांनीच व्यक्तिसहयोग कार्य, गटकार्य, समुदायसंघटन, कल्याण प्रशासन, सामाजिक संशोधन व सुधारणा ही समाजकार्याची महत्त्वाची अंगे असल्याचे मान्य केले आहे.

समाजकार्याच्या व्याख्येचा विचार करता काही साम्ये वगळता व्याख्येमध्येही तज्ज्ञांनी आपापल्या परीने व्याख्या देण्याचा प्रयत्न केला आहे.

२.२ विषयविवेचन

समाजकार्याचा अर्थ (Meaning of Social Work) :

समाजसेवा, समाजकार्य, समाजकल्याण आदी संकल्पना अनेकांना सारख्याच वाटतात. समाजसेवा आणि समाजकार्य यांत तर फारसा कोणी फरकच करत नाही. वास्तविक हे खरे आहे की फार कमी लेखकांनी समाजकार्याचा नेमका अर्थ सांगण्याचा प्रयत्न केला आहे. समाजकार्याचा अर्थ सांगताना अनेक गोष्टी सांगण्याचा प्रयत्न त्यांनी केला. त्यात समाजकार्याचा इतिहास, समाजकार्याचा कार्यक्रम, समाजकार्याची प्रक्रिया, समाजकार्याची कामे, उद्दिष्टे व त्याचे स्वरूप इत्यादींचा समावेश केला आहे. काही लेखकांनी समाजकार्य आणि सामाजकल्याण सारखेच असल्याचे सांगितले आहे. समाजकार्य हा व्यवसाय असूनही अनेक लोक मान्य करायला तयार नाहीत. त्यामुळे अनेकांमध्ये संभ्रम आहेत. समाजकार्यवैशिष्ट्यांबद्दल लोकांच्या मनात स्पष्टता नाही. त्यामुळे समाजकार्याच्या काही मर्यादा असणे साहजिकच. समाजकार्याच्या अभ्यासक्रमाबाबतही भिन्न मते असल्याचे दिसते. परंतु समाजकार्यकर्त्यांनी सर्वसाधारणपणे व्यक्तिसहयोग कार्य, गटकार्य, समुदायसंघटन, प्रशासन, संशोधन ही समाजकार्याची महत्त्वाची अंगे असल्याचे मान्य केले आहे .

बऱ्याच वर्षांपूर्वी राष्ट्रीय समाजकार्य परिषदेने समाजकार्यासंबंधित कार्यक्रमही तयार केला होता. त्यात ५ विषयांवर भर दिला होता. व्यक्तिसहयोगकार्य, गटकार्य, समुदायसंघटन, लोककल्याणप्रशासन व सामाजिक क्रिया वगैरे. सर्व सामाजिक कार्यकर्त्यांनी जाहीरपणे मान्य केले आहे की, व्यक्तिसहयोग कार्य हा समाजकार्यातील महत्त्वाचा भाग होय. मात्र गटकार्याबाबत एकमत नाही. गटकार्य हे शिक्षण की मनोरंजन समाजकार्य की वरील तीनही हा संभ्रम असल्याचे समाजकार्यक्षेत्रात चर्चिले जाते. काही लोकांनी गटकार्य हे समाजकार्याचे क्षेत्र असण्याऐवजी प्रक्रिया असायला हवी असे मत मांडले आहे. समुदायसंघटन या विषयावर साहित्य उपलब्ध असताना वैशिष्ट्यानुसार ती एक प्रक्रिया असल्याचे सिद्ध होऊनही समुदायसंघटन हे समाजकार्यांचा विशेष भाग आहे यावर एकमत नाही .

बहुतांशी सामाजिक कार्यकर्त्यांना लोककल्याणप्रशासन व त्या अंतर्गत येणाऱ्या सेवा याच मुळात समाजकार्याच्या प्रक्रियेचा भाग आहेत असे वाटत नाही किंवा खाजगी कल्याणकारी सेवा प्रशासनापेक्षा वेगळ्या आहेत असे वाटत नाही. ते यास प्रक्रिया मानत नाहीत तर कार्यक्रमाचा भाग मानतात. वरील सर्व विषय हे व्यावसायिक समाजकार्याच्या अखत्यारीतच येतात हे ते मान्य करायला तयार नाहीत. तरीही लोककल्याणकारी कार्यक्रमाची व्याप्ती व नवीन निर्माण झालेले प्रश्न, परिस्थिती लक्षात घेऊन परिषदेने व्यावसायिक समाजकार्य या शीर्षकाखाली अभ्यासक्रम ठरविला.

बऱ्याचशा सामाजिक कार्यकर्त्यांच्या मते आजचे सामाजिक कार्यकर्ते हे खरे सामाजिक कार्यकर्ते ठरू शकत नाहीत. जोपर्यत त्यांच्यामध्ये समाजसुधारणेची दृष्टी निर्माण होत नाही तोपर्यंत ते सामाजिक कार्यकर्ते होऊ शकत नाहीत असे त्यांचे म्हणणे आहे. त्यांना त्यांच्या व्यवसायातील स्वत:चं स्थान आणि आपली ओळख यांबद्दल खात्री नाही. ते मान्य करतात की प्रशासन आणि संशोधन हे त्यांच्या कामाचा भाग आहेत. परंतु ते त्यास समाजकार्याचा महत्त्वाचा भाग मानत नाहीत. व्यावसायिक समाजकार्यासंबंधी विविध मतप्रवाह असले तरी समाजकार्य म्हणजे नेमके काय हे जाणून घेणे गरजेचे आहे. ते विविध व्याख्यांवरून समजून घेता येईल.

भारतीय समाजकार्य परिषदेच्या मते :

समाजकार्य हा एक कल्याणकारी कार्यक्रम असून मानवतेच्या तत्त्वज्ञानावर, विशिष्ट तंत्रावर व विविध कौशल्यांवर आधारित आहे. व्यक्तीला, गटाला व समुदायाला त्यांचे जीवन परिपूर्ण जगण्यासाठी त्याला मदत करणे हे समाजकार्यामध्ये अपेक्षित आहे.

क्लार्क यांच्या म्हणण्याप्रमाणे समाजकार्य म्हणजे व्यावसायिक सेवांचा प्रकार असून त्यात ज्ञान व कौशल्यांचा एकत्रित समावेश असतो. समाजकार्याच्या दृष्टीने महत्त्वाच्या असलेल्या व नसलेल्या बाबींचाही यात समावेश असतो. विशिष्ट ज्ञान, कौशल्यांच्या आधारे एकीकडे समाजातील व्यक्तींच्या गरजा भागविण्याचे काम केले जाते तर दुसरीकडे लोकांच्या विकासाच्या दरम्यान येणारे अडथळे नाहीसे करण्याचा प्रयत्न केला जातो.

हरबर्ट बिस्नो यांच्या मते समाजकार्य ही एक सेवा आहे. ती सेवा व्यक्ती किंवा गटाला दिली जाते. सेवा देत असताना सेवांवर कोणत्या तरी संस्थेचे नियंत्रण असते. या पद्धतीद्वारे व्यक्ती व गटांच्या प्रगतीदरम्यान येणारे अडथळे दूर होऊन किंबहुना रोखले जाऊन गट किंवा व्यक्तींचा अधिकाधिक सहभाग, सहकार्य व समाजाच्या प्रगतीत जास्तीत जास्त हातभार लावून त्यातील आपली जबाबदारी उचलतील अशी अपेक्षा असते. सेवांचे कार्यक्षेत्र, कार्यपद्धती, गृहीतके, आचारसंहिता व मूल्य यांच्या आधारे विशिष्ट विचार निश्चित झालेले असतात. समाजजीवनात परिपूर्ण, प्रभावी, अर्थपूर्ण असा सहभाग, सहयोग देण्याच्या मार्गात आज ज्या मन:सामाजिक अडचणी समाजातील व्यक्ती व गटांच्या जीवनात येतात त्या अडचणींचा सामना करण्यासाठी मदत प्रदान करणे म्हणजे समाजकार्य होय.

समाजकार्य म्हणजे मानवाच्या प्रेम, सुरक्षितता व नवे अनुभव घेण्याच्या गरजांची सेवेतून केली जाणारी पूर्तता होय. समाजकार्यात मानव हा सर्वात महत्त्वाचा घटक असतो. मानवाबरोबर काम करताना प्रेम ही सर्वात महत्त्वाची ताकद मानली जाते.

मानवाला प्रोत्साहन, कौतुक व मान्यता यांमुळे चांगले वाटते व हे सर्व काही समाजकार्यातून मानवाला मिळते. इतरांची काळजी घेणे, समस्या जाणून घेऊन त्या सोडवण्याच्या प्रक्रियेत सामील होणे म्हणजे समाजकार्य होय. व्यक्ती व समाजाचे जीवन विकसित करणारी व सुधारणारी कोणतीही कृती म्हणजे समाजकार्य होय. एडव्हर्ड डिव्हाईन (१९२२) यांनी समाजकार्यास एखादी गोष्ट नष्ट होण्यापासून संरक्षण करणारी व त्यात सुधारणा करणारी क्रिया असे म्हटले आहे.

मिर्झा आर. अहमद यांच्या म्हणण्याप्रमाणे समाजकार्य ही व्यावसायिक सेवा असून मानवी संबंध व त्यातील कौशल्यावर आधारित असते. व्यक्ती, गट व समुदायातील परस्पर व अंतर्गत संबंधामध्ये येणाऱ्या समस्यांचे निराकरण करून समायोजन घडविण्यास समाजकार्याची मदत होते.

१) समाजकार्य ही सामाजिक सेवा आहे. ज्यात मानवी वर्तनाशी संबंधित विशेष ज्ञान व कौशल्याचा समावेश होतो.
२) मानवी वर्तनाचे विश्लेषण व त्यात संयोग घडवून आणण्यावर भर देते.
३) विविध पद्धती व तंत्राचा वापर करून व्यक्ती व समाजातील प्रश्नांची सोडवणूक केली जाते.
४) समाजकार्याचा समायोजनावर अधिक भर असतो.
५) व्यक्तीला स्वयंपूर्ण बनविणे हा समाजकार्याचा उद्देश आहे.
६) समाजकल्याणाद्वारा केवळ प्रश्नांची सोडवणूक केली जात नाही तर निर्माण होणाऱ्या प्रश्नांना व त्याच्या दुष्परिणामांना प्रतिबंध घातला जातो.
७) विकासाची साधने व हेतू यांमध्ये समन्वय व संयोग घडवून आणला जातो.
८) लोकशाहीतील तत्त्वावर विश्वास ठेवते.

समाजकार्य हा एक अत्यावश्यक (indispensable) व्यवसाय असून तो तेवढाच गुंतागुंतीचा आहे. या व्यवसायाबाबत काही समज- गैरसमजही आहेत. हा व्यवसाय सहज, सोप्या भाषेत व विशिष्ट शब्दांत चटकन सांगता येण्यासारखा नाही. मुळातच हा व्यवसाय विविध प्रकारे, विस्तारपूर्वक, विविध लोकांच्या बरोबर व विविध ठिकाणी केला जातो. व्यक्ती, कुटुंब, लहान गट, संस्था किंवा समुदायाबरोबर, समुदायासाठी हे समाजकार्य केले जाते. काही लोक, संस्था मुलांच्या बरोबर तर काही जण ज्येष्ठ नागरिकांसोबत कार्य करतात. काहीजण सल्लागार, तर काहीजण पर्यवेक्षक, प्रशासक, नियोजक तर काही जण पैसे गोळा करण्याची (Fund Raising) कामे करतात. काही जण कुटुंबावर, गृहबांधणीवर भर देतात तर काहीजण आरोग्य वा समुदायविकासावर भर देताना दिसतात. हे सर्व काही लक्षात घेता समाजकार्य हा व्यवसाय अलीकडे एक आव्हानात्मक बाब होऊन बसली आहे. व्यवसायाच्या

विविधतेमुळे नेमके समाजकार्य म्हणजे काय ते सांगणे तसे कठीणच.

मूलभूत दृष्ट्या विचार करता समाजकार्यव्यवसाय लोकांच्या – समाजाच्या कार्यामध्ये मदत करण्यास साहाय्यभूत ठरतो व एकूणच सामाजिक वातावरण बदलासाठी शक्य ते प्रयत्न या व्यवसायाद्वारा केले जातात. त्यासाठी :

१) मान्यताप्राप्त व्यावसायिक तयारी असायला हवी. (उदा: आवश्यक शिक्षण, नैतिकता, आवश्यक क्षमता)

२) गरजू व वंचित घटकांसाठी विशिष्ट सेवा पुरविण्यासाठी सामाजिक मान्यता हवी. (उदाहरणार्थ : मुले, वृद्धा, गरीब, महिला, कुटुंबे)

३) इतरांना मदत करण्याच्या उद्देशासह गरजूंच्या गरजा भागविणे व त्यांच्या समस्यांचे निराकरण करण्यासाठी अधिकाधिक क्षमतांचा वापर करून समाजाला पूर्ण समाधान देण्यासाठी आपले योगदान देणारा कार्यकर्ता म्हणजे सामाजिक कार्यकर्ता होय. असाच कार्यकर्ता या व्यवसायामध्ये अपेक्षित आहे.

समाजकार्याचा हेतू, स्वरूप आणि वैशिष्ट्ये त्यानुसार त्याचे प्रकार पडतात. भारतामध्ये खालील प्रकारचे समाजकार्य केले जाते.

(अ) उपचारात्मक (ब) प्रतिबंधात्मक (क) पुनर्वसनात्मक (ड) विकासात्मक (सुधारात्मक) इत्यादी.

व्यक्ती, गट, समाजाच्या सुधारणेस आवश्यक अशा सेवा उपलब्ध करून देण्याचे काम विकासात्मक (सुधारणात्मक) समाजकार्यात केले जाते. सध्याच्या (ज्वलंत) समस्या (व्यक्ती, गट, समाजाच्या) लक्षात घेऊन (त्यांचा अभ्यास करून) त्यांवर मात करण्यासाठी आवश्यक तेथे आवश्यक तेव्हा निदानावर आधारित उपचार केले जातात, ते उपचारात्मक समाजकार्यात समस्या निर्माण होऊच नयेत याची दक्षता घेऊन आवश्यक ती उपाययोजना केली जाते ती समाजकार्यातच. व्यक्ती, गट वा समुदायाचे नाहीसे झालेले वैभव पुन्हा प्रस्थापित करण्याच्या दृष्टीने प्रयत्न उपचारात्मक समाजकार्य–प्रकारात केले जातात. या वेगवेगळ्या समाजकार्यांच्या प्रकारातून व्यक्ती, गट, व समुदायाची प्रगती, सुधारणा, विकास, कल्याण हेच अपेक्षित आहे. समाजकार्याच्या सेवेनुसार समाजकार्याचे प्रकार पाडले असले तरी ते वेगळे नसून त्या प्रत्येक प्रकाराचा दुसऱ्या प्रकाराशी संबंध आहे. ते परस्परपूरक व परस्परावलंबी आहेत.

समाजकार्य : व्याख्या

समाजकार्याची संकल्पनाच मुळात विस्तृत असल्याने समाजकार्याच्या व्याख्येच्या बाबतीतही समाजकार्यक्षेत्रात कार्य करण्याऱ्या तज्ज्ञांचे एकमत नाही. तज्ज्ञांनी समाजकार्याच्या केलेल्या व्याख्या पुढीलप्रमाणे;

स्ट्राउप (१९६०) यांच्या म्हणण्यानुसार, समाजकार्य ही एक कला असून त्याद्वारा अनेक साधनांना एकत्र करून त्याचा शास्त्रीय पद्धतीने वापर करून व्यक्ती, गट व समुदायांच्या गरजांची पूर्ती करण्यासाठी मदत करतात.

बार्कर (१९९५) यांच्या म्हणण्याप्रमाणे, "Social Work as the professional activity of helping individuals , families, groups or communities to enhance or restore their capacity for social functioning and for creating societal condition favourable to this goal."

In other words, Social Workers are devoted to improving the Social functioning of people by helping them as they strive to prevent & solve problems that are of a Social, relational or interactional nature.

बार्कर यांच्या व्याख्येचा अर्थ असा की समाजकार्य हा व्यावसायिक उपक्रम असून व्यक्ती, कुटुंब, गट व एकूणच समुदायाच्या पुनर्प्रस्थापनासाठी मदत करतो. समाजविकासाच्या ध्येयाची पूर्ती करण्यास मदत करतो, समाजपोषक वातावरण निर्माण करण्याचा प्रयत्न समाजकार्याद्वारा होतो. यासाठी सामाजिक कार्यकर्ता जीव ओतून कार्य करतो व लोकांना मदत करत एकूणच समाजाची कार्यात्मकता वाढविण्यास मदत करतो, ज्याद्वारे समाजाचे प्रश्न सुटण्यास मदत होते.

अँडरसन (१९४३) यांच्या मते समाजकार्य ही एक व्यावसायिक सेवा असून लोकांच्या इच्छेनुसार, क्षमतांनुसार, एकसंधतेच्या दृष्टीने व्यक्ती किंवा गटामध्ये समाधानकारक संबंध प्रस्थापित करण्यासाठी व त्यांचे जीवनमान उंचावण्यासाठी उपयोगी पडते.

ॲलिस चेने (१९२६) म्हणतात की , समाजकार्य हे स्वयंसेवी प्रयत्न आहेत ज्यामध्ये शास्त्रीय ज्ञान व शास्त्रीयपद्धतीचा अवलंब करून सामाजिक लाभ मिळवून देण्याचा व सामाजिक संबंध सुधारण्याचा प्रयत्न केला जातो.

भारतीय संदर्भातील व्याख्या- खेर (१९४७)

समाजकार्याचे ध्येय हे आहे की,

- सामाजिक अन्याय दूर करणे.
- दु:खांचे निराकरण करणे.
- पिळवणूक थांबविणे व समाजातील कमकुवत घटकांना मदत करणे.
- गरजू, कमकुवत, मागास घटकांचे व त्यांच्या कुटुंबांचे पुनर्वसन करणे.

खालील पाच अशा प्रश्नांची सोडवणूक करण्यासाठीच समाजकार्याची निर्मिती झाली आहे.

१) शारीरिक इच्छा
२) रोग
३) अज्ञान
४) दारिद्र्य, गलिच्छपणा आणि
५) आळशीपणा

राधाकमल मुखर्जी (१९५४) यांनी समाजकार्य ही स्वयंसेवी व कल्याणकारी सेवा असून त्याद्वारे नागरिकांना त्यांच्या इच्छेनुसार किमान राहणीमान / जीवनमान यांचा स्तर, स्वातंत्र्य आणि सुरक्षितता प्रदान करण्याचा प्रयत्न केला जातो.

वरील समाजकार्याच्या व्याख्या लक्षात घेता खालील बाबी लक्षात येतात.

समाजकार्यक्षेत्रातील तज्ज्ञांनी ज्या व्याख्या केल्या आहेत त्या त्यांच्या मतानुसार, अभ्यासानुसार, अनुभवानुसार केल्या आहेत. त्यांमध्ये काही गोष्टी एकमेकांपेक्षा वेगळ्या आहेत, मात्र काही गोष्टींत निश्चितच साम्य आहे. जसे समाजकार्य हा एक व्यावसायिक उपक्रम आहे. या उपक्रमाद्वारे व्यक्ती, गट व समुदायाच्या प्रश्नांची सोडवणूक केली जाते. व्यक्ती, गटाला समाजामध्ये स्थिरस्थावर करण्यासाठी प्रयत्न केले जातात. या उपक्रमांमध्ये विविध पद्धती, तंत्रे वापरण्यात येतात हे साम्य होय. समाजकार्य हा व्यवसाय जरी असला तरी ती कला आहे असे स्ट्राउप यांना वाटते. ती कला समाजकार्यक्षेत्रात कार्यकर्त्याला अवगत असते. समाजकार्याच्या पद्धती, तंत्रे, मूल्य, तत्त्वे याद्वारा कार्यकर्ता कला आत्मसात करतो. समाजकार्य करताना समाजकार्यकर्ता समाजकार्याच्या प्रक्रियेमध्ये विविध साधनांचा वापरही करतो. तो कलेचाच भाग असतो. अँडरसन यांनी समाजकार्य ही व्यावसायिक सेवा आहे असे म्हटले आहे. मात्र ती लोकांच्या इच्छेनुसार, क्षमतांनुसार केली गेली पाहिजे आणि त्यातून लोकांचे समाधान व जीवनमान उंचावण्यास मदत झाली पाहिजे. व्यक्ती, गट व समुदायांच्या प्रश्नांची सोडवणूक होऊन त्यांची सुधारणा, कल्याण व विकास होतो हे समाजकार्याचे साध्य म्हणावे लागेल. हे साध्य सर्वच तज्ज्ञांच्या व्याख्यांत अपेक्षित असल्याचे दिसते.

बार्कर, अँडरसन यांनी समाजकार्य ही व्यावसायिक सेवा होय असे म्हटले आहे तर ॲलिस चेने यांना समाजकार्य हे स्वंयसेवी प्रयत्न वाटतात. मात्र ते शास्त्रीय पद्धती व तंत्राचा अवलंब महत्त्वाचा मानतात. खेर (१९४७) यांनी सामाजिक साध्यावर (Achievement) भर दिल्याचे दिसते. ते समाजकार्याच्या ध्येयाबाबत अधिक भाष्य करतात उदाहरणार्थ समाजावरील अन्याय दूर करणे म्हणजे समाजकार्य होय असे ते मानतात.

राधाकमल मुखर्जी यांनी समाजकार्याच्या व्याख्येचा थोडासा विस्तार केला

आहे. त्यांनी समाजकार्य हे स्वयंसेवी कार्याबरोबरच कल्याणकारी कार्य असल्याचे सांगितले आहे. व्यक्तीचे राहणीमान, स्वातंत्र्य व सुरक्षितता हे समाजकार्यात त्यांना अपेक्षित आहे. थोडक्यात असे म्हणता येईल की,

- समाजकार्य ही एक व्यावसायिक सेवा असून त्यामध्ये व्यक्तीच्या वर्तनासंबंधित विशेष ज्ञान व कौशल्याचा समावेश होतो.
- समाजकार्य लोकशाही मूल्य मानते.
- समाजकार्यात केवळ प्रश्नांची सोडवणूक केली जात नाही तर प्रश्न निर्माण होऊ नयेत याची आगाऊ काळजीही घेतली जाते.
- समाजकार्य समायोजनावर अधिक भर देते.
- समाजकार्याचे महत्त्वाचे उद्दिष्ट व्यक्तीला स्वयंपूर्ण बनविणे हे होय.
- समाजकार्यात विविध पद्धती व तंत्रांचा वापर करून व्यक्ती व समाजाच्या प्रश्नांची सोडवणूक केली जाते.

समाजकार्याचे तत्त्वज्ञान (Philosophy of Social Work) :

मानवता हा समाजकार्याचा पाया आहे. समाजकार्याद्वारा शास्त्रशुद्ध पद्धतीने प्रश्नांची सोडवणूक केली जात असल्याने काही तज्ज्ञांनी त्याला शास्त्रीय मानवतावाद असे म्हटले आहे. समाजकार्य हे मूल्याधारित असल्याने ही मूल्ये समाजात रुजवली जातात. त्यातूनच समाजकार्यासाठी तात्त्विक बैठक निर्माण होते. मूलभूत मूल्यातून समाजकार्याचे जे काही तत्त्वज्ञान पुढे येते ते खालील मुद्द्यांद्वारे स्पष्ट करता येईल.

व्यक्ती व त्याच्या मोठेपणावर विश्वास ठेवते : समाजकार्य समाजातील व्यक्ती व त्याची क्षमता (दर्जा) यांवर विश्वास ठेवते. कारण समाजच व्यक्ती व त्यांच्यातील संबंधांवर आधारित असतो. उलटपक्षी व्यक्तीचे जीवन तथा अस्तित्व हे समाजावर आधारित असते. व्यक्ती व समाजाचे अस्तित्व एकमेकांवर अवलंबून असते. या महत्त्वपूर्व संबंधामुळे समाजकार्य व्यक्तीच्या जीवनास, अस्तित्व आणि त्यांच्या क्षमतेस अत्यंत महत्त्व देते.

व्यक्तीच्या स्वातंत्र्यावर विश्वास : समाजकार्य व्यक्तीच्या स्वातंत्र्याला व त्याच्यातील सर्जनशीलतेवर व क्षमतेवर विश्वास ठेवते, त्यास मान्यता देते. व्यक्तीमध्ये व्यक्तिगत क्षमता असतात. त्या क्षमता प्रश्नांच्या सोडवणुकीसाठी पर्याय ठेवू शकतात व त्यातून प्रश्नांची सोडवणूक होऊ शकते, या बाबी समाजकार्यात गृहीत आहेत. दुसऱ्या शब्दात सांगायचे झाले तर व्यक्तीला त्याच्या समस्येनुसार आवश्यक साधने व पद्धतीचा अवलंब करण्याचा अधिकार आहे. म्हणून समाजकार्य व्यक्तीला साहाय्य

करते, त्यातील सर्जनशीलता व क्षमतांना विकसित करते. परिणामी ती व्यक्ती भविष्यात त्याच्या प्रश्नांची सोडवणूक करण्यास सक्षम होते.

सामुदायिक जबाबदारी : समुदायाच्या गरजेप्रमाणे समाजातील व्यक्तीची जडणघडण होण्यासाठी समाजकार्य प्रयत्नशील असते. व्यक्तीचे व्यक्तीपण जपण्यासाठी प्रयत्न होतात. मात्र सामाजिक प्रश्नांच्या सोडवणुकीसाठी संपूर्ण समुदायाचे प्रयत्न अपेक्षित आहेत. समाजाची जबाबदारी संपूर्ण समाजाने उचलायला हवी. राज्यातील जनतेचे कल्याण करणे ही राज्याची किंवा शासनाची जबाबदारी असली तरी शासन हा एक भाग आहे. केवळ शासन समाजविकासास पुरेसे ठरणार नाही, म्हणून समाजच खरं तर त्याच्या विकासासाठी व किमान दर्जा टिकवून ठेवण्यासाठी जबाबदार आहे.

परिणामकारक घटकांची विविधता व गुंतागुंत : समाजविकासास अडसर ठरणाऱ्या विविध घटकांची समाजकार्यास कल्पना आहे. समाजकार्यक्षेत्रात विकासाची कामे करताना अनेक समस्यांना सामोरे जावे लागते हे गृहीतच आहे. उदा: बालगुन्हेगारी, आत्महत्या, हिंसाचार या प्रश्नांना केवळ एकच कारण नाही. प्रश्न एकच असला तरी त्याची कारणे अनेक असतात. त्या कारणांचा एका दुसऱ्या कारणांशी संबंध असतो. बालगुन्हेगारी, आत्महत्या यांची कारणे गरिबी. अनैतिकता, कौटुंबिक विघटन, बेरोजगारी, वाढता चंगळवाद आदी असू शकतात. म्हणून या क्षेत्रात कार्यरत व्यक्तींनी समाजातील प्रश्न व त्यांची कारणे व कारणातील कार्यकारण भाव (प्रश्न-प्रश्नांतील संबंध) लक्षात घेणे महत्त्वाचे असते. तेच नेमके समाजकार्यात केले जाते.

व्यक्ती व संबंध यांतील परस्पर अवलंबित्व : व्यक्ती व समाज यांचा अंतर्गत संबंध असतो, यावर समाजकार्य विश्वास ठेवते. व्यक्ती हा समाजाचा घटक आहे. त्याचे जीवन तथा अस्तित्व, योग्य सामाजिकीकरण हे समाजातच होत असते. समाजामध्ये त्याची स्वत:ची ओळख असते. व्यक्ती समाजाशिवाय राहूच शकत नाही. समाजकार्याच्या क्षेत्रात व्यक्तीचे वैयक्तिक कल्याण हे सामाजिक कल्याणापासून वेगळे करताच येत नाही. वैयक्तिक कल्याण व सामाजिक कल्याण एकमेकांशी संबंधित आहेत. म्हणून समाजकार्यकर्त्याने व्यक्ती आणि समाज या दोन्ही घटकांना सारखेच महत्त्व दिले पाहिजे.

कल्याणकारी राज्याच्या संकल्पनेला मान्यता : समाजकार्याची भूमिकाच ही आहे की समाजाला, त्याच्या सदस्याला त्याच्या उन्नतीसाठी अधिकाधिक कल्याणकारी सेवा मिळायला हव्यात. कल्याणकारी राज्याची संकल्पना मान्य करत, कल्याणकारी राज्य, राज्यातील जनतेला मोठ्या प्रमाणात सेवा पुरवेल यावर समाजकार्य विश्वास ठेवते, किंबहुना ठेवला आहे. आर्थिक सुरक्षितता, किमान आरोग्याचा दर्जा, जीवन जगण्यासाठी योग्य वातावरण आणि सामाजिक व सांस्कृतिक वारशाप्रमाणे व

क्षमतेप्रमाणे वाटा (Share) या बाबींवर कल्याणकारी राज्य लक्ष केंद्रित करेल, यावर समाजकार्य विश्वास ठेवून आपली वाटचाल करीत आहे. सुरक्षितता आणि कल्याणकारी सेवा किमान प्राधान्याने पुरविल्या जाव्यात ही समाजकार्याची अपेक्षा आहे.

थोडक्यात, समाजकार्य हे शास्त्रीय पद्धती व मानवतावादावर अवलंबून आहे. समाजकार्याद्वारा व्यक्तीला, समुदायाला केवळ आनंद देण्याचे काम केले जात नाही तर व्यक्ती व समाजास पोषक वातावरण निर्माण केले जाते. ते टिकवून ठेवण्याचा प्रयत्न केला जातो. व्यक्ती व एकूणच समाजाला अधिकाधिक आनंदी व सुखी जीवन जगण्यासाठी मदत केली जाते.

२.३ सारांश

समाजसेवा, समाजकार्य व समाजकल्याण या संकल्पना वैशिष्ट्य व अर्थानुरूप वेगळ्या आहेत. समाजकार्य म्हणजे व्यावसायिक सेवांचा प्रकार असून त्यात ज्ञान, कौशल्यांचा एकत्रित समावेश असतो. समाजकार्य केवळ प्रश्नांची सोडवणूक करत नाही, तर प्रश्न निर्माण होणार नाहीत याची आगाऊ काळजीही घेते. समाजकार्य लोकशाही मूल्य मानते.

२.४ पारिभाषिक शब्द, शब्दार्थ

१) **लोककल्याणप्रशासन :** सार्वजनिक हिताच्या दृष्टीने गरजू लोकांच्या कल्याणार्थ ठरविण्यात आलेल्या धोरणांचे रूपांतर सेवा प्रदानामध्ये (अंमलबजावणी) जेथून केली जाते त्यास लोककल्याणप्रशासन म्हणतात.

२) **कल्याणकारी कार्यक्रम :** शासन किंवा संस्थांद्वारा समाजहिताच्या दृष्टीने निर्माण केलेल्या अनेक सेवांचा एकत्रित गठ्ठा (package) म्हणजे कल्याणकारी कार्यक्रम होय.

३) **मानवता :** मानवाने स्वत: प्रामाणिक राहून, कर्तव्यशील राहून इतरांशी प्रामाणिकपणे व्यवहार करणे, इतरांच्या प्रति कर्तव्याची भूमिका बजावणे म्हणजे मानवता होय. व्यक्ती व व्यक्तीच्या गटाद्वारे समाजमान्य मार्गाने व्यक्तीच्या भल्यासाठी व सामाजिक साध्याच्या (Achievement) दृष्टिकोनातून बजावलेली भूमिका म्हणजे मानवता.

३

ऐच्छिक समाजकार्य व व्यावसायिक समाजकार्य
(Voluntary Social Work and Professional Social Work)

या घटकाचा अभ्यास केल्यास तुम्हाला ऐच्छिक समाजकार्य व व्यावसायिक समाजकार्य म्हणजे काय हे समजेल व त्या दोन्हींमधील फरकही लक्षात येईल.

३.१ प्रस्तावना

सदर घटकामध्ये ऐच्छिक समाजकार्य व व्यावसायिक समाजकार्य म्हणजे काय? त्याची पार्श्वभूमी तसेच ऐच्छिक समाजकार्याची व व्यावसायिक समाजकार्याची अनेक वैशिष्ट्ये सांगण्याचा प्रयत्न केला आहे. ऐच्छिक समाजकार्य व व्यावसायिक समाजकार्य यांतील नेमका फरकही या प्रकरणामध्ये सांगण्याचा प्रयत्न झालेला आहे. ऐच्छिक समाजकार्य व व्यावसायिक समाजकार्य या दोन्हींमधील फरक स्पष्ट करण्यासाठी विविध उदाहरणांचाही येथे वापर करण्यात आलेला आहे.

३.२ विषयविवेचन

ऐच्छिक समाजकार्य (Voluntary Social Work) :

एखादी व्यक्ती किंवा संस्था स्वेच्छेने किंवा स्वयंप्रेरणेने समाजविकासासाठी

हातभार लावते त्यास ऐच्छिक समाजकार्य म्हणतात. एखादी व्यक्ती किंवा संस्था कोणत्याही दबावाला बळी न पडता किंवा इतरांच्या आदेशानुसार कार्य करत नाही तर उत्स्फूर्तपणे, ऐच्छिकरीत्या कार्य करते त्यास ऐच्छिक समाजकार्य म्हणतात. ऐच्छिक समाजकार्यात मोबदल्याची अपेक्षा नसते. किती काळ काम करावे याची मर्यादा नसते. आपापल्या सोईनुसार कार्याची गरज भासते तेव्हा स्वत:च्या आवडीचे काम ऐच्छिक समाजकार्याद्वारा केले जाते. उदाहरणार्थ, (१) अपघातग्रस्त व्यक्तींसाठी आवश्यक ती मदत करणे. (२) प्रदूषणमुक्तीसाठी, जाणीवजागृतीसाठी विशिष्ट वेळेसाठी काम करणे. (३) नैसर्गिक आपत्तीच्या वेळी स्वयंसेवक म्हणून भूमिका बजावणे. (४) राष्ट्रीय सेवा योजनेद्वारा विद्यार्थ्यांनी केलेले कार्य ऐच्छिक समाजकार्यामध्ये मोडते.

समाजाच्या कल्याणार्थ सेवा पुरविण्याच्या जबाबदारीतील मोठा वाटा ऐच्छिक समाजकार्य उचलते. या ऐच्छिक समाजकार्यात मानवीय दृष्टिकोनांचा (कणव, दया अशा मूळ भावनांचा) प्रभाव अधिक असतो. ऐच्छिक समाजकार्य करताना विशिष्ट विचार व दृष्टिकोन ठेवून कार्य केले जातेच असे नाही. गरजेपरत्वे कार्यातील दृष्टिकोन बदलू शकतो. ऐच्छिक समाजकार्यात मदत देण्याचा निश्चित उद्देश असतोच असे नाही. तो मदतीच्या स्वरूपानुरूप बदलत असतो. ऐच्छिक समाजकार्यात सेवार्थींना केंद्रस्थानी ठेवणारा दृष्टिकोन नसतो, जो व्यावसायिक समाजकार्यात महत्त्वाचा भाग मानला जातो. ऐच्छिक समाजकार्यात विशिष्ट ज्ञान, कौशल्य, तत्त्वे व पद्धती यांचा वापर करण्याची गरज भासत नाही.

ऐच्छिक समाजकार्याचा दृष्टिकोन व्यक्तीला (सेवार्थीला) केंद्रस्थानी ठेवणारा नसतो. व्यक्तीला(गरजूला) सन्माननीय मानणारे, सक्षम मानणारे विचार नसतात. परमार्थाच्या भावनेतून-विचारातून सेवा प्रदान करण्याचे काम ऐच्छिक समाजकार्याद्वारा केले जाते.

ऐच्छिक समाजकार्याच्या कार्यपद्धतीच्या अनुषंगाने विचार करता ऐच्छिक समाजकार्यात कार्यपद्धती (मार्ग) पेक्षा मदतीला अधिक महत्त्व असते. मदत करण्याची पद्धत व्यक्तीपरत्वे, संस्थेपरत्वे बदलते.

ऐच्छिक समाजकार्य बहुधा वैयक्तिक, धार्मिक व सामाजिक उद्देशानेच केले जाते. उदा. नगरसेवकाकडून गरीब विद्यार्थ्यांना सायकलींचे वाटप, वृद्धांची काशीयात्रा काढणे, पुण्य मिळेल या हेतूने अन्नदान करणे ही ऐच्छिक समाजकार्याची उदाहरणे आहेत.

ऐच्छिक समाजकार्यात दूरगामी परिणामाऐवजी तात्कालिक परिणामांचा अधिक विचार केला जातो. गुणात्मकता, बदल, कल्याण या संकल्पनांना ऐच्छिक समाजकार्य जास्त महत्त्व देत नाही. समाजकार्य करण्यासाठी जी तळमळ व माणुसकीची भावना, आत्मीयता व कळकळ लागते ती ऐच्छिक व उत्स्फूर्तपणे काम करणाऱ्या कार्यकर्त्याजवळ अधिक असते. उत्कटपणे, झोकून देऊन, देहभान विसरून, चिकाटीने

व नि:स्वार्थीपणे श्रम करणे ही ऐच्छिक समाजकार्याची जमेची बाजू आहे.

ऐच्छिक समाजकार्यात लोकशाही मानवअधिकार (मानवता), कल्याण, तत्त्वज्ञान या बाबी पायाभूत मानल्या जात नाहीत. ऐच्छिक समाजकार्याला सर्वानुमते समाजमान्यता अपेक्षित नाही. एखाद्याला एखादे कार्य हाती घ्यावेसे वाटल्यास ती व्यक्ती किंवा संस्था ते काम हाती घेऊन पार पाडू शकते. ऐच्छिक समाजकार्य समाजाच्या हिताचे असले तरी लोकसहभाग अपेक्षित असेलच असे नाही. सेवा करतेवेळी ज्या व्यक्ती हजर आहेत त्यांना सेवा प्रदान केल्या जातात.

ऐच्छिक समाजकार्यकर्ता त्याची जबाबदारी स्वत: पार पाडतो. बऱ्याच वेळा तात्पुरती तर कधी कायमस्वरूपी समस्या दूर करून देतो. तयार उत्तरे व पर्याय देत असतो.

ऐच्छिक समाजकार्यकर्ता बऱ्याच वेळा स्वत:ला दाता समजत असतो. उपकारकर्ता व लाभार्थ्यापेक्षा श्रेष्ठ समजत असतो. कारण त्याला शिक्षण व कोणत्याही सिद्धान्तानुसार काम करावे लागत नाही. ऐच्छिक समाजकार्यकर्ता स्वत: व लाभार्थ्यांमध्ये विशिष्ट अंतर ठेवूनच कार्य करतो.

ऐच्छिक समाजकार्यामध्ये केलेल्या कार्याचा अहवाल लिहिला जातोच असे नाही. जरी लिहिला तरी मागच्या कार्याचा पुढील कार्याशी काही संबंध नसतो. मूल्यांकनही होत नाही. ती दृष्टी व उद्देशच या कार्यकर्त्याकडे असत नाही. त्याची त्यांना गरजही वाटत नाही. कार्याच्या दिखाऊपणावरच त्यांचा अधिक भर असतो. अनेक कार्यक्रम (कामे) केवळ दाखविण्यासाठीच असतात. त्यांतील अनेक कार्यक्रम समाजावर दूरगामी परिणाम करणारे नसतातच. नातेसंबंध प्रस्थापित करणे व दृढ करणे याचा ऐच्छिक कार्यात विचार होताना दिसत नाही. म्हणून प्रासंगिक संबंधावरच हे ऐच्छिक समाजकार्य आधारलेले असते. जेव्हा हे प्रासंगिक संबंधाचे रूपांतर दृढ संबंधात होते व त्या दृष्टीने विशिष्ट प्रयत्न होतात, तेथे ऐच्छिक समाजकार्यात व्यावसायिक समाजकार्याची लक्षणे दिसू लागतात.

व्यावसायिक समाजकार्य (Professional Social Work) :

ऐच्छिक समाजकार्य जेव्हा व्यवसायात रूपांतरित होते तेव्हा त्यास व्यावसायिक समाजकार्य म्हटले जाते किंवा जेव्हा एखादी व्यक्ती समाजकार्य हे व्यवसाय म्हणून स्वीकारते तेव्हा त्यास व्यावसायिक समाजकार्य असे संबोधण्यात येते. समाजकार्य हा व्यवसाय असला तरी धंदा (business) निश्चितच नाही. धंद्यामध्ये नफा व अर्थार्जन हा मुख्य उद्देश असतो. म्हणूनच त्याला धंदा म्हटले जाते. व्यावसायिक समाजकार्यात धंदेवाईक किंवा बाजारू स्वरूपाचा दृष्टिकोन अपेक्षित नाही. समाजकार्यव्यवसायात विशिष्ट बंधने, तत्त्वे व पद्धतीबरोबरच नीतिमत्तेचे पालन केले जाते.व्यावसायिक

समाजकार्यासाठी कार्यकर्त्याला विविध प्रकारच्या ज्ञानाची आवश्यकता असते. ते ज्ञान प्राप्त केल्यास समाजकार्यकर्त्याला काम करण्यासाठी सामाजिक मान्यता मिळते; जसे वकिली करण्यासाठी कायद्याचे ज्ञान हवे, डॉक्टरसाठी वैद्यकीय ज्ञान हवे तसे व्यावसायिक समाजकार्यकर्त्यास व्यावसायिक समाजकार्याचे ज्ञान आवश्यक असते. व्यवसायाला आवश्यक असणारे संबंधित प्रकारचे ज्ञान मिळाल्यास अशा प्रशिक्षित व्यक्तीला व्यावसायिक कुशलता प्राप्त होते. त्याच्या निर्णयास सहसा कोणी आव्हान करत नाही. व्यावसायिक सल्ला कोणीही नाकारत नाही, कारण समस्याग्रस्त व्यक्तीला त्याच्यामुळे एक प्रभावी सुरक्षितता प्राप्त होते, मानसिक आधार मिळतो. व्यक्तिसहाय्यकार्य, गटकार्य, समुदायसंघटन, सामाजिक संशोधन, सामाजिक प्रशासन, व सामाजिक कृती आदी विषयांच्या सामाजिक जाणिवेनेच व्यावसायिक कार्यकर्ता तयार होतो आणि समस्याग्रस्त व्यक्ती, गट व समुदायाच्या समस्या सोडविण्यास सक्षम बनतो. या सर्वसाधारण ज्ञानाबरोबरच व्यावसायिक समाजकार्यकर्त्याकडे विशिष्ट क्षेत्रातील विशेष ज्ञानही अपेक्षित असते. उदा. महिलाकल्याण, बालकल्याण, युवाकल्याण, दुर्बलता, कल्याणप्रशासन, सर्वसाधारण आरोग्य, सुधारणात्मक व पुनर्वसनात्मक सेवा इत्यादी. व्यावसायिक समाजकार्यातील मदतीचा परिणाम कायमस्वरूपी रहावा या विचाराने व्यावसायिक कार्य केले जाते.

व्यावसायिक समाजकार्याचा दृष्टिकोन व विचार यांचा विचार करता व्यावसायिक समाजकार्य करताना विशिष्ट विचार व दृष्टिकोन बाळगून कार्य केले जाते. व्यावसायिक समाजकार्यात मदत देण्याचा निश्चित उद्देश असतो व तोच उद्देश नेहमी कायम असतो. ज्यांना मदत दिली जाते त्यांच्या बाबतीत विशिष्ट (खास) विचार केलेला असतो.

व्यावसायिक समाजकार्याच्या कार्यपद्धतीच्या बाबतीत विचार करता व्यावसायिक समाजकार्य करताना विशिष्ट पद्धतींचा अवलंब केला जातो. मदत करण्याची प्रक्रिया ही टप्याटप्याने घडते. व्यावसायिक समाजकार्याद्वारा सेवा प्रदान करताना विविध मार्गांचा अवलंब (विशिष्टः वैज्ञानिक मार्ग) केला जातो. सर्वात महत्त्वाची गोष्ट म्हणजे व्यावसायिक समाजकार्यकर्त्याद्वारा व्यक्तीचा विचार, दृष्टिकोन व नातेसंबंधांमध्ये परिवर्तन घडवून आणण्यास मदत करते. समाजामध्ये गुणात्मक विकास व बदल घडवून आणण्यासाठी व्यावसायिक समाजकार्ये महत्त्वाची भूमिका बजावतात. सामाजिक समस्यांचे उच्चाटन करण्यासाठी नियोजनबद्ध व पद्धतशीर प्रयत्न हाच व्यावसायिक समाजकार्याचा गाभा आहे.

व्यावसायिक समाजकार्यामध्ये सामाजिक कार्यकर्ता समस्याग्रस्त व्यक्तींबरोबर कार्य करतो. त्यास मार्गदर्शन करत मानसिक पाठिंबाही देतो. मात्र पुढील सर्व काही करण्याची जबाबदारी समस्याग्रस्त व्यक्तीचीच असते.

व्यावसायिक समाजकार्यात मूल्यांकन व पुनर्मूल्यांकन करण्यास महत्त्व दिले जाते. लाभार्थीच्या जीवनात बदल घडवून आणण्याच्या दृष्टीने होत असलेल्या प्रयत्नांना कितपत यश येते आहे याचा अंदाज घेतला जातो. मूल्यमापनादरम्यान काही त्रुटी जाणवल्यास फेरविचार करून आवश्यक पद्धती, तत्त्व व तंत्राचा वापर करून अपेक्षित ध्येय गाठण्याचा प्रयत्न केला जातो. प्रतिबंधात्मक, उपचारात्मक, पुनर्वसनात्मक, सुधारणात्मक व विकासात्मक अशा पातळीवर व्यावसायिक समाजकार्यकर्ता कार्य करत असतो. अलीकडे उपचारात्मक व पुनर्वसनात्मक सेवेप्रमाणेच प्रतिबंधात्मक सेवेलाही अधिक महत्त्व दिले जाते.

व्यावसायिक समाजकार्याला लोकशाही, मानवाधिकार यांचा पाया असतो. मानवता, कल्याण, तत्त्वज्ञान या बाबीही व्यावसायिक समाजकार्यात महत्त्वाच्या मानल्या जातात. व्यावसायिक समाजकार्यकर्ता आपली जबाबदारी पार पाडण्याच्या मार्गातील अनेक अडथळे दूर करण्याचा प्रयत्न करतो. येणाऱ्या समस्येचे निराकरण करतो. समस्याग्रस्त व्यक्तीची क्षमता वाढवितो व त्याला स्वत:ला त्याची जबाबदारी पार पाडण्यास सक्षम बनवितो. व्यावसायिक समाजकार्यकर्त्याच्या कामाबद्दलच्या व समस्याग्रस्त व्यक्ती, गट, समुदाय यांच्या बद्दलच्या भावना वैशिष्ट्यपूर्ण असतात. हा कार्यकर्ता कधीही उपकारकर्त्याच्या किंवा श्रेष्ठत्वाच्या भूमिकेत नसतो. अलीकडे तर व्यावसायिक समाजकार्यक्षेत्रात श्रेष्ठ-कनिष्ठ मानण्याची रीतच राहिली नाही. कनिष्ठांपासून वरिष्ठांपर्यंत सर्वांना समान मानण्याची पद्धत रूढ होताना दिसते. व्यावसायिक समाजकार्यात केलेल्या कार्याचा आढावा घेणारा अहवाल (नोंदी) लिहिणे महत्त्वाचे असते. भविष्यात हा अहवाल महत्त्वाचा ठरतो. त्यामुळे कामाचा दर्जा राखण्यास मदत होऊ शकते.

३.३ सारांश

ऐच्छिक समाजकार्य व व्यावसायिक समाजकार्य या दोन्ही संकल्पना स्वतंत्र आहेत. त्याचे स्वरूप व कार्यपद्धती वेगवेगळी आहे. दोन्ही कार्यांचा लाभार्थी मात्र 'समाज' हाच आहे. ऐच्छिक समाजकार्य हे स्वयंप्रेरणेने, स्वइच्छेने केले जाते; परंतु हेच ऐच्छिक समाजकार्य जेव्हा व्यवसायात रूपांतरित होते तेव्हा तो व्यवसाय बनतो. त्यालाच व्यावसायिक समाजकार्य म्हटले जाते.

३.४ पारिभाषिक शब्द, शब्दार्थ

१) **कणव :** एखाद्या व्यक्तीबद्दल व्यक्त केलेली दयेची भावना.

२) **पुनर्वसनात्मक सेवा :** व्यक्तीचे, समुदायाचे नाहीसे झालेले वैभव पुन्हा प्राप्त करून देण्यासाठी व्यक्ती किंवा समुदायास पुरविण्यात येणाऱ्या सुविधा/सेवा म्हणजे पुनर्वसनात्मक सेवा होत.

४

व्यावसायिक समाजकार्य

उद्दिष्टे, वैशिष्ट्ये, मूल्ये, तत्त्वे व पद्धती
(Professional Social Work
Objectives, Characteristics, Values, Principles and Methods)

४.१ प्रस्तावना

४.२ विषयविवेचन

४.३ सारांश

४.४ पारिभाषिक शब्द, शब्दार्थ

या घटकाच्या अभ्यासामुळे आपल्याला समाजकार्याची उद्दिष्टे व वैशिष्ट्यांचे आकलन होणार आहे. समाजकार्य हा व्यवसाय असल्याने हा व्यवसाय विशिष्ट मूल्य मानतो. तत्त्वाचे पालन करतो. विशिष्ट पद्धतीचा वापर करूनच समाजकार्य पूर्ण होते. या घटकामध्ये नेमक्या याच गोष्टीवर प्रकाश टाकला आहे. समाजकार्यव्यवसाय हा मूल्य–तत्त्वे व पद्धतीवरच अवलंबून असल्याने या प्रकरणामध्ये सदर महत्त्वपूर्ण बाबी समजतील.

४.१ प्रस्तावना

समाजकार्याची वैशिष्ट्ये आणि उद्दिष्टांचा विचार करता उद्दिष्टांच्या बाबतीत तज्ज्ञांची मतभिन्नता असली तरी गाभा एकच असल्याचे लक्षात येते. वैशिष्ट्यांचा विचार केल्यास समाजकार्य हे मदतकार्य असून ते सार्वजनिक किंवा स्वयंसेवी संस्थांद्वारे केले जाते. वैयक्तिक, सांस्कृतिक व सामाजिक जीवनात मूल्यांना अनन्यसाधारण महत्त्व आहे. विशिष्ट मूल्यास धरूनच कार्य पुढे न्यावे लागते. समाजकार्यात जसे मूल्याला महत्त्व आहे तसेच तत्त्वे आणि पद्धतीलाही महत्त्व आहे. समाजकार्यात तत्त्वे

आणि पद्धतीला वगळल्यास समाजकार्यप्रक्रिया पूर्ण होऊच शकत नाही. या सर्व गोष्टींचा ऊहापोह या प्रकरणामध्ये सविस्तरपणे केलेला आहे.

४.२ विषयविवेचन

व्यावसायिक समाजकार्याची उद्दिष्टे (Objectives of Professional Social Work):

व्यावसायिक समाजकार्य म्हणून करण्यात येणाऱ्या व्यवसायासंबंधी अनेक तज्ज्ञांनी आपली विविध मते मांडली आहेत. त्यांच्या मतांमध्ये भिन्नता असली तरी त्याचा गाभा मात्र एकच असल्याचे दिसून येते. उदाहरणार्थ, फेंडलेंडर यांनी व्यावसायिक समाजकार्याची तीन उद्दिष्टे सांगितली आहेत. त्यांच्या म्हणण्याप्रमाणे : (१) त्रासदायक सामाजिक परिस्थितीमध्ये बदल घडवून आणणे. (२) रचनात्मक दबावगटाच्या विकासासाठी संधी देणे आणि लोकशाहीला पोषक ठरेल असे मानवी वर्तन सुधारणे ही उद्दिष्टे होत.

विटमर यांनी समाजकार्याची दोनच उद्दिष्टे सांगितली आहेत, ती म्हणजे सामाजिक सेवांचा लाभ घेण्यासाठी व्यक्तीला साहाय्य करून त्याच्या अडीअडचणींची सोडवणूक करणे व त्याच्या कल्याणासाठी आवश्यक सामुदायिक साधनांचा वापर करण्यासाठी प्रवृत्त करणे.

यंगडाह यांनीही समाधानकारक आर्थिक परिस्थिती व स्वानुभव ही समाजकार्याची दोन उद्दिष्टे सांगितली आहेत.

सदर विचारवंतांनी समाजकार्याची विविध उद्दिष्टे सांगितली असली तरी सर्वसाधारणपणे समाजकार्याची खालील उद्दिष्टे असल्याचे पी. डी. मिश्रा (१९९४) यांनी सांगितले आहे.

१) समायोजनासंबंधित प्रश्नांची सोडवणूक करणे.
२) मानवी गरजांची पूर्तता करणे.
३) मन:सामाजिक प्रश्नांची सोडवणूक करणे.
४) व्यक्तिगट व समुदायांमध्ये स्वयंपूर्णता निर्माण करणे.
५) सामाजिक संबंध दृढ करून त्यांत योग्य मिलाप घडवून आणणे.
६) लोकशाही मूल्यांचा विकास करणे.
७) सुधारणात्मक व मनोरंजनात्मक सेवांची तरतूद करणे.
८) सामाजिक व कायदेविषक सल्ला देणे.
९) सामाजिक प्रगती व विकासासाठी संधी निर्माण करून देणे.
१०) समुदायाचे संरक्षण करणे .

११) व्यक्तीची वाढ व विकासासाठी पोषक असे वातावरण निर्माण करणे.

१२) सामाजिक विकासासाठी सामाजिक व्यवस्थेमध्ये बदल घडवून आणणे

केथरीन लेनरूथ यांच्या म्हणण्याप्रमाणे

१) व्यक्तीच्या व कुटुंबाच्या मूलभूत, भौतिक गरजांची (आर्थिक व राजकीय संस्थांद्वारा) पूर्ती करणे व भौतिक सुरक्षा देणे.

२) वैयक्तिक व सामाजिक समायोजनाद्वारे भावनिक सुरक्षा देणे.

३) सर्व वंचित गटांना भरपूर संधींबरोबरच गटागटांतील संबंध सुधारून सामाजिक न्याय देणे.

४) सामूहिक प्रयत्नातून सामाजिक साध्याचे (Achievement) ध्येय गाठणे.

समाजकार्याची वैशिष्ट्ये (Characteristics of Social Work) :

समाजकार्याचा अर्थ, विविध व्याख्या अभ्यासल्या असता समाजकार्याची खालील वैशिष्ट्ये लक्षात येतात.

समाजकार्य हे एक मदतकार्य असून ते एकतर खाजगी किंवा सार्वजनिक क्षेत्राद्वारे केले जाते. विशेषत: स्वयंसेवी संस्थांच्या माध्यमातून केले जाते. समाजकार्याला शास्त्रीय ज्ञानाचा भक्कम आधार असतो. वर्गात दिले जाणारे ज्ञानाचे धडे व त्याचा वापर क्षेत्रकार्यात करावा ही शिक्षणाची पद्धत व नियमच आहे. समस्याग्रस्त व्यक्ती, गट व समुदायांच्या समस्या समजून घेऊन त्या सोडविणे हे समाजकार्याचे ध्येय आहे. समाजहितास पोषक अशा गरजा पुरविण्यास समाजकार्य मदत करते. मानवतावादाची पार्श्वभूमी हे समाजकार्यप्रेरणेचा गाभा आहे. सेवा देत असताना समाजकार्यात विशिष्ट पद्धतीचा वापर केला जातो. ही व अशी अनेक वैशिष्ट्ये या समाजकार्यव्यवसायाला लाभली आहेत. समाजकार्याला विशिष्ट तत्त्वज्ञानाची अधिष्ठाने आहेत. समाजकार्य ही एक व्यावसायिक सेवा असून ती वैज्ञानिक ज्ञान व तांत्रिक कौशल्याच्या आधारे केली जाते. जैविक, सामाजिक, सांस्कृतिक व मानसशास्त्रीय गरजांवर आधारित प्रतिबंधात्मक, पुनर्वसनात्मक, सुधारात्मक व विकासात्मक सेवा पुरविण्याचे कार्य केले जाते.

समाजकार्याची वैशिष्ट्ये पाहात असताना समाजकार्याच्या पद्धती, साधने व तंत्रांना वेगळे ठेवून विचार करता येत नाही. साधने व तंत्राचा एकत्रित वापर करूनच समाजकार्याचा हेतू साध्य करता येतो. समाजकार्य करताना समाजकार्यकर्ता व्यक्तिसहाय्यकार्य, गटकार्य, समुदायसंघटन, सामाजिक कृती, सामाजिक प्रशासन व सामाजिक संशोधन या सहा पद्धतींचा मुख्यत्वे वापर करतो व सेवार्थींच्या प्रश्नांची सोडवणूक करतो.

समाजकार्यपद्धतीचा वापर करताना साधन म्हणून आंतरक्रिया, संबंध, कार्यक्रम व स्वत:चा वापर कार्यकर्ता करत असतो. या साधनाविना समाजकार्य अपुरेच असते. समाजकार्यतंत्राच्या वापराने समाजकार्यकर्त्याच्या कार्याला बळकटी येते, म्हणून समाजकार्यकर्ता खालील तंत्रांचा वापर करत असतो. मुलाखत, ऐकणे, निरीक्षण, प्रश्न विचारणे, पाठिंबा देणे, शिक्षण देणे, सल्ला देणे, एखादी गोष्ट स्पष्ट करून सांगणे, माहिती देणे, सकारात्मक, नकारात्मक बाजू सांगणे, आढावा घेणे, अंमलबजावणी करणे, शंकानिरसन करणे, धैर्याने तोंड देणे, धीर देणे वगैरे.

समाजकार्यात केली जाणारी मदत ज्या व्यक्ती, गट किंवा समुदायाला स्वत:चा विकास करण्याची ऊर्मी आहे व त्यासाठी मदत घेण्याची तयारी आहे त्याच ठिकाणी मदत केली जाऊ शकते. म्हणजेच मदतीला व सेवेला गरजूंनी स्वीकृती देणे महत्त्वाचे असते. समाजकार्यात समाजकार्यकर्ता स्वत:ची मते गरजूंवर कधीच लादत नाही. उलटपक्षी त्याच्या प्रयत्नांना पाठिंबा देत त्याच्या प्रयत्नात भर टाकतो. व्यक्ती, गट किंवा समुदायाला अशी मदत केली जाते की त्यातून लाभार्थ्यांच्या क्षमतांचा जेव्हा विकास होतो तेव्हा समाजकार्याद्वारा केलेली मदत त्यापुढे अनावश्यक ठरते. किंबहुना पुढे मदतीची गरजच भासत नाही. समुदायाने किंवा गटाने, व्यक्तीने स्वत: स्वत:ची मदत करावी हा समाजकार्याचा मूळ उद्देश असतो. गरजूंना तयार काही देण्याऐवजी

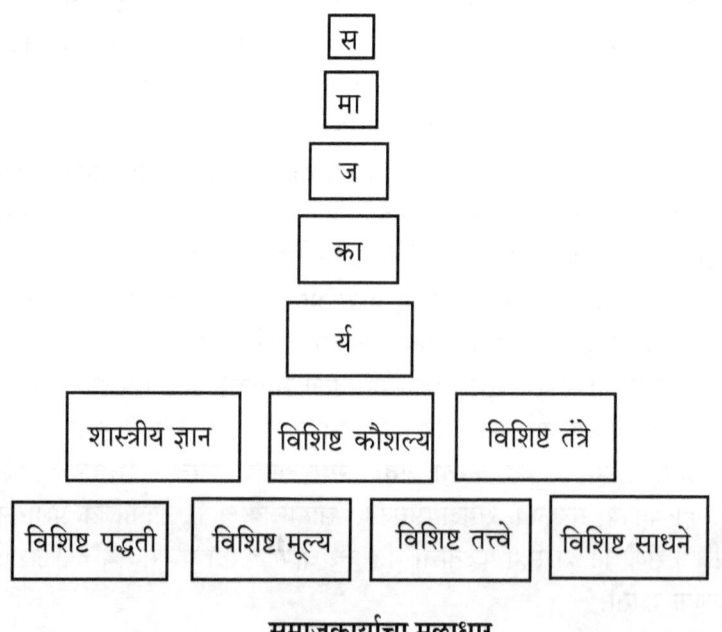

समाजकार्याचा मूलाधार

स्वत: बदलण्याची समज वाढावी, त्याने स्वत:ला समजून घ्यावे व इतरांशी असलेले स्वत:चे संबंध जाणून घ्यावेत यांवर भर दिला जातो. समाजकार्यात व्यक्तीच्या वर्तनाला प्रभावित करणाऱ्या घटकांपैकी व्यक्तीच्या कुटुंबावर व त्याच्या व्यक्तिमत्त्वावर लक्ष केंद्रित केले जाते. व्यक्तीची समस्या सोडविताना त्या व्यक्तीचा सर्वांगीण विचार केला जातो आणि मगच उपराचाराचे नियोजन केले जाते. त्यातही निकडीची गरज व सर्वसाधारण गरज लक्षात घेऊन उपचारपद्धती सुचविली जाते.

समाजकार्यात लोकांना समजून घेण्यावर भर असून या प्रक्रियेमध्ये व्यक्तीच्या सहसंबंधांना अनन्यसाधारण महत्त्व असते. गरजू व्यक्ती व समाजातील साधने यांतील दुवा म्हणून समाजकार्य (सामाजिक कार्यकर्ता) महत्त्वाची भूमिका बजावतो. समाजकार्यात ज्ञानाचा प्रत्यक्ष वापर करण्यासाठी व सेवा देण्यासाठी लागणारी कल्पकता व क्षमता समाजकार्य शिक्षण व व्यवसायात असतात. त्या अन्य कोणत्याही शास्त्रात आढळत नाहीत. मदतकर्ता श्रेष्ठत्वाच्या भूमिकेत न वावरता तो सेवार्थी व गरजू व्यक्तीच्या बरोबरीच्या भावनेने काम करतो. समाजकार्यप्रशिक्षणाच्या संबंधी आंतरराष्ट्रीय पातळीवर संयुक्त राष्ट्रसंघाने केलेल्या सर्वेक्षणानुसार समाजकार्याची खालील वैशिष्ट्ये सांगता येतील.

१) समाजकार्य हा एक मदतयुक्त अशा प्रकारचा कार्यक्रम आहे ज्याद्वारा व्यक्तीच्या अपेक्षित विकासामध्ये अडसर निर्माण करणाऱ्या अडथळ्यांपासून व्यक्ती व कुटुंबाला वाचविले जाते.

२) समाजकार्य हा एक सामाजिक कार्यक्रम आहे. तो वैयक्तिक किंवा खाजगी व्यावसायिकाद्वारा चालविला जात नाही तर शासकीय किंवा अशासकीय संस्थांच्याद्वारा समुदायातील सदस्यांच्या गरजांवर आधारित लाभ देण्यासाठी (साहाय्य करण्यासाठी) स्थापण्यात आलेला व्यवसाय आहे.

३) समाजकार्य हे वंचित व्यक्ती, कुटुंब व गटांच्या अपुऱ्या गरजा पूर्ण करण्यासाठी उपलब्ध साधनांचा मेळ घालून देणारा (समन्वय साधणारा) कार्यक्रम आहे.

शासकीय व अशासकीय संस्थांद्वारे करण्यात येणाऱ्या समाजकार्याची वैशिष्ट्ये खालीलप्रमाणे दिसून येतात.

अ) अशासकीय संस्थाद्वारे करण्यात येणाऱ्या समाजकार्याची स्वतंत्र वैशिष्ट्ये आहेत. ती खालीलप्रमाणे :

१) अशासकीय संस्था (NGOs) या परिणामकारकपणे कार्य करतात. संस्थेत कार्य करणारे कार्यकर्ते नि:स्वार्थपणाने कार्य करतात.

२) अशासकीय संस्थांद्वारे होणारे जे कार्यक्रम असतात त्यांत लोकशाहीला थारा नसतो. त्यामुळे समाजकार्यक्षेत्रात अशासकीय संस्था आपल्या कार्याचा ठसा उमटवू शकतात.

३) संस्थेमध्ये कार्य करणारे कार्यकर्ते परिणामकारकरीत्या काम करत असल्याने त्यांना त्यांच्या कार्यात कोणतीही अडचण न येता उलट सर्वांचे सहकार्य मिळते. अर्थातच स्वयंसेवी संस्थांचे कार्य जोमाने चालते.

ब) शासकीय संस्थांद्वारे करण्यात येणाऱ्या समाजकार्याची स्वतंत्र वैशिष्ट्ये आहेत. ती खालीलप्रमाणे :

१) शासकीय संस्था या शासनाच्या वतीने चालविण्यात येत असल्याने त्या संस्थांच्या कार्यक्रमांना, उपक्रमांना आर्थिक तरतूद असते. थोडक्यात आर्थिक परिस्थिती बरी असते.

२) समाजकल्याण हा शासनाचा उद्देश असल्याने समाजकार्य करणाऱ्या शासकीय संस्थांमध्ये पुरेसा प्रशिक्षित, अनुभवी कर्मचारी वर्ग नेमू शकतात. ही त्यांची जमेची बाजू असते.

३) शासकीय संस्था ह्या राज्यकृत कायदे व नियमांच्या अधीन राहून कार्य करत असल्याने त्या सर्व गोष्टींनी युक्त (सुसज्ज) असण्याची शक्यता असते.

समाजकार्याची मूल्ये (Values of Social Work) :

समाजकार्य हे वरवरचे कार्य नसून त्यास मूल्यांचा आधार आहे. ही मूल्यं नागरीकरणाच्या प्रक्रियेमध्ये खोलवर रुजली आहेत किंबहुना या मूल्यांच्या आधारावरच नागरीजीवन फुलत जाते. हे मूल्य वैयक्तिक, सांस्कृतिक, सामाजिक जीवनविषयक असल्याने त्यांची तुलना होते. ती मान्य अमान्य केली जातात. एक तत्त्वाचे पालन करतो तर दुसरा तत्त्वे नाकारतो. येथे संघर्ष निर्माण होतो त्यालाच मूल्यसंघर्ष असे म्हणतात. मूल्ये ही सामाजिक मान्यताप्राप्त असतात, तर ध्येय हे गाठायचे असते, आत्मसात करायचे असते हे सर्व व्यक्तीच्या शिकण्याच्या, सामाजिकीकरणाच्या प्रक्रियेद्वारा घडत असते. विचार, भावना, व्यक्ती, गट, समुदाय, तत्त्वे व कृतीच्या पातळीवर मूल्यांचा विचार होतो. मूल्यांचे पालन करायचे किंवा नाही हे व्यक्तीच्या विचार व कृतीवर अवलंबून असते. व्यक्ती कसा विचार करते, तो कसा व्यक्त होतो, तो एखाद्या गोष्टीकडे सकारात्मक दृष्टीने पहातो की नकारात्मक दृष्टीने यावर खरं तर मूल्यांचे महत्त्व अवलंबून असते. व्यक्तिगत व व्यावसायिक मूल्ये वेगळी असू शकतात. एक मात्र खरे की प्रत्येक व्यक्ती कोणत्या ना कोणत्या मूल्यावर विश्वास

ठेवूनच कार्य करते. तेव्हाच अपेक्षित उद्देश साध्य करता येतात. सामाजिक मूल्ये :
१) सामाजिक समतोल (स्थिरता) टिकविणे.
२) वर्तनातील एकता / समानता.
३) जीवनात मानसिक आधार देणे .
४) भूमिका निश्चित करणे.
५) सामाजिक घटना व प्रश्नांचे मूल्यमापन करणे यांत महत्त्वाची भूमिका बजावतात.

शेवटी मूल्य म्हणजे तरी काय? अत्यंत महत्त्वाची मानली जाणारी बाब व त्यावरील दृढ विश्वास म्हणजेच मूल्य होय. एन.सी.ई.आर.टी ने प्रसिद्ध केलेल्या 'व्हॅल्यूज् अॅण्ड स्कूल' या पुस्तिकेत ''मूल्य'' म्हणजे ज्याची आकांक्षा धरावी वा पाठपुरावा करावा अशी गोष्ट होय.'' ''परंपरेला धरून एखाद्या शारीरिक आणि मानसिक स्वास्थ्याला तसेच सामाजहिताला उपयुक्त ठरणारी मार्गदर्शक जीवनसत्त्वे म्हणजे मूल्ये होत.''

समाजकार्यमूल्याच्या संदर्भात समाजकार्यक्षेत्रातील तज्ज्ञांनी समाजकार्याची वेगवेगळी मूल्ये सांगितली आहेत. ती खालीलप्रमाणे :

कोनोपका यांनी समाजकार्याची मुख्य दोन मूल्ये सांगितली आहेत-
१) प्रत्येक व्यक्तीचा आदर करणे, प्रत्येक व्यक्तीला त्याच्या क्षमतांचा वापर त्याच्या संपूर्ण विकासासाठी करण्याचा अधिकार आहे
२) व्यक्तीचे परस्परावलंबित्व व जबाबदारी ही एकमेकांच्या प्रति त्यांच्या क्षमतांनुसार ठरते.

व्यक्तीपरत्वे मूल्य, प्रश्नांच्या सोडवणुकीसंबंधातील मूल्य, संबंधजपणुकीसंबंधाची मूल्ये, सामाजिक समस्येसंबंधीची मूल्ये, व प्रत्यक्ष समाजकार्याची कृती करतानाची मूल्ये या मूल्यांना स्मरून त्या त्या प्रसंगानुरूप सामाजिक कार्यकर्ता वापर करत आपले कार्य पुढे नेतो. ती त्याची जबाबदारी असते.

कोहस यांनी समाजकार्याची मूल्ये प्राथमिक आणि दुय्यम अशा दोन विभागांत विभागली आहेत. त्यांतील १० प्राथमिक मूल्य खालीलप्रमाणे :
१) माणसाची गुणवत्ता (मोल) आणि त्याचे मोठेपण (दर्जा).
२) मानवी क्षमतांच्या यशस्वितेसाठी मानवी स्वभावाची क्षमता.
३) मतभेदातील सहनशीलता (सहिष्णुता).
४) मूलभूत मानवी गरजांचे समाधान.
५) स्वातंत्र्य.
६) स्वयं- मार्गदर्शन.

७) न्यायदानाचा दृष्टिकोन नाही.(समाजकार्यकर्ता हा न्यायाधीश नाही)

८) सामाजिक सहकार्याची बांधणी.

९) कामाचे महत्त्व आणि रिकाम्या वेळेचा रचनात्मक कार्यासाठी वापर.

१०) व्यक्ती आणि निसर्गापासून एखाद्याचे (व्यक्तीचे) अस्तित्व अबाधित ठेवणे.

समाजकार्यपरिषदेनेही समाजकार्याची काही मूल्ये सांगितली आहेत ती खालीलप्रमाणे –

१) व्यक्तीला महत्त्व देणे – व्यक्ती ही नेहमी परस्परांवर अवलंबून असते.

२) भिन्नता समजून घेणे व मान्य करणे – अपेक्षेतील विविधता व त्याची उपयोगिता समजावून घेणे महत्त्वाचे असते.

३) व्यक्तीला स्वत:चे जीवन कसे जगावे याचा निर्णय घेण्याचा अधिकार आहे – त्यासाठी स्वत:च्या व इतरांच्या गरजा, इच्छा आकांक्षा जाणून घेणे महत्त्वाचे असते.

४) स्वयंसहाय्यता – इतरांना दोष न देता स्वत: मदत करणे, सहकार्य करणे व व्यक्तीला विकासाकडे घेऊन जाणे महत्त्वाचे असते.

५) व्यक्तीच्या (सर्वसाधारण) समान गरजा– व्यक्तीच्या सारख्या व वेगळ्या गरजा ओळखून मान्य करणे, त्यांस मान्यता देणे महत्त्वाचे असते

६) प्रत्येक व्यक्तीला स्वीकारणे – इतर व्यक्ती दुखावल्या जाणार नाहीत याची दक्षता घ्यायला हवी.

७) समान सहभागाचा अधिकार – इतर सर्वांना सहभागी करून घेतले पाहिजे.

८) शरीर व बुद्धिमत्तेचे संरक्षण करण्याचा अधिकार – कार्यातील उद्देश इतरांना दुखावणारा, वंचित ठेवणारा नसावा.

९) स्वातंत्र्य –मर्यादित असावे.

१०) बदलाची प्रक्रिया सतत चालू असावी– स्थिरता, संरक्षण, सामाजिक दिशा या प्रमाणित निकषांप्रमाणे असाव्यात.

११) ज्ञानाची विश्वासार्हता– ज्यास अंतर्ज्ञान, तर्क व दूरदृष्टीचा आधार असेल.

समाजकार्याची मूलभूत मूल्ये ही वंचित आणि शोषित घटकांना न्याय मिळवून देण्यासाठी, तसेच व्यक्तीचे जीवन समृद्ध करण्यासाठी उपयुक्त ठरतात. ही मूल्ये ढोबळमानाने खालीलप्रमाणेही सांगता येतील;

१) सामाजिक न्याय : समानता आणि समता.

२) मानवी हक्क

३) लोकांच्या स्वत:मधील क्षमता ओळखण्यासाठीचा त्यांचा सहभाग
४) व्यक्तीचा (अशील) स्वत:चा निर्णय
५) भेदभाव विरहितपणा
६) विविधतेचा आदर व स्वीकार
७) व्यक्ती (अशील) सबलीकरण

थोडक्यात,

समाजकार्यातील मूल्ये कार्यकर्त्याला विशेष विचार व दूरदृष्टी देतात. या विशिष्ट मूल्यांमुळे कामाप्रती विशिष्ट दृष्टिकोन मिळतो. त्यामुळेच समाजकार्याचे वेगळेपण आहे. समाजातील प्रत्येक व्यक्तीला चांगले जीवन मिळण्यासाठी प्रयत्नशील राहण्याचे सामर्थ्य या मूल्यामुळेच मिळते. इतर शाखांप्रमाणे समाजकार्य केवळ ज्ञानावर आधारलेले नसून त्याला मूल्याची जोड असल्याने हे इतर शाखांपेक्षा वेगळे आहे. मूल्यामुळे समाजकार्याला शक्ती मिळते. समाजकार्य लोकशाही मूल्यावर व समाजातील प्रत्येक घटकाच्या महत्त्वावर विश्वास ठेवत असल्याने त्यात प्रत्येकाला मदत, प्रत्येकाला दिला जाणारा/ मिळणारा अधिकार महत्त्वाचा आहे. समाजकार्यमूल्याचा भाग म्हणून माणसालाही समजून घेण्याचा प्रयत्न केला जातो. त्यातील सकारात्मकतेची नोंद घेतली जाते. त्यामुळे स्वत:च्या क्षमतांचा अधिकाधिक उपयोग व्यक्ती करू शकते.

मूल्ये आदर्श निर्माण करतात. व्यक्तीचे वागणे योग्य की अयोग्य, चांगले की वाईट, हे ठरविण्यासाठी मूल्यरूपी मोजपट्टी काम करीत असते. समाजकार्यातील मूल्ये समाजकार्यकर्त्याच्या कामाचे, वागणुकीचे, कामाच्या प्रभावाचे मूल्यमापन करण्यास मदत करतात. एकूणच समाजकार्यकर्त्याला मार्गदर्शन करण्याचे व दिशा देण्याचे कार्य मूल्य करत असतात. समाजकार्यकक्षेत होणारे निर्णय व निदान यात लोकांचा सहभाग असतो. ही बाब लोकशाही मूल्यातूनच घडते. समाजकल्याणाच्या नावाने कार्य करणाऱ्या व्यक्ती, संस्था समाजात कार्यरत असतात. अशा अनैतिक दृष्टीने कार्य करणाऱ्यांपासून गरजूंना संरक्षण देण्याची नैतिक जबाबदारी समाजकार्यकर्त्याची असते.

समाजकार्याची तत्त्वे (Principles of Social Work) :

सर्वसाधारणपणे तत्त्वांच्या बाबतीत बोलायचे झाले तर तत्त्वे बोलायला सोपी असतात मात्र आचरणांत आणताना व्यक्ती कुठेतरी कमी पडते. मानवी मूल्ये आणि तत्त्वांच्या बाबतीत आदर्श म्हणून पाहिले जाते. तत्त्वे याला सिद्धान्तही म्हणतात. तत्त्वे म्हणजे नियम, ठरवून दिलेली, घालून घेतलेली मर्यादा, सीमारेषा, संकल्पना किंवा कटूसत्य होय. समाजात वावरताना, व्यवहार करताना व्यक्ती प्रत्यक्ष अप्रत्यक्षरीत्या

अनेक तत्त्वांचे पालन करते. भले त्याला तत्त्वे माहीत नसतील. मात्र इतरांच्या विचार व वृत्तीच्या आधारे चालत असताना नियम, बंधने पाळतो म्हणजेच तो तत्त्व पाळतो. उदा. अनीती नको. नैतिकतेने वर्तन करायला हवे. सत्याने व्यवहार करावा, फसवणूक करू नये. मर्यादा सांभाळून बोलावे. मर्यादेपलीकडचे बोलल्यास अनर्थ घडू शकतो वगैरे. तत्त्वे अनेक वेळेला गृहीत धरलेली असतात. अनुभवाने सिद्ध झालेली असतात. मात्र काही तत्त्वे पुरेसे अनुमान, निकष व निष्कर्षाद्वारे पडताळूनही पहायची असतात. सिद्ध झालेली सर्वमान्य केलेली तत्त्वेच पुढे मार्गदर्शक ठरतात. समाजकार्यतत्त्वांच्या बाबतीतही तसेच आहे. समाजकार्याची तत्त्वे ही अनुभव व संशोधनाद्वारे सिद्ध झालेली आहेत म्हणूनच समाजकार्याचा उद्देश किंवा सफलता ही समाजकार्यतत्त्वांच्या चौकटीत राहूनच शक्य आहे.

या संदर्भात क्लार्क यांनी खालील तत्त्वे सांगितली आहेत.

१) सर्व व्यक्तींना आंतरिक व बाह्य जीवन असते त्यात व्यक्ती एकमेकांसंबंधी (त्यांच्या परिस्थितीसंबंधी) विचारविनिमय, क्रिया करत असते. तरीही व्यक्तीची परिस्थिती काय आहे त्यापेक्षा व्यक्तीला त्याच्या परिस्थितीबाबत काय वाटते हेच महत्त्वाचे असते.

२) प्रत्येक व्यक्तीच्या प्रत्येक वर्तनप्रकाराला एक ऐतिहासिक पार्श्वभूमी असते. प्रत्येक गोष्ट ठरलेली आहे त्याप्रमाणेच आपल्याही जीवनात घडणार आहे असे मानणारे लोक आहेत.

३) व्यक्तीचे वर्तन हे बऱ्याचदा बुद्धिमानतेतून होत नाही. मात्र भावनिकतेने प्रेरित होऊन व भावनिक गरज दर्शवणारे असते.

४) व्यक्तीच्या व्यक्तिमत्त्वजडणघडणीमध्ये कुटुंब महत्त्वाची भूमिका बजावते. कुटुंबातील क्रिया, आंतरक्रिया व एकूणच वातावरणाचा मोठा पगडा व्यक्तीच्या व्यक्तिमत्त्वावर पडतो.

५) एखाद्या व्यक्तीचा भावनिक प्रश्न निर्माण झाल्यास त्याच्या लहान वयात (बाल्यावस्था) उद्भवलेल्या आजाराच्या कारणांचा शोध घेतल्यास व त्याचा अभ्यास केल्यास भावनिक प्रश्नांवर मात करता येते.

६) जेव्हा एखादी व्यक्ती भावनिक दृष्ट्या अस्थिर असते तेव्हा त्या व्यक्तीवर भावनिक उपचार महत्त्वाचे ठरतात.

७) भावनिक उपचार हे कार्यकर्ता व अशील यांच्यातील असलेल्या व्यावसायिक सेवेतून केले जातात. या उपचाराची परिणामकारकता ही त्यांच्यामध्ये असलेल्या संबंधावरही बरीच अवलंबून आहे.

८) व्यावसायिक संबंध म्हणजे व्यक्तिसहयोगकार्यकर्ता अशिलास सर्वार्थाने समजून घेतो. त्याचे अनेक प्रश्न असले तरी त्याची प्रखरता जाणवू न देता त्याच्या अस्तिवाला कोठेही बाधा न आणता शिस्तबद्धरीत्या अशिलाच्या कलाने त्याच्या प्रश्नांची सोडवणूक करतो.

९) उपचाराची यशस्विता ही अशिलाच्या आसपास असणाऱ्या साधनांच्या वापरावर अवलंबून असते.

कोनोपका यांनी व्यक्तिसहयोगकार्य, गटकार्य व समुदायसंघटनास लागू होणारी काही तत्त्वे सांगितली आहेत ती खालीलप्रमाणे -

१) सामाजिक कार्यकर्त्याने अशील, गटसदस्य व एकूणच गटाला स्वयंपूर्णतेकडे घेऊन जाण्यासाठी व त्यांच्यामधील क्षमतावृद्धीसाठी मदत केली पाहिजे.

२) समाजकार्यकर्त्याने तथ्य शोधणे, त्याचे विश्लेषण करणे, व्यक्ती, गटाचे व सामाजिक परिस्थितीच्या संबंधाचे निदान करण्यासाठी शास्त्रीय ज्ञानाचा वापर करून कृती आराखडा तयार केला पाहिजे.

३) समाजकार्यकर्त्याने जाणीवपूर्वक संबंध प्रस्थापित केले पाहिजेत (अशील, गट- सदस्यांच्या गरजांच्या पूर्ततेच्या अनुषंगाने)

४) स्वत:कडील ज्ञान, संबंधातील शिस्त या गोष्टीचा वापर (हळुवारपणे, दक्षपणे व सहनशीलता ढळू न देता) समाजकार्यकर्त्याने करायला हवा.

५) समाजकार्यकर्त्याने आपल्या स्वत:तील (अभ्यासलेली/ शिकलेली) मूल्यांची जाणीव ठेवून इतरांसोबत काम करायला हवे.

६) समाजकार्यकर्त्याने अशिलास जसेच्या तसे स्वीकारायला हवे. कोणत्याही वर्तनप्रकाराबाबत वाच्यता न करता त्याचा स्वीकार करायला हवा. हे सर्व काही तेव्हाच शक्य होते जेव्हा समाजकार्यकर्त्याला सखोल ज्ञान असते व व्यक्तीच्या संबंधातील मूल्याची ओळख असते.

समाजकार्यकर्त्याने लोकांना त्यांच्या कलाने त्यांना विकसित होऊ द्यावे. कोणतीही सक्ती करू नये. घाई करू नये. मात्र बदल घडवून आणण्याची जबाबदारी ही शेवटी समाजकार्यकर्त्याची असते हेही त्याने लक्षात ठेवावे.

समाजकार्यकर्त्याने लक्षात घ्यायला हवे की प्रत्येक व्यक्ती हा महत्त्वाचा घटक आहे. प्रत्येकाची स्वतंत्र ओळख असते आणि प्रत्येकजण समाजासाठी काहीतरी योगदान देतो. प्रत्यक्ष अप्रत्यक्ष योगदानाच्या प्रक्रियेचा भाग असतो. कोनोपका व क्लार्क यांनी समाजकार्याची वेगवेगळी तत्त्वे सांगितली असली तरी समाजकार्य हे मुख्यत: खालील तत्त्वांवर आधारलेले आहे.

स्वीकाराचे तत्त्व :

समाजकार्यामध्ये समस्याग्रस्त व्यक्तीला (अशिलाला) आहे त्या परिस्थितीत स्वीकारण्याला अत्यंत महत्त्व आहे. व्यक्तीच्या सर्व मर्यादेसह त्याचा स्वीकार समाजकार्यात केला जातो. तो जवळचा, लांबचा, मित्र, पाहुणा, म्हणून जवळ केले जात नाही तर व्यक्ती व त्याच्यातील गुणवत्तेला महत्त्व देऊन त्याचा स्वीकार केला जातो. याला समाजकार्याचे मूल्यही म्हणतात. समाजकार्य करताना समाजकार्यकर्ता कोणत्याही प्रकारचा उद्रेक न करता, कोणताही विरोध न करता समाजमान्य वर्तनाद्वारा आपली भूमिका बजावतो. व्यक्तीला नेमकी कशाची गरज आहे हे ओळखून ती पूर्ण करण्याचा प्रयत्न करतो. संबंध प्रस्थापित करणे व ते टिकवून ठेवण्यासाठी व्यक्तीचा स्वीकार महत्त्वाचा असतो. समाजकार्यात व्यक्तीचा स्वीकार व त्याला दिली जाणारी वागणूक याला वेगळेच स्थान आहे. ती एक समाजकार्याची महत्त्वाची ओळख आहे. अन्यथा समस्याग्रस्त व्यक्तीची अनेकदा पिळवणूक होते. त्याला कमी लेखले जाते. मानसिक त्रास होतो. समाजातून वाळीत टाकले जाते. जीवघेण्या प्रसंगाला त्याला सामोरे जावे लागते. अशील कसा आहे, तो कसा असायला हवा हे काहीही विचारात न घेता जसा आहे तशा अवस्थेत त्याला स्वीकारलेच पाहिजे. हळूहळू त्याला बोलतं करण्यासाठी त्याच्याशी जवळीक साधली पाहिजे. समाजकार्यामध्ये व्यक्तीला मदत करण्याच्या दृष्टीने स्वीकारण्यात येत असल्याने त्याच्याशी आपलं पटतं किंवा नाही त्याची आणि आपली मूल्ये जुळतात की वेगळी आहेत या बाबी गैर ठरतात. त्या बाबी गैर समजूनच कार्यकर्त्याने कार्य करायला हवे. याचा अर्थ असा नव्हे की समाजकार्यकर्त्याने आपलं सर्वस्व सोडून केवळ अशिलाच्या कलाने कार्य करायचे. अर्थातच आपल्या ज्ञान कौशल्याचा वापर करत अशिलामध्ये बदल घडवून आणण्यासाठी समाजकार्यकर्ता दक्ष असायला हवा. समाजकार्याच्या प्रक्रियेमध्ये सुरुवातीपासून या तत्त्वाला स्मरूनच समाजकार्यकर्त्याने आपले काम चालू ठेवायला हवे. जिथं समस्या तिथं कार्याची गरज हे लक्षात ठेवूनच काम करायला हवे.

व्यक्तीकरणाचे तत्त्व :

१) समाजकार्यामध्ये व्यक्तीकरणाचे तत्त्व हे मूलभूत तत्त्व म्हणून मानले जाते. जोपर्यंत व्यक्तीचं भलं करणे हा समाजकार्याचा प्राथमिक उद्देश आहे तोपर्यंत व्यक्तीकरणाच्या तत्त्वाला अनन्यसाधारण महत्त्व असणार. व्यक्तीमधील विलक्षण श्रद्धा व त्याच्यातील मूल्य हे समाजकार्याचा केंद्रबिंदू आहेत. प्रत्येक व्यक्ती ही स्वतंत्र स्वभावाची व क्षमतेची असते. त्याचे स्वत:चे मतप्रवाह ठरलेले असतात. ते एकमेकांपेक्षा वेगळेच असतात. जन्मापासून मरेपर्यंत प्रत्येकाला लाभलेली परिस्थिती वेगळीच असते.

जीवनात घडणाऱ्या घटना व येणारे अनुभवही वेगळे असतात. एका व्यक्तीचे व्यक्तिमत्त्व दुसऱ्याशी मिळतेजुळते असू शकते. मात्र सारखे असत नाही. हे सर्व त्यांच्या कुटुंबातील वातावरण व आनुवंशिकता यांवर अवलंबून असते.

अशा विविध प्रकारच्या व्यक्तिमत्त्वांशी जुळवून घेताना, त्यांच्याबरोबर काम करताना समाजकार्यकर्ता अशिलाचा प्रश्न लक्षात घेतो. त्यांच्या प्रश्नांची सोडवणूक करण्यास मदत करून त्याला अपेक्षित असलेल्या समाधानाप्रत घेऊन जाण्याची भूमिका बजावतो. अशील हा समस्याग्रस्त असला, तो अडचणीत असला तरी त्याच्या संदर्भातील काही संकेत (गृहीतके) पाळायला हवीत म्हणून समाजकार्यकर्ता अशिलाशी समरस होऊन चर्चा करताना स्वतंत्र बैठकीची व्यवस्था करतो. स्वत:ची मूल्येही आपल्या कामामध्ये अंतर्भूत करत असतो. किंबहुना करायला हवीत. त्याचे ते कर्तव्य आहे. त्याच्या कामाचा तो एक भागच आहे. अशिलाला नेमकी काय समस्या आहे? काय प्रश्न आहेत ते त्याला माहिती असेल/नसेल, परंतु समाजकार्यकर्त्याने तटस्थपणे त्याला स्वीकारून पुढील कार्य करायला हवे. अशिलाबरोबर कार्य करताना हा कार्यकर्ता त्याचे अनुभव व अशिलाच्या प्रश्नाचे स्वरूप यांचा मेळ घालून अशिलाच्या अधिकाधिक जवळ जाण्याचा प्रयत्न करतो. संबंधाच्या पातळीवर अशिलाला आपलंसं करतो.

व्यक्तीचे व्यक्तीकरण हे तीन प्रकारे घडते

१) अशील व सामाजिक कार्यकर्ता यांच्या वैयक्तिक संबंधातून सामाजिक कार्यकर्ता अशिलाच्या अनुभवांना आपल्या साच्यात बसवतो. अशिलाला चौकशीच्या आधारे बोलते करतो.

२) अशील आपल्या मागील जीवनाचा उलगडाही सामाजिक कार्यकर्त्याकडे करून आपले मन मोकळे करतो.

३) सामाजिक कार्यकर्ता अशिलाच्या संदर्भात पुढील कृतिकार्यक्रमाबाबत चर्चा करतो व व्यक्ती म्हणून आपले योगदान अबाधित ठेवतो.

स्वयंनिर्णयाचे तत्त्व :

व्यक्ती जेव्हा स्वत:चे निर्णय स्वत: घेते, आवड निवड ठरवते तेव्हाच सामाजिक जबाबदारी, भावनिक व त्याचा व्यक्तिमत्त्वविकास शक्य असतो. परावलंबी व्यक्तीचा व्यक्तिमत्त्व विकास होतोच असे नाही. कारण परावलंबी व्यक्ती इतरांवर अवलंबून असते. स्वत:चे निर्णय घेत नाही. स्वत:चे निर्णय घेण्यासाठी व्यक्तीकडे कुवत, क्षमता असाव्या लागतात. सामाजिक कार्यामध्ये नेमके हेच केले जाते. समस्याग्रस्त (अशील) व्यक्तीला त्याचा निर्णय त्यानेच घ्यावा त्यासाठी सक्षम बनविले जाते. त्याची जबाबदारी

काय आहे त्याची जाणीव करुन दिली जाते. समाजकार्यव्यवसायात अशिलास असलेला स्वयंनिर्णयाचा अधिकार हा एक विश्वसनीय भाग आहे. म्हणून या कार्यकर्त्यांने भिन्न व्यक्तिमत्त्वाचा अभ्यास करायला हवा. भिन्न व्यक्तिमत्त्वाच्या लोकांचा स्वीकार करत त्यांना व्यक्ती म्हणून समजून घ्यायला हवे. समाजकार्याच्या तत्त्वानुसार काम करताना अशिलाच्या संदर्भात स्वयंनिर्णयाच्या तत्त्वावर समाजकार्यकर्त्यांमध्ये मतभिन्नता जरी असली तरी अशिलाचा स्वयंनिर्णयाचा अधिकार महत्त्वाचाच मानला जातो. स्वयंनिर्णयाच्या तत्त्वाची अंमलबजावणी न करता समाजकार्यकर्त्याने आपले काम चालू ठेवले तर समाजकार्यकर्त्याद्वारा दिली जाणारी सेवा किंवा कार्ये हे परिणामकारक होणारच नाही. समाजकार्यकर्त्याने अशिलाला स्वतंत्र व सारासार विचार करण्यासाठी उत्तेजित करायला हवे. त्याचा प्रश्न व परिस्थितीसंबंधी विचार करून निर्णयाप्रत येण्यासाठी त्याची तयारी करायला हवी. समाजकार्यकर्त्याने असा विचार करायला हवा किंवा विश्वास ठेवायला हवा की स्वत: वा अशिलाबरोबरच्या संबंधातून अशील निश्चितच सुधारेल आणि तोच त्याच्या प्रश्नांची सोडवणूक करण्यास समर्थ ठरेल. त्यासाठी अशिलाच्या प्रश्नांच्या संबंधित साधनांची माहिती समाजकार्यकर्त्याने अशिलाला करून दिली पाहिजे. अशिलाला अंधश्रद्धेतून बाहेर काढून जीवनाला नवीन दिशा देण्याचा ध्यास समाजकार्यकर्त्याचा असला पाहिजे. आंतरिक व समुदायामध्ये असलेली विविध साधने जर अशिलाने वापरली तर स्वत:चे प्रश्न स्वत:च सोडवायला तो सक्षम बनेल. योग्य मार्गाने व भन्नाट गतीने तो त्याची प्रगती साधू शकेल.

अर्थपूर्ण संबंधाचे तत्त्व :

समाजकार्यव्यवसायात अर्थपूर्ण संबंधाचे तत्त्व जसे पाळले जाते, तसे इतर– औषधप्रशासन व कायद्याच्या क्षेत्रात (व्यवसायात) ते दिसत नाही. इतर व्यवसायात परस्परसंबंध हे व्यवसायाच्या नेमकेपणाला, सेवेला बळ देत असले तरी संबंधांकडे फार लक्ष दिले जात नाही. परंतु समाजकार्यक्षेत्रात चांगले संबंध असणे व ते टिकवणे व्यवसायाच्या व संबंधांच्या दृष्टीने अधिक महत्त्वाचे मानले जाते. समाजकार्याच्या प्रत्येक क्षेत्रात त्याची गरज मानली जाते. सर्वसाधारण संबंध (सामाजिक संबंध) हे खुल्या स्वरूपाचे असतात. एक तर ते शेवटपर्यंत टिकतात. अन्यथा मध्येच थांबू शकतात. समाजकार्यव्यवसायामधील संबंध हे जेव्हा समस्या संपते तेव्हाच संपतात. एखाद्या व्यक्तीसाठी दिलेली वेळ, खर्ची घातलेले श्रम हे केवळ व्यवसायातील बांधीलकी व त्या व्यक्तीची गरज लक्षात घेऊनच केलेले असते. अशिलाच्या गरजेवर आधारित संबंध प्रस्थापित झालेले असतात. ते संबंध हे अधिक तर औपचारिक असतात.

व्यावसायिक संबंध हे घरगुती संबंधात परावर्तित होत नाहीत किंवा ते व्हायलाही नकोत.

समाजकार्यव्यवसायातील संबंध हे एक माध्यम मानले जाते. या संबंधापोटीच अशील आपले गाऱ्हाणे (प्रश्न) समाजकार्यकर्त्यापुढे मांडतो. हे लक्षात घेऊनच सामाजिक कार्यकर्ता नेमक्या प्रश्नांकडे लक्ष केंद्रित करतो. लोकशाहीचे तत्त्व लक्षात ठेऊनच परस्परांशी संबंध प्रस्थापित करणे ही समाजकार्यकर्त्याची जबाबदारी ठरते. मताच्या भिन्नतेचा स्वीकार, इतरांचे अधिकार मानणे/देणे, अशिलाशी बोलताना सामाजिक दृष्टिकोन बाळगणे, समाजमान्य वर्तन करणे, सकारात्मक दृष्टिकोन बाळगणे हे समाजकार्यकर्त्याचे महत्त्वाचे काम आहे. समाजकार्यकर्ता अशिलास महत्त्वाचा (सच्चा) व्यक्ती म्हणून सर्व गुणदोषांसह, न दुखावता, आदराने स्वीकारतो. म्हणूनच त्याचा विश्वास समाजकार्यकर्त्यावर बसतो. एवढंच नाही तर समाजकार्यकर्ता हा अशिलाच्या डोक्यात काय विचार चालू आहेत याचाही अभ्यास करतो आणि विचारांची देवाणघेवाण करतो. अर्थातच येथे अशील व समाजकार्यकर्त्यातील विश्वास निर्माण होऊन अशिलामध्ये सुरक्षिततेची भावना निर्माण होते. हे एकमेकांच्याप्रती निर्माण झालेलं नातं (संबंध) प्रश्नांच्या सोडवणुकीमध्ये महत्त्वाची भूमिका बजावतात.

संभाषणकौशल्य :

संभाषण ही दोन्ही बाजूंनी घडणारी प्रक्रिया आहे. संभाषणामध्ये संदेश देणेघेणे या दोन्हीही बाबी महत्त्वाच्या असतात. दिलेला संदेश त्या त्या व्यक्तीला, संस्थेला पोहोचला पाहिजे याची खात्री संदेश देणाऱ्याने करायला हवी. तसे न झाल्यास संदेश घेणाऱ्याने तरी उलट संदेशाद्वारे संबंधितांना कळविणे गरजेचे असते. हे दोन्ही घडले नाही तर अनर्थ घडू शकतो. अपुऱ्या संदेशामुळे गैरसमजुती निर्माण होतात. समाजकार्याच्या प्रक्रियेतही असे घडू शकते.

अशील एखाद्या परिस्थितीमुळे अधिकच त्रासला असेल, तसे त्याने अनुभवच घेतले असतील तर त्याची भावना व विचारही तसेच बनण्याची शक्यता असते. अशा परिस्थितीत तो उपलब्ध परिस्थितीशी सामना करू शकेल असे नसते. त्यामुळे अशिलाच्या मनात ग्राहकत्वाची, न्यूनगंडाची भावना निर्माण होऊ शकते. त्याचाच भाग म्हणून आपले प्रश्न विचारण्यास तो लाजण्याची शक्यता असते. अशा परिस्थितीमध्ये अशिलाच्या गरजांची पूर्ती करताना त्याची लाजाळू वृत्ती व न्यूनगंडाची भावना एक अडथळा ठरू शकते. गरजू तसेच समस्याग्रस्तांच्या समस्येचे निदान करण्यासाठी केवळ भावनांचे प्रकटीकरण करून चालत नाही, तर गरजू व समाजकार्यकर्त्यामध्ये उद्देशपूर्ण संभाषण घडायला हवे. संभाषण हा समाजकार्यव्यवसायामधील समाजकार्यकर्त्याला ओळखण्याचा एक राजमार्गच आहे.

अशिलाच्या भावनांना वाट मोकळी करून देण्यासाठी व त्याला स्थिर करण्यासाठी पोषक वातावरण निर्माण करण्याचा प्रयत्न समाजकार्यकर्त्यांने करायला हवा. अशिलाला अपेक्षित महत्त्व दिलं गेलं असं वाटलं पाहजे. त्याला जे सांगायचं आहे ते सांगण्यास तो आपोआप तयार झाला पाहिजे. अशिलाला समाजकार्यकर्त्याचा विश्वास वाटला पाहिजे आणि समाजकार्यकर्ता त्या विश्वासास पात्र ठरला पाहिजे. बऱ्याचवेळा अशिलाची भावनिक व शारीरिक स्थिरता यावरही संभाषणकौशल्य अवलंबून असते.

गुप्ततेचे तत्त्व :

वैयक्तिक माहिती देणे व घेण्याचा अशिलाला अधिकार आहे. कारण त्यास व्यक्तीकडून, संस्थेकडून सेवेचा फायदा घ्यायचा असतो. परंतु कधी कधी हा हक्क डावलला जातो, त्याकडे दुर्लक्ष होते. या तत्त्वाचे बरोबर पालन व्हायचे असेल तर त्यासाठी व्यक्तीमध्ये व्यवसायाप्रती, अशिलाप्रती निष्ठा असणे महत्त्वाचे असते. समाजकार्यव्यवसायामध्ये समाजकार्यकर्त्याने अशील हा प्राथमिक माहितीचा स्रोत मानून अशिलाकडून मोजकी व सेवा प्रदान करण्याइतपतच माहिती गोळा केली पाहिजे. अशिलासंबंधित उपलब्ध असलेली माहिती अशिलासोबत काम करणारी व्यक्ती, संस्था इत्यादींपर्यंतच गोपनीय ठेवली पाहिजे. पुढे सेवा प्रदान करण्याच्या अनुषंगानेच आवश्यक तिथपर्यंत वापरली पाहिजे. इतर संस्था व व्यक्तींना अशिलासंदर्भात काही माहिती हवी असल्यास त्यांनी संबंधित अशिलाशी संपर्क साधून त्याच्या संमतीने माहिती मिळवावी. अशिलासंबंधित माहितीची नोंद असणे / ठेवणे महत्त्वाचे असते. त्या माहितीचा उपयोग अशिलास सेवा प्रदान करण्यामध्ये होऊ शकतो. उपलब्ध माहितीचा वापर करावा किंवा नाही यासंबंधीचा निर्णय अशिलाच्या संमतीने घ्यायचा असतो. अशिलाच्या प्रश्नासंबंधीच्या निदानासाठी गुप्तता किंवा गुप्ततेचे तत्त्व अत्यंत महत्त्वाचे मानले जाते. ती गुप्तता सत्यापर्यंत पोहोचण्यासाठी मदत करते. समाजकार्यव्यवसायातील संबंधामध्ये व व्यवसायामध्ये गुप्तता ही मूलभूत बाब म्हणून गृहीत धरली गेली आहे. समाजकार्यव्यवसायामध्ये गुप्तता व गुप्ततेचे तत्त्व का पाळले जावे? याबाबत काही संकेत आहेत ते असे की (१) एखाद्या व्यक्तीबाबत काही माहिती उघड झाली असेल तर त्या व्यक्तीच्या अशिलाची बदनामी होऊ शकते. (२) अशिलास जे गुप्त वचन दिलेले असते त्याचे वास्तव उघड करायचे नसते. (३) अशील हा विश्वासाने त्याची काळजी घेतली जावी म्हणून तो संस्थेच्या स्वाधीन झालेला असतो. त्या विश्वासाला कुठेतरी तडा जाऊ शकतो. वरील तीनही कारणांसाठी समाजकार्यकर्त्याने व्यवसायामध्ये गुप्तता राखायला हवी.

अनिर्णयात्मक दृष्टिकोनाचे तत्त्व :

समाजकार्यव्यवसायामध्ये विविध पद्धतींच्या बरोबरच ज्या काही तत्त्वांचा वापर केला जातो, त्यांत अनिर्णयात्मक दृष्टिकोनाचे तत्त्व प्राधान्याने वापरले जाते. या तत्त्वानुसार कोणताही निर्णय स्वत: घेण्याच्या भूमिकेतून सामाजिक कार्यकर्ता कधीच काम करीत नाही. प्रक्रियेदरम्यान व प्रक्रियेनंतर घ्यावयाचे सर्व निर्णयाचे अधिकार अशिलासच असतात. जे घडले, घडते त्यांवर लक्ष केंद्रित करून त्याला समजून घेणे, त्याबद्दलची माहिती घेणे, ही तटस्थतेची भूमिका सामाजिक कार्यकर्ता पार पाडतो. कोण दोषी या विषयात न पडता दोषी म्हणून दंड देणे या कोणत्याच भानगडीत सामाजिक कार्यकर्ता पडत नाही. व्यक्तिगत, सामाजिक, मूल्यानुसार न वागणाऱ्या व नीतिमूल्य न पाळणाऱ्या अशा सर्वांचाच 'माणूस' म्हणून विचार केला जातो. व्यक्तीच्या प्रश्नासंबंधित विचारविनिमय करून न्याय निवाड्याचा अट्टाहास न धरता अशिलास निर्णय घेण्यासाठी विविध मार्ग दाखविण्याचे प्रयत्न केले जातात. अनिर्णयात्मक दृष्टिकोनाचा कार्यकर्ता हा खुल्या मनाचा, खुल्या विचारांचा व लवचीक असतो. कारण कार्यकर्त्याच्या कामाचा उद्देश न्याय करणे किंवा कोणाला दोषी ठरविणे हा नसून वस्तुस्थिती जाणून योग्य ती मदत करणे हा असतो. या तत्त्वाचे पालन करणारा कार्यकर्ता वस्तुनिष्ठ राहण्याचा प्रयत्न करतो. भावनिकतेमध्ये गुंतून जात नाही. इतरांचे अधिकार व स्वातंत्र्य मान्य करतो.

भावनांच्या अर्थपूर्ण अभिव्यक्तीचे तत्त्व :

व्यक्तीने त्याच्या भावना व्यक्त करणे (व्यक्त होणे) स्वाभाविक असते. भावनांची योग्य ठिकाणी, योग्य वेळी, योग्य प्रकारे अभिव्यक्ती होणे किंवा करणे सामान्यपणाचे लक्षणच आहे. या भावनेने सीमारेषा ओलांडली की असंतुलन निर्माण होते आणि त्यातूनच असामान्यता निर्माण होते. भावना व्यक्त होणे मन:स्वास्थासाठी आवश्यक असते म्हणूनच समाजकार्यामध्ये भावनांच्या अभिव्यक्तीला चालना दिली जाते. भावनांच्या अभिव्यक्तीने व्यक्तीच्या मनातील दडपण कमी होते (दूर होते) आणि नव विचारांना चालना मिळते. समाधान व सुखाची चाहूल लागते. समाजकार्यव्यवसायामध्ये अशिलाच्या भावनाप्रकटीकरणामुळे समाजकार्यकर्त्याबरोबर अशिलाच्या संबंधावर काही विपरीत परिणाम होणार नाही याची खात्री असल्याने अशील मोकळेपणाने भावना व्यक्त करतो. अशिलास भावना व्यक्त करण्याची संधी मिळाल्याने याला आधार मिळतो, पाठिंबा मिळतो. भावनांच्या प्रकटीकरणास उपचारात्मकही महत्त्व असते अशील विश्वासाने आपल्या भावना समाजकार्यकर्त्याकडे व्यक्त करतो. त्या विश्वासास पात्र ठरणे हे समाजकार्यकर्त्याचे महत्त्वाचे कर्तव्य आहे.

समाजकार्याच्या पद्धती (Methods of Social Work) :

प्रत्येक व्यवसायाला मूलभूत ज्ञानाचा आधार असतो. किंबहुना तो व्यवसाय विशिष्ट ज्ञानाच्या आधारावरच प्रस्थापित होतो, विकसित होत असतो. व्यवसायासंबंधी जे ज्ञान असते, माहिती असते, ती सहज समजण्याजोगी व संभाषण करण्यायोग्य असली पाहिजे जेणेकरून विशिष्ट व्यवसाय करण्यास उत्सुक असलेल्या व्यक्तींना ते ज्ञान वापरात आणता आले पाहिजे. या ज्ञानामध्ये मुख्यत्वे तत्त्वे, तंत्र, पद्धती, प्रक्रिया, साधने, आणि विशिष्ट संज्ञा आदींचा समावेश होतो.

समाजकार्याच्याही अशाच काही पद्धती आहेत. अनेक वर्षे या पद्धतींचा, तंत्राचा वापर करून आवश्यक तेथे परिस्थितीप्रमाणे बदल करून समाजकार्यातील तज्ज्ञांद्वारे मान्यता पावलेल्या काही पद्धती आहेत. समाजकर्त्याच्या या पद्धतीचे एकूण ६ प्रकारांत वर्गीकरण करण्यात आले आहे. ते पुढीलप्रमाणे -

१) व्यक्तिसहयोगकार्य

२) सामाजिक गटकार्य

३) समुदायसंघटन

४) सामाजिक कृती

५) समाजकार्यसंशोधन

६) समाजकल्याणप्रशासन

१. व्यक्तिसहयोगकार्य :

प्रत्येक व्यक्ती त्याला लाभलेल्या आर्थिक, सामाजिक व शारीरिक परिस्थितीप्रमाणे वर्तन करते. प्रत्येक व्यक्तीचे प्रश्नही वेगवेगळे असतात. म्हणूनच व्यक्तिसहयोग कार्य हे व्यक्तिकेंद्रित असून व्यक्तीला त्याच्या आजूबाजूच्या परिस्थितीत समायोजित करण्यासाठी मदत केली जाते. व्यक्तिसहयोगकार्य हे व्यक्तीच्या मन:सामाजिक प्रश्नांसंबंधित असते. त्यामध्ये मानसिक, भावनिक, सामाजिक घटकांचा संबंध असतो.

व्यक्तिसहयोगकार्य म्हणजे पीडित, शोषित, समस्याग्रस्त व्यक्तीला त्याची समस्या, व्यक्तिमत्त्व, सामाजिक संबंध व वर्तणूक समजून घेऊन त्याच्या समस्येची सोडवणूक करणे व त्याला समाजामध्ये स्थिरस्थावर करणे, त्या व्यक्तीचे समाजामध्ये समायोजन घडवून आणण्याच्या दृष्टीने प्रयत्न करणे म्हणजे व्यक्तिसहयोगकार्य होय.

मेरी रिचमंड यांच्या म्हणण्याप्रमाणे " Social case work may be defined as the art of doing different things for and with different people by co-operating with them to achieve at one and the same time their own and their society's betterment." म्हणजे व्यक्तिसहयोगकार्य ही कला असून व्यक्तीला त्याद्वारा व्यक्तीसाठी, व्यक्तीबरोबर अनेक गोष्टी करता येतात. त्यातून व्यक्तीला त्याच्या विकासासाठी पर्यायाने समाजाच्या भल्यासाठी प्रयत्न केले जातात.

व्यक्तिसहयोगकार्याचा उद्देश :

सर्वसाधारणपणे व्यक्तिसहयोगकार्याचा उद्देश व्यक्तीच्या समस्या सोडवण्यासाठी व त्यातून त्या व्यक्तीला भविष्यात येणाऱ्या समस्यांची सोडवणूक करण्यासाठी सक्षम बनविणे हा होय. व्यक्तिसहयोगकार्याची इतर काही उद्दिष्टे खालीलप्रमाणे ;

१) व्यक्तीचे अंतर्गत प्रश्न समजून घेणे व त्यांची सोडवणूक करणे.

२) व्यक्तीची अनुभवशक्ती मजबूत करणे.

३) व्यक्तीच्या प्रश्नावर मार्ग काढून त्या व्यक्तीला कार्यप्रवण करणे

४) समाजातील प्रश्न लक्षात घेऊन त्यांच्या प्रतिबंधासाठी प्रयत्न करणे.

५) व्यक्तीची कार्यात्मकता वाढविण्यासाठी साधनांची उपलब्धता व त्याचा विकास करणे.

व्यक्तिसहयोगकार्यामध्ये व्यक्तिसहयोगकार्यकर्ता काही विशिष्ट तत्त्वांचे पालन करूनच तो ते कार्य करत असतो. व्यक्तिसहयोगकार्यात अनेक तत्त्वांचे पालन केले जात असले तरी बीयस्टेक यांनी एकूण ७ तत्त्वे सांगितली आहेत ही तत्त्वे समाजकार्य- व्यवसायात विशेषत: व्यक्तिसहयोगकार्यात सर्वत्र वापरली जातात. ती तत्त्वे खालीलप्रमाणे -

१) व्यक्तीकरणाचे तत्त्व :

समोर येणाऱ्या वेगवेगळ्या व्यक्तींच्या गुणधर्माला समजून घेतले जाते, त्याला योग्य रीतीने समायोजित होण्यासाठी मदत केली जाते. त्यासाठी विविध तंत्रे व पद्धतींचा वापर केला जातो. व्यक्तीकरण हे व्यक्तीच्या अधिकारावर आधारित असते हे लक्षात घेऊन व्यक्तीला माणूस म्हणून चांगली वागणूक दिलीच जाते. परंतु व्यक्तीच्या दोषांसह त्याला स्वीकारून योग्य तीच वर्तणूक देण्याचा प्रयत्न केला जातो.

२) उद्देशपूर्ण भावनेचे प्रकटीकरण :

उद्देशपूर्ण भावना प्रकट करणे हा अशिलाचा हक्कच आहे. त्यांची ती गरजच असते. सकारात्मक नकारात्मक ज्या काही भावना असतात, त्या भावना व्यक्तिसहयोग- कार्यकर्त्याकडे प्रकट होत असतात. किंबहुना व्यक्तिसहयोगकार्यकर्ता व अशिलामध्ये हे घडायलाच हवे. व्यक्तिसहयोगकार्यकर्ता बऱ्याच वेळा जाणीवपूर्वक ऐकण्याची भूमिका पार पाडतो. अशिलास मुळीच नाराज करत नाही. अशिलाच्या भावनेला तडा जाईल

असे काहीही तो करत नाही. उलटपक्षी प्रोत्साहन देण्याचे काम तो करत असतो.

३) भावनेवर नियंत्रण :

अशील भरभरून बोलत असतो. तो अनेकवेळा भावनाशील होण्याची शक्यता असते. अशा वेळी व्यक्तिसहयोगकार्यकर्त्याने आपल्या भावनेवर नियंत्रण ठेवणे अत्यंत आवश्यक असते. त्याला नेमके काय म्हणायचे आहे त्याचा उद्देश, त्याचा प्रतिसाद कसा आहे या सर्व बाबी व्यवस्थित समजून घेण्याचे काम व्यक्तिसहयोगकार्यकर्त्याने करणे गरजेचे असते.

४) स्वीकाराचे तत्त्व :

स्वीकाराचे तत्त्व हे कृतीवर आधारित आहे, ज्यामध्ये व्यक्तिसहयोग कार्यकर्ता समोर येणाऱ्या व्यक्तीला तो व्यक्ती जशी आहे तशा अवस्थेत स्वीकारतो. व्यक्तीच्या क्षमता व कमतरता तसेच आपली आवड निवड बाजूला ठेवून व्यक्तिसहयोगकार्यकर्त्याने समोरील व्यक्तीचा स्वीकार करायला हवा. व्यक्तीचे मूल्य आणि दर्जा राखला जाईल ही दक्षता घेणे महत्त्वाचे असते. अशिलास सुरक्षितता वाटेल असे वातावरण निर्माण करणे गरजेचे असते.

५) स्वयंनिर्णयाचे तत्त्व :

व्यक्तिसहयोगकार्याच्या प्रक्रियेमध्ये अशील हा केंद्रस्थानी असल्याने स्वतःचे निर्णय स्वतःच घेण्याचे अधिकार अशिलास आहेत हे लक्षात घेऊनच व्यक्तिसहयोग कार्यकर्त्याने निर्णय घेण्याचे अधिकार अशिलावरच सोपवायला हवेत. अशिलामध्ये असलेल्या गुणवत्ता व क्षमता लक्षात घेऊन त्या वाढीस लावण्यासाठी व त्याच्या व्यक्तिमत्त्वविकासासाठी प्रयत्न करायला हवेत. अवतीभोवती असलेल्या साधन व सुविधांची माहिती करून द्यायला हवी. स्वयंनिर्णयाचा अशिलाचा अधिकार हा त्याची क्षमता, सकारात्मकता व निर्णयक्षमता यावर अवलंबून असते.

६) व्यक्तिसहयोगकार्यकर्ता हा न्यायाधीश नव्हे :

व्यक्तिसहयोगकार्यात न्यायदानाचा दृष्टिकोन न बाळगणे ही व्यक्तिसहयोग-कार्यातील संबंधाची गुणवत्ता असते. व्यक्तिसहयोगकार्यामध्ये अशिलाकडे अपराधी म्हणून पाहणे किंवा त्याच्याकडे दुर्लक्ष करणे अपेक्षितच नाही किंवा अशिलाने केलेल्या काही चुका व त्याला तोच जबाबदार आहे असे म्हणणेही गैर आहे परंतु अशिलाचा दृष्टिकोन, दर्जा व कृतीसंबंधी व्यक्तिसहयोगकार्यकर्ता मूल्यमापनात्मक अंदाज व्यक्त करू शकतो.

७) गुप्ततेचे तत्त्व :

व्यक्तिसहयोगकार्यामध्ये गुप्ततेला अत्यंत महत्त्वाचे स्थान आहे. व्यावसायिक

संबंध जपण्यासाठी अशिलासंबंधी पाळली जाणारी गुप्तता महत्त्वाची भूमिका बजावते. व्यक्तीसहयोगकार्याची परिणामकारकता वाढवायची असेल तर व्यक्तिसहयोगकार्यकर्त्याने आपली नैतिक जबाबदारी समजून गुप्तता पाळायला हवी. याचा अर्थ असा नव्हे की व्यक्तिसहयोगकार्यकर्त्याने त्याची मुळीच वाच्यता करता कामा नये. तर त्याला इतर कार्यकर्त्यांशी किंवा संस्थांशी अशिलाविषयी माहितीचे आदानप्रदान करता येते .

व्यक्तिसहयोगकार्य करताना समाजकार्यकर्ता खालील मुद्द्यांचा आधार घेऊन अशिलाविषयी आवश्यक माहिती गोळा करतो व त्या माहितीच्या आधारे अशिलाच्या प्रश्नांची सोडवणूक करण्याचा प्रयत्न करत असतो. व्यक्तिसहयोगकार्यासाठी माहिती मिळवण्यासाठी ज्या मुद्द्यांचा वापर केला जातो त्यास इंटेकशिट म्हटले जाते. ते खालीलप्रमाणे :

१)	१. मूलभूत माहिती	(Identification Data)
	२. अशिलाचे नाव	(Name of the Client)
	३. संदर्भ कोणी दिला.	(Referred By)
	४. संदर्भसमस्या	(Referral Problem)
	५. अशिलाचा पत्ता	(Address of the Client)
	६. अशील ज्या संस्थेशी	(Name of the Institution)

संबधित आहे त्या संस्थेचे नाव

७.	जन्मदिनांक	(Date of Birth)
८.	मातृभाषा	(Mother Tongue)
९.	धर्म	(Religion)
१०.	वय	(Age)
११.	लिंग	(Sex)

२) कौटुंबिक माहिती (Family Constulation)

अनु. क्र.	व्यक्तीचे नाव	वय	नातेसंबंध	शिक्षण	व्यवसाय	शेरा

१)	अशिलाचे व्यक्तिमत्त्व	(Personality of the client)
४)	पालकांचे व्यक्तिमत्त्व	(Personality of the parents)
५)	अशिलाच्या कौटुंबिक संबंधाचे वर्णन	(Description of family relationship)
६)	अशिलाची शैक्षणिक पार्श्वभूमी	(Scholastic background of the client)
७)	अशिलाची वैद्यकीय पार्श्वभूमी	(Medical background of the client)
८)	अशिलाची मन:सामाजिक पार्श्वभूमी	(Psychosocial background of the client)
९)	निदान	(Diagnosis)
१०)	उपचारनियोजन	(Treatment plan)
११)	सारांश	(Conclusion)
१२)	भावी नियोजन	(Future plan)

सदर मुद्द्यांच्या आधारे मिळविलेली माहिती अत्यंत उपयुक्त असते. ती माहिती किंवा नोंदी काही अशिलांच्या स्वतंत्र फाइलमध्ये घटनानुक्रमे लावल्यास त्याचा भविष्यातही वापर करता येऊ शकतो.

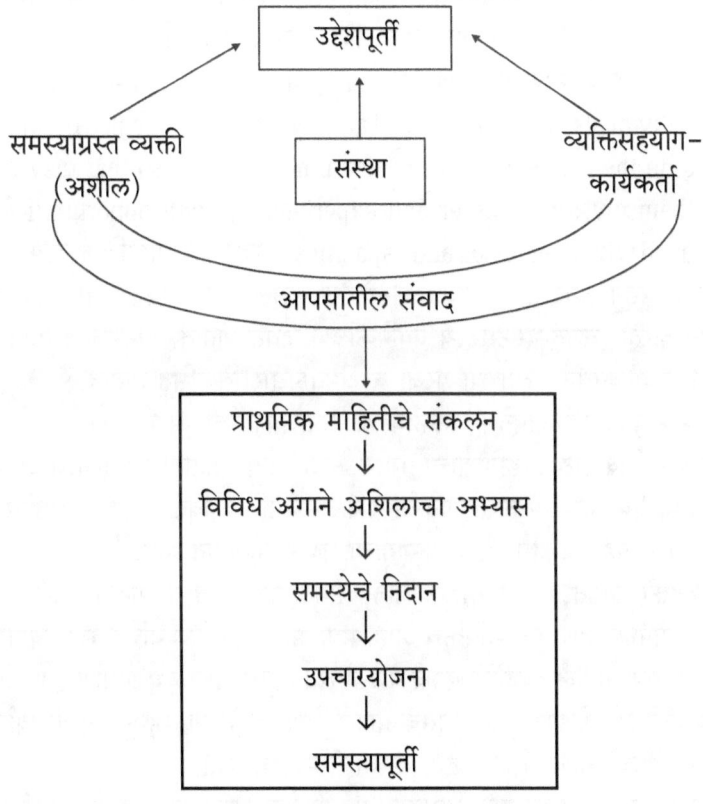

व्यक्तिसहयोगकार्याची प्रक्रिया

२. सामाजिक गटकार्य :

सामाजिक गटकार्य ही एक समाजकार्याची पद्धती असून ज्याद्वारा गटातील सदस्यांना सामाजिक कार्यकर्ता हा गटाच्या चालू कार्यक्रमात त्यांना आपापसात चर्चा करण्यासाठी, अनुभव कथन करण्यासाठी संधी देतो, मार्गदर्शन करतो. गटातील गटसदस्यांमध्ये अर्थपूर्ण आंतरक्रिया व्हावी व ते एकमेकांशी चांगले परिचित व्हावेत यांसाठी जाणीवपूर्वक प्रयत्न केले जातात. गटातील सदस्यांच्या क्षमतेनुसार, गरजेनुसार गटांचा विकास साधण्याचा प्रयत्न गटकार्याद्वारे केला जातो.

सामाजिक गटकार्याद्वारा गटातील गटसदस्यांची (संपूर्ण गट) प्रगती अपेक्षित केली आहे. गटातील व्यक्ती ही गटाचा सदस्य असल्याने गटाच्या विकासाबरोबर गटाच्या सदस्यांचा विकास अर्थातच अपेक्षित आहे. गट सदस्यांच्या अपेक्षांची (गरजांची) पूर्ती गटकार्याद्वारा करण्याचा प्रयत्न गट कार्यकर्ता करत असतो. गटकार्याच्या काही महत्त्वाच्या व्याख्या केल्या आहेत त्या खालीलप्रमाणे :

ट्रेकर यांच्या म्हणण्याप्रमाणे "Social group work is a method through which individuals in groups in social agency settings are helped by worker who guide their interaction in programme activities so that they may relate themselves to another and experience growth opportunities in accordance with their needs and capacities" म्हणजेच सामाजिक गटकार्य ही एक पद्धत असून त्याद्वारा सामाजिक संस्थेतील गटाला गटकार्यकर्ता आंतरक्रियेद्वारा मार्गदर्शन करतो. त्यातून गटसदस्य एकमेकांच्या जवळ येतात. अनुभव व आपल्या प्रगतीची चर्चा करतात. त्यांच्या गरजा व क्षमतांनुसार विकसित होतात.

कोनोपका यांच्यामते "गटकार्य ही समाजकार्याची अशी पद्धती आहे की ज्याद्वारे सामाजिक प्रश्न सोडविण्याचा प्रयत्न केला जातो. गटातील सदस्यांचे अनुभव आणि सामाजिक कार्याचा तारतम्याने वापर करून वैयक्तिक विकासासह गटाचा आणि संपूर्ण समाजाचाही विकास साध्य करण्याचा प्रयत्न करण्यात येतो."

व्यक्ती वाढते, घडते ती कुटुंबात, समुदायात, एखाद्या गटात. म्हणून तर व्यक्तीचे गटामध्ये रहाणे स्वाभाविकच आहे. मॅक आईव्हर व पेज यांच्या म्हणण्यानुसार गट म्हणजे समाजातील व्यक्तींनी एकत्र येणे व त्यातून परस्पर संबंध निर्माण होणे होय. आपसामध्ये देवाण-घेवाण होणे विचारांचे आदान-प्रदान होणे होय. म्हणून समाजकार्याच्या अनेक पद्धतींपैकी गटकार्य ही पद्धत महत्त्वाची मानली जाते.

गट व व्यक्ती परस्परपूरक असतात. एकमेकांवर अवलंबून असतात. व्यक्तीच्या दृष्टीने गट महत्त्वाचा असतो. म्हणून तो गटाचा सदस्य बनतो. सदस्यत्व स्वीकारतो आणि अटीही स्वीकारतो. गटाचे व व्यक्तीचे परस्परांवर नियंत्रण असते. गटामध्ये एकमेकांना जाणून घेण्याची महत्त्वाची क्रिया घडते. सामूहिक अस्तित्वामुळे सांघिक प्रयत्न व निर्णय आणि कार्यक्रमांचे आयोजन यांद्वारे नेतृत्वाची संधी प्राप्त होते. लोकशाही तत्त्वाचा स्वीकार येथे केला जातो. गटातील सदस्यांना योग्य वातावरण, मार्गदर्शन, व संधी मिळाली तर सदस्यांच्या व्यक्तिमत्त्वविकासाबरोबरच गटाचा विकास होऊ शकतो.

गार्डन हॅमिल्टन यांनी गटकार्याची व्याख्या पुढीलप्रमाणे केली आहे.

Social group work is a Psychological process, which is concerned no less with developing leadership ability and cooperation then with building on the interest of the group for social purpose.

गटकार्य ही एक मानसशास्त्रीय प्रक्रिया व पद्धत असून याद्वारा सामाजिक संस्थेतील व्यक्ती व गटाला सामाजिक गटकार्यकर्त्याद्वारा गट वा व्यक्तीच्या विकासासाठी त्यांच्या गरजेनुसार व क्षमतेनुसार त्यांना संधी मिळवून दिली जाते. गरजा पूर्ण करण्याचा प्रयत्न केला जातो. गटाचे एकूण २ प्रकार मानले जातात. (१) प्राथमिक गट (२) दुय्यम गट

प्राथमिक गटात गटसदस्यांचे जवळीकतेचे किंवा अनौपचारिक संबंध असतात तर दुय्यम गटातील गटसदस्यांचे संबंध हे औपचारिक असतात.

गटकार्याचा उद्देश :

गटकार्याचे खालील उद्देश आहेत.

१) गटातील सदस्यांनी गटाच्या कार्यक्रमात सहभागी व्हावे, एकत्र रहावे, एकत्र कार्य करावे व त्यातून त्यांना बौद्धिक व शारीरिक वाढ होण्यासाठी मार्गदर्शन करणे.

२) गटकार्याच्या प्रक्रियेद्वारा व्यक्तीच्या समायोजनासंदर्भातील प्रश्नांची सोडवणूक करण्यासाठी त्यांच्या व्यक्तिमत्त्वाचा विकास होण्यासाठी प्रयत्न करणे .

३) व्यक्तीच्या रिकाम्या वेळेचा उपयोग त्यांच्या भल्यासाठी करणे.

४) गटातील सदस्यांमध्ये लोकशाहीच्या तत्त्वाप्रमाणे वागणे, जबाबदारीच्या वाटपासंबंधी मार्गदर्शन करणे.

५) नेतृत्वगुणांना चालना देणे.

६) श्रमशक्ती व भूमिकेचे वाटप करणे.

७) संस्थेतील गट व त्यांतील सदस्यांना गट हा पर्याय म्हणून देणे व त्या सदस्यांना भावनिक पाठिंबा देणे.

८) गट वा गटसदस्यांमध्ये कौशल्य, मैत्री, छंद जोपासणे व त्यांच्या समजुतीची व्याप्ती वाढविणे.

९) गट वा गटसदस्यास त्यांच्या भावनिक, शारीरिक, मानसिकदृष्ट्या अपेक्षित असलेली मदत करून त्यांचे सामाजिक समायोजन घडवून आणणे.

गटकार्याची तत्त्वे :

डग्लस यांनी गटकार्याची एकूण १४ तत्त्वे सांगितली आहेत.

१) गटातील प्रत्येक सदस्य हा वेगळा असतो. हे लक्षात ठेवून (मान्य करून) त्याविषयी योग्य ती कृती करणे.

२) गट आणि गटातील विविधता हे लक्षात ठेवून कृती करणे.

३) गटातील सदस्यांचा गुणदोषांसह स्वीकार करणे.

४) गटकार्यकर्ता व सदस्यांमध्ये उद्देशपूर्ण संबंध प्रस्थापित करणे.

५) गटसदस्यांना त्यांच्यामध्ये सहकार्याचे संबंध प्रस्थापित होण्यासाठी प्रोत्साहन देणे.

६) गटकार्याच्या प्रक्रियेमध्ये आवश्यक तेथे बदल करणे.

७) गटकार्याच्या विविध टप्प्यांवर गटसदस्यांचा सहभाग वाढविण्यासाठी त्यांना प्रोत्साहित करणे, त्यांच्या क्षमतेनुसार सक्षम बनविणे.

८) समस्यानिराकरणाच्या प्रक्रियेमध्ये गटसदस्यांचा सहभाग वाढविणे.

९) शिक्षणातून अनुभव व अनुभवातून समाधानकारकता निर्माण करणे.

१०) गटकार्य तडीस नेण्यासाठी नवीन व विविध प्रकारच्या अनुभवांसाठी गटसदस्यांना संधीची उपलब्धता करून देणे.

११) प्रत्येक व्यक्ती व एकूणच गटाच्या परिस्थितीसंबंधी निदान व मर्यादांचा समंजसपणे वापर करणे.

१२) गटसदस्य व गटाचा उद्देश आणि सामाजिक उद्देश यांचे निदानात्मक मूल्यमापन करणे व त्यासाठी विविध कार्यक्रमांचा जाणीवपूर्वक उपयोग करणे

गटकार्यकर्ता

१३) गटकार्यकर्त्यांने स्वत: शिस्त बाळगून नियोजनबद्धरीत्या गटातील सदस्यांना उत्साहित करणे.

१४) गटकार्य चालू असताना गटातील व्यक्तीचे व गटप्रक्रियेचे मूल्यमापन करणे.

३. सामाजिक कृती :

समाजातील प्रत्येक व्यक्तीचे वर्तन हे कृतीमध्ये रूपांतरित होते. त्यामुळे सामाजिक कृती ही अनेक सामाजिक शास्त्रांचा केंद्रबिंदू ठरते. अर्थतज्ज्ञांच्या मते सामाजिक कृती ही साधने आणि सेवा प्रदान करण्याची व्यवस्था आहे, तर राज्यशास्त्राचे अभ्यासक म्हणतात सामाजिक कृती ही अधिकार आणि जबाबदारी प्रदान करण्याची व्यवस्था असल्याचे म्हटले आहे. अपराधशास्त्राच्या अभ्यासकांनी त्यास समाजविरोधी कृती असे म्हटले आहे.

सामाजिक कृती ही एक प्रक्रिया असून सामाजिक उद्दिष्टांच्या साध्यासाठी (Achievement) वापरली जाते. ही समाजकार्याची शीघ्र (Auxiliary) पद्धत म्हणून वापरली जाते.

वॉल्टर फ्रेडलँडर यांच्यामते "Social action in individual, group or community effort which aims to bring changes in social legislation and welfare services"

म्हणजेच सामाजिक कायदे, कल्याणकारी सेवा यांच्यामध्ये बदल घडवून आणण्याच्या उद्देशाने व्यक्ती, गट वा समुदायाने केलेली कृती होय.

सामाजिक कृती ही मोठ्या प्रमाणातील लोकसंख्येच्या (समुदायाच्या) प्रश्नांच्या सोडवणुकीसाठी गटाद्वारे केली जाणारी कृती होय. सामाजिक हित लक्षात घेऊन मूलभूत, सामाजिक, आर्थिक परिस्थितीमध्ये बदल घडवून आणण्यासाठी सामाजिक कृती केली जाते.

पूर्वी सामाजिक कृती हे समुदायसंघटनेचे माध्यम म्हणून वापरले जायचे. परंतु अलीकडे ते समाजकार्याचे तंत्र म्हणून वापरले जाते. एवढंच नव्हे तर सामाजिक कृती ही समाजकार्याच्या प्रक्रियेचा चौथा भाग म्हणून समजण्यात येते. सामाजिक कृती ही समाजकार्यव्यवसायाच्या मूलभूत श्रद्धेची निष्पत्ती मानली जाते.

सामाजिक कृती ही एक संघटित आणि वैधानिकरीत्या मान्य असलेला कार्यक्रम होय. याद्वारे जनमत, कायदे, व लोकप्रशासन यांस गती देण्याचे काम होते. हे सर्व काही समाजहिताच्या दृष्टीनेच केले जाते. सामाजिक कृती हा सामुदायिक दृष्टिकोन असतो ज्यामध्ये बहुधा शांततामय मार्गाने सामाजिक व आर्थिक संस्थांच्यामध्ये

अपेक्षित तो बदल घडवून आणण्यासाठी प्रयत्न केले जातात,

सामाजिक कृतीच्या पद्धती आणि तंत्रे :

पुढील पद्धतीचा अवलंब केल्यास सामाजिक कृती सफल होऊ शकते.

१) संशोधन आणि तथ्यसंकलन (माहिती गोळा) करणे.

२) नियोजित प्रश्न सोडवणे व लोकांना जागृत करणे.

३) गट व संस्थेच्या प्रमुख लोकांना भेटणे

४) सार्वजनिक बैठका घेणे.

५) समाजशिक्षण व अनौपचारिक शिक्षण देणे.

६) केलेल्या कामाचा प्रचार, प्रसार करणे.

७) चर्चा आयोजित करणे.

८) सार्वजनिक पाठिंबा मिळविणे.

९) विविध गट व संस्थांच्या कामांमध्ये समन्वय घडवून आणणे.

१०) अधिकाऱ्यांना सूचना देणे व नवीन कार्यक्रम सुचविणे.

११) कायदेमंडळाच्या सदस्यांना, वर्तमानपत्रांना भेटी देणे.

१२) सामाजिक कायदे समजून घेणे/देणे.

१३) कायद्याची अंमलबजावणी करणे, करण्यासाठी भाग पाडणे.

१४) व्यक्तिसहयोग कार्य करणे.

सामाजिक कृतीसाठी आवश्यक असलेले इतर काही घटक :

१) गटाची, समुदायाची तत्परता, काम करण्याची परिणामकारक पद्धत ही सामाजिक कृतीसाठी पोषक ठरते.

२) लोकशाही पद्धतीने (मार्गाने) काम.

३) लोकशाही नेतृत्व (कार्यातून पुढे आलेले नेतृत्व)

४) समस्या आदी साधनांचा मेळ घालून कार्य करणे.

५) सामाजिक कृतीसाठी उपलब्ध साधनांची खातरजमा करणे. सामाजिक कृतीसाठी सज्ज होणे .

६) समुदायाचे सहकार्य याचा अंदाज घेणे व त्याचीही खात्री करणे, सहकार्य घेणे.

७) वर्तमानपत्र, रेडिओ, दूरचित्रवाणीच्या माध्यमातून लोकमत जाणून घेणे. लोकमत तयार करणे महत्त्वाचे असते. तरच सामाजिक कृती यशस्वी होऊन सामाजिक बदलांसाठी योग्य वातावरण निर्माण होते. अन्यथा सामाजिक कृती निष्फळ ठरते.

४. समुदायसंघटन :

समुदायसंघटन ही एक प्रक्रिया असून समुदायसंघटक आपली दूरदृष्टी व कौशल्याचा वापर करून समुदायाच्या समस्या जाणून घेऊन त्या सोडविण्याचा प्रयत्न करत असतो.

समुदाय या शब्दाला बरेच अर्थ आहेत. उदा. धार्मिक समुदाय, व्यवसायासंबंधी समुदाय, जातीवर आधारित समुदाय वगैरे. परंतु समाजकार्याच्या दृष्टीने समुदाय म्हणजे लोकांचा समूह. जे एकाच प्रदेशामध्ये / प्रांतामध्ये रहातात आणि सर्वांचा उद्देश (ध्येय) जवळपास सारखाच असतो तो समुदाय होय. किंग्जले यांच्या म्हणण्यानुसार समुदाय म्हणजे असा एक लहानसा प्रादेशिक समूह ज्यामध्ये सामाजिक जीवनाशी संबंधित सर्व घटकांचा समावेश होतो. समुदायाच्या गरजा व साधने यांच्यात ताळमेळ घालण्याचा जाणीवपूर्वक केलेला प्रयत्न म्हणजे समुदायसंघटन होय.

नॅशनल कॉन्फरन्स ऑफ यू.एस.ए ने समुदायसंघटन ची खालीलप्रमाणे व्याख्या केली आहे.

"Community organization is the process of dealing with individuals and groups who are or may become concerned with social welfare services or objectives for the purpose of including the volume of such services, improving their quality or distribution or furthering the attainment of such objectives."

समुदायसंघटन यास समाजकार्याचे क्षेत्र तसेच प्रक्रिया म्हणूनही समजले जाते आणि ते सर्वज्ञात आहे. एवढेच नव्हे तर समुदायसंघटन हे समाजकार्याचे एक महत्त्वाचे तंत्रही आहे. समुदायसंघटन ही एक लोकशाही तत्त्वावर आधारलेली प्रक्रिया असून समुदायातील कार्यक्रमास समुदायातील लोकांच्या सहभागाला महत्त्व देते. सहभाग हा समुदायाला कार्यक्रमाबद्दल आपलेपणाची, कार्यक्रमातून आपण काही मिळविल्याची, साध्य केल्याची, कार्यक्रम आपला असल्याची भावना देतो.

समुदायसंघटनाची तत्त्वे :

सामाजिक संघटन हे समाजकार्याच्या तंत्रांपैकी एक असल्याने समुदायसंघटनेची तत्त्वे ही समाजकार्याच्या तत्त्वज्ञानावरच आधारित आहेत.

१) समुदायसंघटन हे साध्य नसून साधन आहे. साध्य हे समुदायाचे संपूर्ण कल्याण आहे. संपूर्ण कार्यक्रम हे समुदायाच्या विकासासाठीच आयोजित करणे अपेक्षित आहे.

२) समाजकार्यसंस्थांनी समुदायातील सदस्यांशी विश्वासाचे व मित्रत्वाचे संबंध ठेवणे आवश्यक असते. समुदायकार्यकर्ता हा समुदायाचा मित्र बनायला हवा.

त्याने संपूर्ण समुदायासोबत कार्य करायला हवे.

३) समुदायाच्या विकासासाठी कार्यक्रम आखताना समुदायाच्या संपूर्ण गरजा ध्यानात घ्यायला हव्यात. समन्वयाचा दृष्टिकोन सोबत ठेवूनच समुदायाच्या प्रश्नांची सोडवणूक करायला हवी.

४) मूलभूत गरजा या समुदायसंघटनाचा गाभा असायला हव्यात. हे करत असताना समुदायावरती काही लादणे योग्य नाही. समुदायाचे काम समुदायाने करण्यासाठी समुदायाला सक्षम बनविणे महत्त्वाचे असते. समुदायसंघटनांसाठी कार्य करणाऱ्या संस्थेनेच समुदायाला त्यांच्या गरजा ओळखण्यासाठी सक्षम करावे.

५) विकासाची कोणतीही प्रक्रिया ही लोकांना उत्तेजन देणारी, मदत करणारी, शिकवणारी असावी ज्यातून नवीन पद्धती शिकता येईल व त्यांचे जीवनमान सुधारेल.

६) समुदायानेच समुदायाला मदत करायला हवी. समुदायाचा आत्मविश्वास व पुढाकार घेण्याची वृत्ती वाढीस लावायला हवी.

७) समुदायासाठीचे सर्व कार्यक्रम हे समुदायाचे अर्थशास्त्र व सांस्कृतिक बाबी यास अनुसरूनच असावेत. कारण समुदायकार्यकर्त्याला समुदायाच्या पातळीवरच कार्य करायचे असते. कोणताही कार्यक्रम आयोजित करताना समुदायातील प्रथा, परंपरा चालीरीतींचा आदर करूनच कार्यक्रम आयोजित करणे गरजेचे असते. समुदायाच्या भावनांनाही तेवढेच महत्त्व देणे गरजेचे असते. समुदायामध्ये बदल घडवून आणण्यासाठी समुदायाचा सहभाग अत्यंत महत्त्वाचा असल्याने संस्थेने(समुदायसंघटकाने) समुदायासाठी काम करण्याऐवजी समुदायाबरोबर काम करायला हवे.

८) समुदायांच्या बदलासाठी समुदायाची मानसशास्त्रीय तयारी करणे हा एक महत्त्वाचा टप्पा असतो. त्याशिवाय समुदायाच्या बदलासंबंधीचे लक्ष्य पूर्ण होणे अशक्य असते. उदा. समुदायाला आवश्यक अशा सुविधा त्यांच्या सहभागाविना उपलब्ध करून दिल्या तर ते कदाचित वापरणार नाहीत. परंतु त्यांच्या सहभागातून व संमतीने केलेल्या गोष्टी ते निश्चितच वापरतात. उदा. रस्ते, विहिरी, शाळा, दवाखाने वगैरे. या सुविधांची फलनिष्पतीही त्या सुविधांच्या वापरावर अवलंबून असते.

९) असंघटित समुदायामध्ये गटाचे सहकार्य मिळविण्यासाठी कार्य करताना समुदाय-संघटनकार्यकर्त्यांने सावधानपणे कार्य केले पाहिजे. कोण्या एका गटाबरोबर संबंध न ठेवता सर्वांसोबत सारख्याच प्रमाणात व सर्वांना न्याय्य अशा प्रकारेच

कार्य करायला हवे. शक्य असल्यास व अनेकांना मान्य असल्यास गटाच्या भल्यासाठी स्पर्धाही भरविता येईल व त्यातून गटाचा उद्देश साध्य करता येईल.

१०) समुदायातील उपलब्ध साधने, समुदायाच्या गरजा व त्यांच्या वापरासंबधित ज्ञान व त्यासंबंधी माहिती करून देण्याचे काम प्रसारमाध्यमे करतात. तेव्हा अशा कारणासाठी प्रसारमाध्यमांचा योग्य तिथे वापर करणे या कामी अत्यंत महत्त्वाचे असते. उदा. साक्षरताकार्यक्रम, शाळा, समाजशिक्षणकार्यक्रम व इतर शासकीय, अशासकीय योजना वगैरे. याकामी दृक्‌श्राव्य साधने, तक्ते, पोस्टर्स, छायाचित्रे, रेडिओ, नियतकालिके वगैरेंचा वापर परिणामकारक ठरतो.

समुदायसंघटनांसाठी खालील मुद्द्यांद्वारे माहिती गोळा करून समुदायाचा अभ्यास केला जातो. त्यास समुदायसंघटनांच्या पायऱ्याही म्हणतात. ते खालीलप्रमाणे:

१) समुदायाची पार्श्वभूमी (इतिहास), वैशिष्ट्ये जाणून घेणे.

२) भौगोलिक स्थिती, समुदायाचा नकाशा (Community Map) तयार करणे.

३) लोकसंख्या (स्त्री, पुरुष, युवक, वृद्ध, अपंग वगैरे)

४) घरांची संख्या

५) घराचे स्वरूप (कच्चे, पक्के)

६) समुदायाची शैक्षणिक, सामाजिक व आर्थिक परिस्थिती.

७) समुदायातील सामुदायिक स्थळे
उदाहरणार्थ, मंदिर, धर्मशाळा, शाळा, बालवाड्या, अंगणवाड्या, कोंडवाडा, सार्वजनिक विहीर वगैरे.

८) समुदायाची धार्मिक, सांस्कृतिक व राजकीय पार्श्वभूमी.
- समुदायातील रोजगाराची स्थिती
- कमावणाऱ्या व्यक्ती व त्यांचे सरासरी उत्पन्न
- अवलंबून असणाऱ्या व्यक्ती

९) समुदायातील रीतीरिवाज, समजुती, अंधश्रद्धा, कला, लोककला, परंपरा.

१०) समुदायातील गट (सांस्कृतिक, धार्मिक, राजकीय), उपगट, गटागटातील आंतरक्रिया, वर्चस्व असलेला गट, समुदायविकासामध्ये महत्त्वाची भूमिका बजावणारा गट आणि कमी महत्त्वाची भूमिका बजावणारा गट.

११) समुदायातील उपलब्ध साधनांची (Resources) यादी करणे. (त्यामध्ये आर्थिक, तांत्रिक व मनुष्यबळविषयक बाबींवर लक्ष द्यावे.

१२) समुदायाच्या निश्चित गरजा, समस्या जाणून घेणे. त्यांचा प्राधान्यक्रम लावणे.

१३) समुदायाच्या गरजांवर मात करता येईल त्यासाठी विशिष्ट पद्धती व तंत्राचा शोध घेणे. त्याचा योग्य वेळी अवलंब करून समुदायाच्या समस्यांची सोडवणूक करणे, अर्थात समुदायाच्या गरजा पूर्ण करणे.

१४) शक्य तिथं समस्यांना प्रतिबंध करणे.

१५) समुदायातील विविध गटांना, संस्थांना, मंडळांना त्यांचा विकास साधण्यासाठी (समान उद्देशासाठी) एका व्यासपीठावर आणणे.

१६) समुदायाला त्यांच्या गरजा व प्रश्नांसंबंधित जागृती निर्माण करणे व त्यांना कृतिसन्मुख बनविणे.

१७) बदलत्या वातावरणाचा वेध घेत बदलणाऱ्या समुदायाच्या गरजाही समजावून घेणे.

१८) समुदायविकासाशी संबंधित शासकीय- अशासकीय यंत्रणेशी, विविध गटांशी समन्वय ठेवणे.

१९) समुदायासाठी केलेल्या कामाचे सतत संशोधन, मूल्यमापन करणे गरजेचे असते. ते करणे.

समुदाय संघटक

२०) मिळणाऱ्या सेवांमुळे/ लाभामुळे समुदाय स्वावलंबी व्हावा, विविध दृष्टींनी सक्षम व्हावा अशी अपेक्षा असते. त्याची खात्री करणे.

२१) कल्याणासाठी अंदाजपत्रक तयार करणे.

२२) शेवटी समुदायाला स्वयंपूर्ण बनविण्यासाठी प्रयत्नशील राहणे.

५. समाजकार्यसंशोधन :

समाजकार्य क्षेत्राशी संबंधित समस्यांचे पद्धतशीर, नियोजनबद्ध व वस्तुनिष्ठ अध्ययन करणे, नवीन तथ्य शोधणे, त्यांचे स्पष्टीकरण शोधणे, त्यांच्या परस्पर सहसंबंधाचे स्वरूप जाणून घेणे, त्यांचे स्वरूप ठरविणारे नियम शोधणे यास समाजकार्यसंशोधन म्हटले जाते. सामाजिक परिस्थितीसंबंधी योग्य माहिती (तथ्य) असणे व त्याचे विश्लेषण होणे समाजकार्याच्या दृष्टीने महत्त्वाचे मानले जाते. त्यासाठी समाजकार्य- संशोधन ही प्रभावी पद्धत मानली जाते. साधारणत: सामाजिक प्रश्न, त्यांतील संबंध, समाज व व्यक्ती यांतील सहसंबंध आंतरक्रिया, संघटन, संघटना, संस्था यांसंबंधी अभ्यास केला जातो. समाजकार्यसंशोधनही समाजकार्याची अप्रत्यक्ष पद्धत आहे.

व्याख्या : समाजकार्यसंशोधन म्हणजे सामाजिक प्रश्न व गरजा ओळखून त्यांचे मूल्यमापन करणे होय. गरजूंना दिले जाणारे उपचार व एकूणच सेवा प्रदान करणाऱ्या कार्यक्रमात बदल घडवून विकासाच्या मार्गाने घेऊन जाण्यास समाजकार्य- संशोधन महत्त्वाची भूमिका बजावते. शोधन म्हणजे शोधणे, तपासणे. संशोधन म्हणजे पुन्हा पुन्हा शोधणे व बारकाईने तपासणे. विशिष्ट हेतू / उद्देश बाळगून त्यासंबंधी माहिती बारकाईने पुन्हा पुन्हा शोधणे, चिकित्सकपणे अभ्यासणे यालाच संशोधन म्हटले जाते. थोडक्यात जुनी तथ्ये पडताळून पाहणे व नव्या तथ्यांचा शोध घेणे म्हणजे संशोधन होय.

डब्ल्यू कॅटर यांनी समाजकार्यसंशोधनाची व्याख्या खालीलप्रमाणे केली आहे.

"Social Work research is systematic, critical investigation of question in the social welfare field with the purpose of yielding answers to problems of social work and of extending & generating social work knowledge and concepts."

समाजकार्यसंशोधनाचे प्रकार :

संशोधनाचे मुख्यत्वे दोन प्रकार पडतात-

१) शुद्ध संशोधन

२) क्रियामुखी संशोधन

शुद्ध संशोधन हे कोणत्याही संदर्भाविना केले जाते, तर व्यावहारिक किंवा क्रियामुखी संशोधन हे कृतिसन्मुख असते.

समाजकार्यसंशोधनाची कार्यक्षेत्रे :

ज्या ज्या ठिकाणी सामाजिक समस्येशी संबंधित कार्य करण्यात येते त्या त्या सर्व सामाजिक विषयांशी संबंधित संस्थांमध्ये संशोधन होऊ शकते. या संस्था स्वत: किंवा अन्य संस्थांना संशोधनासाठी साहाय्य करू शकतात. शासकीय अशासकीय संस्था रुग्णालये, सुधारगृहे, सार्वजनिक सेवा, शिक्षण, कृषी, वन, पर्यावरण, प्रसारमाध्यमे, व्यसनमुक्तिसंघटना, कारखाने, कामगार संघटना इ. समाजकार्यसंशोधनाची क्षेत्रे म्हणता येतील.

समाजकार्यसंशोधनाचा उद्देश :

१) समाजकार्याची व्याप्ती वाढविणे.

२) समाजकार्याचा उद्देश व तत्त्वज्ञानाचा फेरविचार करणे.

३) समाजकार्याच्या मूळ संकल्पनांचा पुन्हा अभ्यास करणे.

४) पद्धतशीर ज्ञानाची उभारणी करणे.

५) समाजकार्यज्ञान व प्रत्यक्ष कार्य यांतील संबंध स्पष्ट करणे.

६) सेवांची गरज जाणणे, सेवांच्या दर्जाचे मूल्यांकन करणे व कार्यपद्धतीत सुधारणा घडवून आणणे.

७) समाजातील गरजांचा सामाजिक नियोजनाशी व सामाजिक आंदोलनाशी संबंध जोडणे.

८) संशोधनाद्वारे समाजकार्यपद्धतीची परिणामकारकता वाढविणे.

९) व्यक्तिविघटन व समाजकार्यविघटनाच्या कारणांचा सखोल अभ्यास करणे व उपाययोजना सुचविणे.

१०) समाजकार्यशिक्षणाच्या पायाचा अभ्यास करणे इत्यादी.

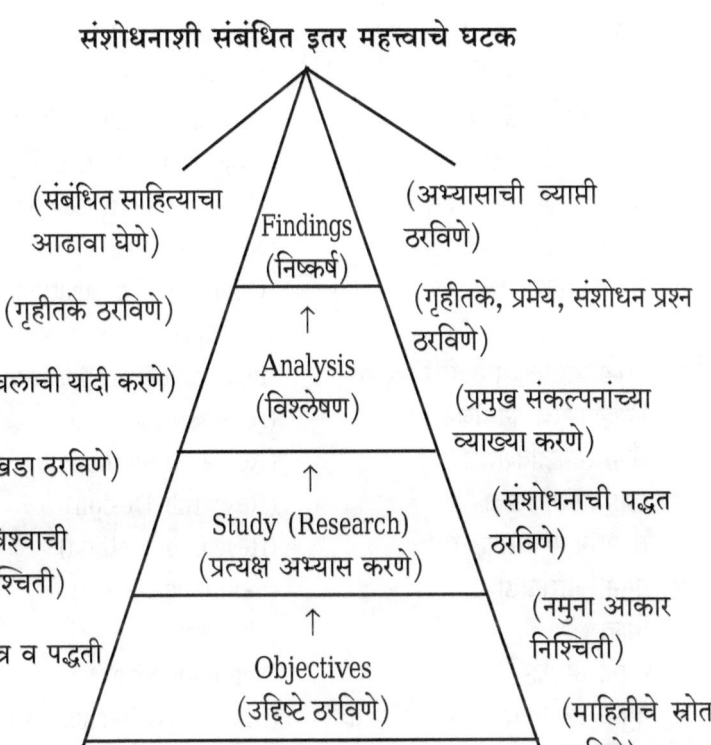

संशोधनाशी संबंधित इतर महत्त्वाचे घटक

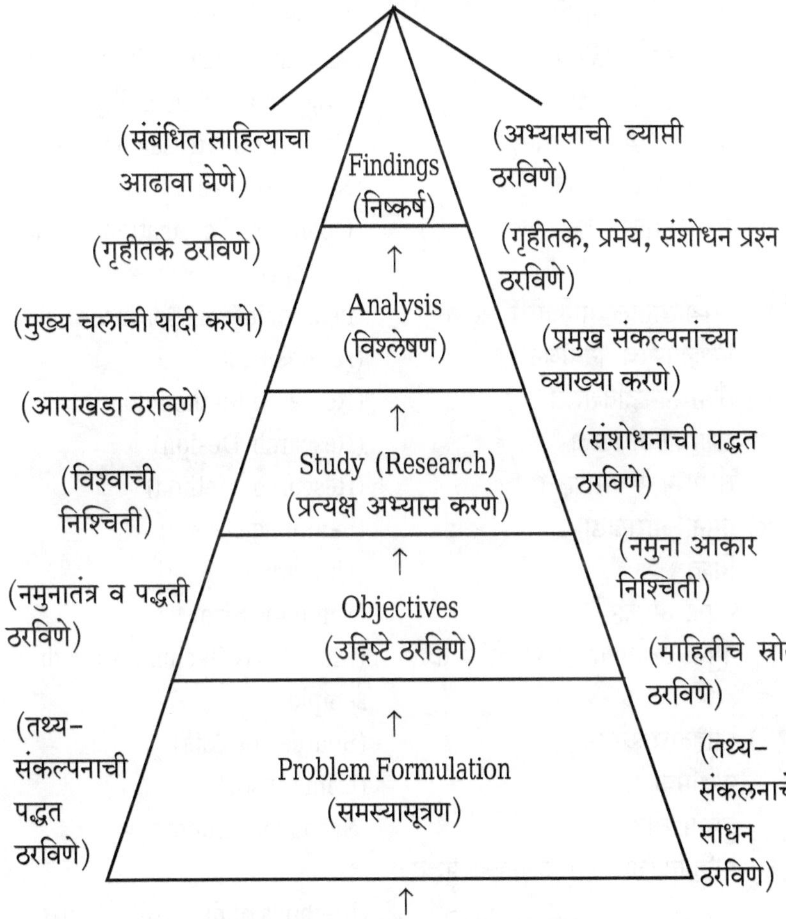

(संबंधित साहित्याचा आढावा घेणे)

(अभ्यासाची व्याप्ती ठरविणे)

Findings (निष्कर्ष)

(गृहीतके ठरविणे)

(गृहीतके, प्रमेय, संशोधन प्रश्न ठरविणे)

(मुख्य चलाची यादी करणे)

Analysis (विश्लेषण)

(प्रमुख संकल्पनांच्या व्याख्या करणे)

(आराखडा ठरविणे)

(संशोधनाची पद्धत ठरविणे)

(विश्वाची निश्चिती)

Study (Research) (प्रत्यक्ष अभ्यास करणे)

(नमुना आकार निश्चिती)

(नमुनातंत्र व पद्धती ठरविणे)

Objectives (उद्दिष्टे ठरविणे)

(माहितीचे स्रोत ठरविणे)

(तथ्य-संकल्पनाची पद्धत ठरविणे)

Problem Formulation (समस्यासूत्रण)

(तथ्य-संकलनाचे साधन ठरविणे)

संशोधनातील महत्त्वाच्या पायऱ्या

संशोधनाचा आराखडा (पायऱ्या) :

खालील मुद्द्यांच्या आधारे संशोधनआराखडा तयार केला जातो. त्यानुसार संशोधनाचे कार्य पार पडते.

१) अभ्यासविषयाचे शीर्षक   (Title of the Study)

२) समस्यासूत्रण   (Formulation of the Problem)

३) अभ्यासाचे महत्त्व   (Significance of the Study)

४) संबंधित साहित्याचा आढावा	(Review of related Literature)
५) अभ्यासाची व्याप्ती	(Scope of the Study)
६) अभ्यासाचे गृहीतक	(Assumption underlying the Study)
७) अभ्यासाची उद्दिष्टे	(Objectives of the Study)
८) गृहीत प्रमेय/ संशोधनप्रश्न	(Hypothisis / Research Question)
९) मुख्य चल	(Key variables)
१०) संकल्पनांच्या व्याख्या	(Operational definations of the Concept)
११) अभ्यासातील माहितीचे घटक	(Items of information in the Study)
१२) विश्लेषणाचे नियोजन	(Analysis Plan)
१३) संशोधनपद्धतिशास्त्र	(Research Methodology)
संशोधनआराखडा	(Research Design)
संशोधनअभ्यासपद्धती	(Research Method)
१४) नमुना आराखडा	(Sampling Design)
विश्व	(Universe)
नमुना आकार	(Sampling Size)
नमुना ठरविण्याच्या पद्धती व तंत्र	(Methods & Techniques to draw sample)
१५) माहितीचे स्रोत	(Sources of data)
प्राथमिक स्रोत	(primary source)
दुय्यम स्रोत	(Secondary Source)
१६) माहिती (तथ्य) संकलनाची पद्धत/पद्धती	
	(Methods of data collection)
१७) माहिती (तथ्य) संकलनाचे साधन	(Tools for data collection)
१८) वेळापत्रक	(Time table)
१९) अंदाजपत्रक	(Budget)

६. समाजकल्याणप्रशासन :

व्याख्या : समाजकल्याणप्रशासन ही एक प्रक्रिया असून तीमध्ये सामाजिक धोरणांचे रूपांतर सामाजिक सेवांमध्ये केले जाते. तसेच अनुभवांचा उपयोग मूल्यमापन व अपेक्षित दुरुस्ती करण्यासाठी केला जातो.

जॉन किडनेट यांच्या म्हणण्याप्रमाणे "Social welfare Administration is the process of transferring social policy into social services and the use of experience in evaluating & modifying policy" म्हणजेच सामाजिक योजनेचे सामाजिक सेवेमध्ये परिवर्तन करणे, योजनेनुसार सेवा देणे ह्या उद्देशाने होणारी क्रमबद्ध प्रक्रिया व कार्य म्हणजे समाजकल्याण प्रशासन होय.

व्यावसायिक कौशल्य व क्षमतांचा वापर करून काही विशिष्ट साध्य करण्यासाठी समाजकल्याणप्रशासनाचा वापर केला जातो. म्हणूनच वैद्यकीय, शैक्षणिक, कायदेविषयक व औद्योगिक क्षेत्रात गरजूपर्यंत परिणामकारक सेवा पुरविण्यासाठी समाजकल्याण- प्रशासनाचा उपयोग केला जातो. शिक्षणतज्ज्ञ, संस्थाप्रमुख, दवाखान्यातील शल्यचिकित्सक किंवा दवाखानाप्रशासन त्यांच्या सेवा गरजूंपर्यंत पोहोचविण्यासाठी विशिष्ट लोकांची गरज भासते. त्या त्या क्षेत्रात कार्य करणाऱ्या विशेष ज्ञान अवगत व्यक्तींचा संचय अपेक्षित असतो. उदा: दवाखान्यात परिचारिका, क्लार्क, डॉक्टर, संस्थेत क्लार्क, प्रशासक, समाजकार्यकर्ता, शिपाई, प्रकल्पावर काम करण्यासाठी प्रकल्प अधिकारी व त्यांना साहाय्य करणारे क्षेत्रकार्यकर्ते वगैरे.

याच प्रकारे समाजकार्य क्षेत्रामध्येही गरजूंना वेळेत सेवा प्रदान करता येईल यासाठी समाजकार्यकर्त्यांचा एक गटच अपेक्षित असतो. तशी यंत्रणाच हवी. तेव्हाच योग्य ते उपचार करता येतात. अशिलाच्या प्रश्नांची सोडवणूक करता येते आणि उद्भवणाऱ्या प्रश्नांना आळा घालता येऊ शकतो.

समाजकल्याणप्रशासनास दुधारी शस्त्र समजले जाते. कारण एका बाजूला विषय व कार्यक्रमासंबंधित ज्ञानाचा उपयोग होतो. तर दुसऱ्या बाजूला नियोजन, आयोजन, कर्मचारी, मार्गदर्शन, समन्वय, अंदाजपत्रक व हिशोब ठेवण्यासाठी मदत होते. मात्र प्रशासनयुक्त शस्त्राच्या दोन्ही बाजूंचा वापर परिणामकारकरीत्या व्हायला (करायला) हवा.

सध्याच्या काळात प्रश्नांची गुंतागुंत वाढत आहे. कल्याणकारी सेवा ही अधिक अपेक्षित आहेत. त्यात संस्थांचीही दिवसेंदिवस भरच पडते आहे. म्हणूनच भक्कम प्रशासनाची आज गरज आहे. परिणामकारक प्रशासन व परिणामकारक (कुशल) कल्याणकारी सेवा या एकमेकांना पूरक असतात आणि असायला हव्यात. म्हणूनच म्हटले जाते की परिणामकारक समाजकल्याणसेवा आणि भक्कम प्रशासन हे परिणामकारक समाजकार्याचे हृदय आणि डोके होय.

समाजकल्याणप्रशासनाची तत्त्वे :

१) समाजकल्याणक्षेत्रात कार्य करणाऱ्या व्यक्तींना विविध प्रश्नांना सामोरे जावे लागते. म्हणून त्यांना व्यक्तीच्या वर्तनासंबंधी तसेच कौशल्य व तंत्राचे अधिक ज्ञान असायला हवे.

२) दिलेले काम त्या कामासंबंधीची प्रक्रिया व ते काम पुढे घेऊन जाण्यासंबंधी व कामाचा निपटारा करण्यासंबंधी स्पष्टता हवी.

३) कार्यक्रमाचे प्रशासन हे कुशल व परिणामकारक काम करणाऱ्या व्यक्तीकडेच द्यावे. कार्यक्रमासंबंधीचे प्रश्न व त्याची जाणीव असणाऱ्यांकडेच ते ते काम सोपवावे.

४) भक्कम प्रशासनाचा उद्देशच हा की त्यामध्ये कर्मचाऱ्यांच्या सहभागाला प्रोत्साहन देणे. गटांच्या प्रक्रियेचे तत्त्व यासाठी वापरणे अत्यंत महत्त्वाचे ठरते. प्रशासकीय प्रक्रिया ही लोकशाही तत्त्वावर व श्रमाच्या विभाजनावर अवलंबून असायला हवी.

५) प्रशासनामध्ये कार्य करणाऱ्या प्रत्येक व्यक्तीला दिलेले काम हे अत्यंत महत्त्वाचे आहे असे वाटले पाहिजे. ते काम संस्थेचे उद्देश पूर्ण करण्यास कारणीभूत ठरेल ही भावना त्यांच्यात निर्माण व्हायला हवी.

६) शेवटी कल्याणप्रशासन म्हणजे संस्थेद्वारे समुदायांना सेवा प्रदान करणे व त्यांचे कल्याण साधणे होय.

७) समाजकल्याणप्रशासनाची फलश्रुती याचे मूल्यमापन करण्यासाठी परिपूर्ण व्यवस्था करायला हवी.

समाजकल्याणप्रशासनाची कार्ये :

१) संस्थेचा उद्देश, ध्येय व हेतू निश्चित ठरवणे.

२) संस्थेची रचना ठरविणे व संस्थेला बळकटी देणे.

३) संस्थेला आवश्यक ते कर्मचारी निवडणे. त्यांना विकसित करणे व मार्गदर्शन करणे.

४) संस्थेच्या संचालक मंडळाबरोबर व विविध वर्गांबरोबर कार्य करणे.

५) संस्थेच्या ध्येयपूर्तीच्या दृष्टीने संस्थेच्या साध्याचे अचूक मूल्यमापन करणे.

६) भविष्याचा वेध घेणे. जेणेकरून बदलत्या गरजेप्रमाणे व साधनाप्रमाणे सेवा प्रदानाचे सातत्य राखता येईल.

७) वित्तीय व्यवस्थापन करणे.

८) इतर संस्थांशी अर्थपूर्ण व परिणामकारक संबंध प्रस्थापित करणे. इ.

समाजकल्याणप्रशासनाचे क्षेत्र/घटक :

समाजकल्याणप्रशासनाचे महत्त्वाचे घटक खालीलप्रमाणे :

१) नियोजन आणि धोरणे ठरविणे.

२) संस्था आणि यंत्रणा.

३) संस्थेची घटना व कार्यकारी मंडळाची कार्ये.
४) कर्मचाऱ्यांसंबंधीचे धोरण.
५) पर्यवेक्षण आणि नेतृत्व.
६) कार्यक्रमविकास व भक्कम कार्यपद्धती आणि कार्यवाही.
७) विशेषीकरण आणि समन्वय.
८) अहवाल देणे, मूल्यमापन आणि संशोधन.
९) सार्वजनिक संबंध.
१०) साधनांचा शोध, त्याची वृद्धी, वित्तीय व्यवस्थापन व त्यावरील नियंत्रण आणि उत्तरदायित्वाच्या संकल्पनेचा अंमल
११) योग्य नोंद ठेवणे व त्याचे संवर्धन करणे.

४.३ सारांश

व्यावसायिक समाजकार्याची उद्दिष्टे, वैशिष्ट्ये, मूल्य, तत्त्वे व पद्धती एकमेकांस पूरक आहेत. सामाजिक विकासासाठी सामाजिक व्यवस्थेमध्ये बदल घडवून आणणे, हा समाजकार्याचा मुख्य हेतू असून त्यासाठी सामूहिक प्रयत्नातूनच सामाजिक साध्याचे (achievement) ध्येय गाठणे अपेक्षित आहे. त्यासाठी सगाजकार्यमूल्यांची पायमल्ली न होऊ देणे, समाजकार्यतत्त्वांशी प्रामाणिक राहून कार्य करणे, विविध समाजकार्य पद्धतींचा योग्य वापर या सर्व बाबी महत्त्वाच्या आहेत. समाजकार्यसंशोधन व समाजकल्याणप्रशासन हे दोन घटकही महत्त्वाचे आहेत. किंबहुना या घटकाविना समाजकार्य अधुरेच म्हणता येईल.

४.४ पारिभाषिक शब्द, शब्दार्थ

१) **लोकशाही मूल्य :** लोकांनी लोकांच्या भल्यासाठी मान्य केलेले व वापरात असलेले आचार, विचार व नियम म्हणजे लोकशाही मूल्य.

२) **प्रतिबंधात्मक सेवा :** एखादी समस्या निर्माण होऊच नये यासाठी करण्यात येणारे प्रयत्न, उपाययोजना व त्यांसाठी पुरविण्यात येणाऱ्या सेवासुविधा म्हणजे प्रतिबंधात्मक सेवा होय.

५

व्यावसायिक समाजकार्य : व्याप्ती, क्षेत्रे व मर्यादा
(Professional Social Work : Scope, Fields and Limitations)

५.१   प्रस्तावना
५.२   विषयविवेचन
५.३   सारांश
५.४   पारिभाषिक शब्द, शब्दार्थ

सदर घटकाच्या अभ्यासामुळे समाजकार्याची व्याप्ती म्हणजेच समाजकार्य कोणकोणत्या घटकासंबंधी कार्य करू शकते, कितपत खोलवर जाऊन कार्य करू शकते हे समजणार आहे. समाजकार्याला कार्यक्षेत्राची खरं तर मर्यादाच नाही. जिथं समस्या तिथं समाजकार्य पोहचते. ती कार्यक्षेत्रेही या अभ्यासातून समजणार आहेत. असे जरी असले तरी व्यवसाय म्हणून समाजकार्याच्या निश्चितच काही मर्यादा आहेत त्या मर्यादांचे आकलनही या घटकाच्या अभ्यासातून होणार आहे.

५.१ प्रस्तावना

व्यावसायिक समाजकार्य समजून घेताना त्याची व्याप्ती, क्षेत्रे व मर्यादा समजून घेणे महत्त्वाचे आहे. समाजकार्याची गरज सर्वच क्षेत्रांत असली व ते सिद्धही झाले असले तरी कोणत्याही व्यवसायाला जशा मर्यादा असतात तशाच समाजकार्य-व्यवसायाच्याही काही मर्यादा आहेत. नेमके याचेच (समाजकार्याची व्याप्ती, क्षेत्रे व मर्यादा) विवेचन या प्रकरणामध्ये केले आहे. विवेचन करताना अनेक उदाहरणांचा उपयोग करून विषय सहज समजेल याची खबरदारी घेतली आहे.

५.२ विषयविवेचन

समाजकार्याची व्याप्ती (Scope of Social Work) :

असे म्हटले जाते की जिथे माणूस (व्यक्ती) तिथे समस्या. जिथे समस्या, तिथे समाजकार्याची गरज. समाजकार्याला खरं तर मर्यादा असू नयेत. सर्व स्तरांत, सर्व गटांसाठी, स्त्री-पुरुष, वृद्ध (ज्येष्ठ नागरिक), अपंग, समुदाय, कामगार, अपराधी, रुग्ण ह्या विविध प्रकारच्या मानवांचे कल्याण ही समाजकार्याची व्याप्ती होय. समाजकार्याच्या सदर व्याप्तीनुसार समाजकार्याची प्रमुख क्षेत्रे पुढीलप्रमाणे आहेत.

१) कुटुंब व बालकल्याण सेवाक्षेत्र.

२) वैद्यकीय व मानसरोग चिकित्सासेवाक्षेत्र.

३) कामगार कल्याण व व्यवस्थापनसेवाक्षेत्र.

४) अपराध व सुधारात्मक सेवाक्षेत्र

५) समुदाय विकास सेवाक्षेत्र

समाजकार्याची क्षेत्रे (Fields of Social Work) :

१) कुटुंबकल्याण व बालकल्याण सेवाक्षेत्र :

यात मानवाच्या जन्मापासून मृत्यूपर्यंत सर्व अवस्थांमध्ये मानवाला दिल्या जाणाऱ्या सेवांचा अंतर्भाव होतो. आयुष्याच्या प्रत्येक टप्प्यावर असणाऱ्या गरजा लक्षात घेऊन त्या पूर्ण करण्याचे कार्य या क्षेत्राच्या अंतर्गत केले जाते. स्त्री, पुरुष, बालके, किशोर, युवक, प्रौढ, पालक, ज्येष्ठ नागरिक, अपंग व सामान्य अशा सर्वांना अपेक्षित असणाऱ्या सेवांचा यात समावेश असतो. कुटुंबाचा प्रत्येक घटक या सेवाक्षेत्राचा महत्त्वाचा भाग असतो. कुटुंब केंद्रस्थान मानून कुटुंबाला आपल्या सदस्याच्या गरजा पूर्ण करता याव्यात, त्यांचे संरक्षण करता यावे व पाठिंबा देता यावा यासाठी प्रयत्न केले जातात. कुटुंब व त्यातील सदस्यांना बलशाली व सक्षम करण्यासाठी या क्षेत्रात कार्य केले जाते. कुटुंबाला आवश्यक असणाऱ्या सेवा उपलब्ध नसतील तर त्या निर्माण करणे व कुटुंबापर्यंत पोहचविण्याचे कार्य या सेवाक्षेत्राद्वारे केले जाते.

मानवाच्या जीवनात कुटुंबाला महत्त्वाचे स्थान आहे. कुटुंब हा व्यक्तीच्या जीवनाचा पाया असून समाजाला स्थैर्य देण्याचे, नागरिक पुरवण्याचे कार्य कुटुंब करते. कुटुंबातील सदस्यांच्या परस्परसंबंधांना बळकटी देण्यासाठी ते संबंध टिकवून ठेवण्यासाठी कुटुंबाला व त्यातील सदस्याला सेवा पुरविल्या जातात. कुटुंबनियोजन हा कार्यक्रमही याच क्षेत्रात येतो. कुटुंबकल्याणसेवा कुटुंबाला व त्यातील नातेसंबंधांना सुदृढ करते. कुटुंबातील ताणतणाव, कौटुंबिक विघटन, वैवाहिक समस्या, कुटुंबात होणारे शोषण, हिंसा, अनैतिक व्यवहार, व्यक्तीची उपेक्षा व कुटुंबसदस्यांचा विकास

हे सर्व विषय या क्षेत्रात अंतर्भूत आहेत.

बालकल्याण :

बाल न्याय अधिनियम (२०००) प्रमाणे १८ वर्षांखालील व्यक्तीला बालक संबोधले जाते. बालकाचा विचार करताना बालक ज्या कुटुंबाचा घटक असतो, त्या कुटुंबाचा व बालकाचा संबंध ज्या ज्या घटकांशी येतो त्या सर्व घटकांचा विचार बालकल्याणात केला जातो. बालके ही भावी नागरिक असतात. त्यांची योग्य जडणघडण होणे अत्यंत आवश्यक असते. हे लक्षात घेऊन बालकाचा योग्य विकास घडवून आणण्याचा प्रयत्न या क्षेत्रात केला जातो. बालकाच्या विकासासाठी बालकाचे कुटुंब त्याची काळजी घेण्यासाठी सक्षम असणे व त्याला समर्थ करणे महत्त्वाचे असते. कुटुंबातील इतर सदस्यांचे कल्याण हे बालकाच्या कल्याणास पूरक ठरू शकते. या क्षेत्रात केवळ बालक केंद्रस्थानी मानून चालत नाही. बालकांशी संबंधित सर्व घटकांचा विचार व त्यासंबंधी कृती अपेक्षित आहे. या सर्व प्रकारच्या विचारामुळे एकात्मिक बालविकास सेवाप्रकाराचा उदय झाला. उदा: शासनाची एकात्मिक बालविकास योजना वगैरे.

बालक हा मानव असतो म्हणून बालकाला संयुक्त राष्ट्रसंघाने १९८९ साली काही हक्कही प्रदान केले आहेत. मुलांचे कल्याण, त्यांचा विकास, त्यांच्या क्षमतांचा विकास, त्यांचे आरोग्य व त्यांची काळजी, विचार व्यक्त करण्याचा व माहिती स्वीकारण्याच्या अधिकाराबरोबरच जन्मानंतर लगेच नोंदणी, राष्ट्रीयत्व, खेळण्याचा अधिकार, लैंगिक शोषणापासून संरक्षणाचा अधिकार इ. हक्क देण्यात आले आहेत. या सर्व अधिकाराद्वारे बालकाचे कल्याण अपेक्षित आहे. बालकाच्या कल्याणाचा विचार करताना त्याचा शारीरिक, बौद्धिक, भावनिक, सामाजिक व नैतिक विचार करण्यात आला आहे. साधारणपणे बालकल्याणसेवांमध्ये खालील सेवांचा समावेश होतो.

पूरक आहार, आरोग्यविषयक (लसीकरण), मनोरंजन (क्रीडाकेंद्र व वाचनालये, मनोरंजन केंद्रे), शारीरिक (क्रीडा, स्काउट), सृजनात्मक (हस्तकला, संगीत, साहित्य, नाट्य), मानसिक (वादविवाद स्पर्धा), शैक्षणिक (शिक्षण, शालेय समाजकार्य, विद्यार्थिगृह, बालकमंदिरे) वगैरे.

सदर सेवांचे दोन प्रकारांत वर्गीकरण करण्यात येते. ते खालीलप्रमाणे-

● **संस्थात्मक सेवा** – यामध्ये अनाथालये, गरजू मुलांसाठी (शॉर्ट स्टे होम्स) उदाहरणार्थ, कुष्ठरुग्णांची मुले, क्षयरोगग्रस्तांची मुले, जेल भोगणाऱ्या महिलांची मुले (फॉस्टर होम्स), अविवाहित महिलांच्या मुलांसाठी निवास व सांभाळ, बालगुन्हेगार मुलामुलींसाठी निरीक्षणगृहे, भावनिकदृष्ट्या अस्थिर मुलांसाठी निवारा, उपचारकेंद्रे

वगैरेचा समावेश होतो.

• **संस्थाबाह्य सेवा – (अ)** सर्वसाधारण मुलांसाठी- पाळणागृहे, पूर्व प्राथमिक शाळा, दिवसा काळजी घेणारे केंद्र, बालवाडी, अंगणवाडी मनोरंजन व छंदवर्ग, ग्रंथालये, शालेय समाजकार्य, शालेय आरोग्य सेवा, बालमार्गदर्शन केंद्र. **(ब)** विशेष मुलांसाठी- मानसिकदृष्ट्या (विशेष) अपंग मुलामुलींसाठी शाळा, अंध, अपंग मुलांसाठी शिशुगृहे, विशेष मुलांसाठी भत्ते, दत्तक योजना आदी सेवांचा समावेश होतो.

२) महिलाकल्याण :

सन १९९१ च्या जनगणनेनुसार दर हजार पुरुषांमागे स्त्रियांचे प्रमाण ९५९ होते. यावरून लक्षात येते की सर्वसाधारणपणे समाजाचा अर्ध्याहून अधिक भाग या महिला आहेत. तरीही मागच्या तुलनेत स्त्रियांचा प्रभाव कमी होत आहे. म्हणूनच स्त्रियांची काळजी व त्यांचा विकास होण्याच्या दृष्टीने पावले उचलायलाच हवीत. असे म्हटले जाते की स्त्रीविकास म्हणजे समाजाचा विकास आणि ते खरेच आहे. ज्या समाजात स्त्रीला दुय्यम स्थान तो समाज मागास असतो असे अनेकवेळा सिद्ध झाले आहे. आज बदलत्या परिस्थितीतही स्त्रियांना म्हणावे तेवढे महत्त्व दिले जात नाही. किंबहुना दुय्यमस्थानी पाहिले जाते. स्त्रीकल्याणाचे काम करणाऱ्या बऱ्याच संस्था आज कार्यरत आहेत. स्त्रियांना विविध सेवा सवलती मिळत आहेत परंतु सर्वसामान्य, तळागाळातील, मागासवर्गीय, खेडेगावातील स्त्रियांच्या अवस्थेत बदल होण्यासाठी अजून बरेच काही करण्याची गरज आहे.

स्त्रियांचा समान विकास होण्यासाठी त्यांना माणूस म्हणून जगण्यासाठी समान संधी मिळावी, भेदभाव होऊ नये, त्यांचा सर्व स्तरांवर सहभाग वाढावा या उद्देशाने महिलाकल्याण क्षेत्राद्वारा कार्य केले जाते. महिलांचा समान विकास ही आधुनिक काळाची गरज मानली जाते. ही गरज लक्षात घेऊन देशपातळीवर व राज्यपातळीवर अनेक संस्था, संघटना कार्यरत असल्याचे दिसते. त्यात केंद्रीय समाज कल्याण मंडळ, राष्ट्रीय व राज्य महिला आयोग, महिला धोरण, महिला आरक्षण, महिला आर्थिक विकास महामंडळे, कायदा सल्ला सेवा, वसतिगृहे, माताबालसंगोपन व आरोग्य सेवा, दत्तक सेवा, स्त्री आधार केंद्रे, हुंडाबळी, संरक्षणकेंद्रे, कुटुंबकल्याण सेवा आदी सेवा पुरविल्या जातात.

स्त्रियांवर होणारे अन्याय अत्याचार, छळ, स्त्री कर्मचारी व स्त्री कामगारांना येणाऱ्या समस्या, बलात्कार, स्त्रियांची आर्थिक, शारीरिक, मानसिक पिळवणूक थांबविण्यासाठी या क्षेत्रांतर्गत प्रयत्न केले जातात.

स्त्रियांच्या वरील समस्यांवर तोडगा काढून त्यांच्या विकासाचाही विचार या क्षेत्रात प्राधान्याने केला जातो. स्त्रीकल्याण साधणाऱ्या विकासात्मक, पुनर्वसनात्मक, उपचारात्मक, प्रतिबंधात्मक सेवा हे क्षेत्र पुरविते. स्त्रियांना समाजाच्या मुख्य प्रवाहात सामावून घेणारे कार्यक्रम व त्यासंबंधीचे धोरण हा या सेवांचा मुख्याधार असतो.

३) युवक कल्याण :

युवक म्हटला की जो कसलेही आव्हान स्वीकारतो, ते तडीस नेण्याच्या दृष्टीने प्रयत्न करतो, ज्याच्यात धैर्य, धाडस, बरंच काही जाणून घेण्यास व त्याची कार्यवाही करण्यास उत्सुक असतो, प्रेम देतो, प्रेम स्वीकारतो. मात्र सहजासहजी परिस्थितीशी जुळवून घेत नाही. लाथ मारील तिथे पाणी काढण्याची तयारी असते. सर्वांवर सदा अवलंबून असणारे बालक व स्वतंत्रपणे आपल्या पायांवर उभा राहणारा प्रौढ या दोन्ही अवस्थांच्या मध्ये असणाऱ्या व्यक्तीला युवक म्हटले जाते. तरीही युवक हा उपेक्षित आणि युवककार्यही उपेक्षितच राहिले आहे. वास्तविक पहाता देशातील सर्वसाधारण १५ ते ३५ वयोगटातील सर्वच युवक युवती हे देशाच्या उन्नतीचा खरा आधार आहेत, त्यांच्यावरच देशाचे बरेवाईटपण अवलंबून असते. देशाच्या लोकसंख्येच्या ३५% लोकसंख्या ही १५ ते ३५ या वयोगटातील असून त्याच व्यक्ती शक्तिमान आहेत. तेच काहीतरी ठोस बदल घडवून आणण्यात मदत करू शकतात. म्हणून प्रथम त्यांचे कल्याण अपेक्षित आहे. त्यांच्या कल्याणातच देशाचे कल्याण दडलेले आहे.

किशोरावस्थेत मानसिक, शारीरिक बदल अत्यंत वेगाने होत असतात. होणाऱ्या बदलांना तोंड देणे युवकांना कठीण जाते. अशा अवस्थेत त्यांना इतरांकडून सहानुभूतीची, सहनशीलतेची, त्यांना पूर्ण स्वातंत्र्य देण्याची गरज असते. त्यांना अधिकार तर हवेच असतात पण अधिकार गमावलेले अजिबात चालत नाही. स्वत:चे निर्णय स्वत:च घ्यायला आवडतात. निर्णय घेतातही मात्र अनेकवेळेला चुकांना सामोरे जावे लागते. अपरिपक्वतेतून परिपक्वतेकडे जाणारा तो काळ असतो. विविध दृष्टिकोनांतून युवकांच्या संबंधित काही व्याख्या करण्यात आलेल्या आहेत त्या खालीलप्रमाणे :

१) जो संकटांशी, अडीअडचणींशी, समस्यांशी सतत झुंज द्यायला तयार असतो, ज्याच्या डोळ्यांत साहसाचे तेज चमकते तोच खरा युवक होय.

२) सर्वांवर सदा अवलंबून राहणारा बाल व स्वतंत्रपणे आपल्या पायावर उभा राहणारा प्रौढ यांच्या मध्ये असणारी व्यक्ती म्हणजे युवक होय.

३) श्रीनगर येथे झालेल्या एका परिषदेत युवकाची व्याख्या केलेली आहे. त्यामध्ये १२ ते २५ या वयोगटातील व्यक्तींना युवक (लोकांना) म्हटले जाते.

सामाजिक दृष्टिकोनातून केलेली व्याख्या :

अजूनही मातृत्व पितृत्व अवस्था न आलेली व्यक्ती म्हणजे युवक होय.

आर्थिक दृष्टिकोनातून केलेली व्याख्या :

वयात आलेली तथापि आर्थिक दृष्टीने निर्वाहाचे साधन असूनही ते उपलब्ध न झाल्याने स्वयंनिर्णयाचे, स्वयंनिर्भर जीवन ज्याला जगता येत नाही अशी व्यक्ती प्रामुख्याने पुरुष म्हणजे युवक होय.

शासनाने युवकांची व्याख्या ही शारीरिक वयावरून ठरविली असून १५ ते ३५ वयोगटातील स्त्री-पुरुषाला युवक समजावे असे म्हटले आहे. जी व्यक्ती (स्त्री-पुरुष) परिस्थितीवर मात करते ज्याच्यात उत्साहाचं वारं संचारलेलं असतं आणि आपलं भविष्य आपणच (स्वतःच) बनवितो, घडवितो तोच खरा युवक. थोडक्यात युवक म्हणजे (तरुण) उत्साह, भविष्यातील बदलाची स्वप्ने पाहणारा व स्वप्ने साकार करण्याची जिद्द बाळगणारी व्यक्ती.

''माझा देश माझ्यासाठी काय करतो याचा विचार न करता आम्ही आमच्या देशासाठी काय करू शकतो हे महत्त्वाचे आहे.'' जॉन एफ. केनडी यांनी केलेल्या या विधानाचे तंतोतंत पालन करण्यासाठी युवकांना या क्षेत्राद्वारे विचार करण्यास प्रवृत्त केले जाते. युवकातील अनिष्ट प्रवृत्तींना मूठमाती देऊन त्यांच्यामध्ये आधुनिक व तंत्रज्ञानविषयक दृष्टी देण्याचे काम युवा कल्याण क्षेत्र करते. अलीकडे असे म्हटले जाते की, युवकांच्यामधील जिद्द, जोश कमी होत चालल्याने त्यांना जिंकता येत नाही. साहस, साधना नि संयम यांवरील ताबा ढळल्याने काही म्हणावे ते साध्य होत नाही आणि धमक, धाडस व धीर खचत चालल्याने ध्येयपूर्ती होत नाही. नेमक्या याच गोष्टीवर युवककल्याण क्षेत्र प्रकाश टाकते आणि युवकांच्या भल्यासाठी जे जे काही करणे शक्य आहे ते करण्याचा प्रयत्न केला जातो. त्याचे योग्य सामाजिकीकरण घडवून आणण्याचा प्रयत्न केला जातो, विवाहपूर्व आणि विवाहानंतरचे आवश्यक मार्गदर्शन याच विभागामार्फत केले जाते. रोजगार, लैंगिकतेसंबंधित, मार्गदर्शन केले जाते. ही व अशी अनेक वैशिष्ट्ये असलेल्या युवकांचे अनेक प्रकारात वर्गीकरण करता येते. ते खालीलप्रमाणे :-

१) स्त्री-पुरुष युवक

२) ग्रामीण/शहरी युवक

३) उद्योगधंद्यातील / शेतकरी युवक

४) अनाथ युवक / युवती

५) अल्पसंख्याक युवक

६) अदिवासी युवक
७) मागासवर्गीय युवक
८) विद्यार्थी/विद्यार्थीतर युवक
९) घटस्फोटित युवक/ युवती
१०) बेरोजगार
११) अपंग
१२) विवाहित/अविवाहित

या युवकांचा विकास वेळेत व योग्य रीतीने होण्यासाठी प्रथम त्यांचे वर्गीकरण करून त्यावर आधारित धोरणे व कार्यक्रम आखण्याची गरज असते. तेव्हाच त्यांना न्याय देता येतो. नेमके हे लक्षात घेऊनच युवककल्याण क्षेत्रात युवकांचा सर्वांगीण विकास घडवून आणण्यासाठी प्रयत्न केले जातात.

युवकांना खालील जबाबदारीची जाणीव करून देण्याचे कार्य युवककल्याण क्षेत्र करते.

१) मानवप्राणी व निसर्गातील सर्वच नवनिर्माणाचा आदर करणे .
२) होणारा विकास (बदल) स्वीकारून प्राणिमात्रावर दया करणे.
३) सार्वजनिक मालमत्ता, निसर्ग, त्यातील साधने, कुटुंब व समाज आदींचे संरक्षण करणे.
४) राजकारण, समाजकारण, आर्थिक व सांस्कृतिक विकासांत सहभाग घेणे.
५) समाजात होणाऱ्या सर्व प्रकारच्या अन्यायाविरुद्ध आवाज उठविणे.
६) देशाचे संरक्षण करणे.
७) इतरांना सहकार्य व मदत करणे.
८) स्वत:कडील असलेल्या ज्ञानाचे आदान प्रदान करणे.
९) जे समाजाला आवडणार नाही ते टाळून हिंसेला आळा घालणे.
१०) आदर देणे, आदर स्वीकारणे आणि परिणामकारकरीत्या कर्तव्य पार पाडणे
११) व्यसनाधीनता व विध्वंसक वृत्तीत बदल करून स्वयंविकासाबरोबर इतरांच्या विकासासाठी हातभार लावणे.

४) वृद्धकल्याण :

वृद्ध म्हणजे समाजाची अनुभवसंपत्ती असते. त्या अनुभवाचा उपयोग करून घेणे पुढच्या पिढीचे काम असते. ६० वर्षांवरील व्यक्तीला वृद्ध म्हटले जाते. अलीकडे वृद्धास ज्येष्ठ नागरिक म्हणून संबोधले जाते. त्यांस श्रेष्ठ नागरिक म्हणावे असा आग्रहही होत आहे. १९९१ च्या जनगणनेनुसार ६० वर्षांवरील व्यक्तींची संख्या एकूण

लोकसंख्येच्या ६.८% आहे. आपल्या आयुष्याचा सुवर्णकाळ त्यांनी कुटुंब व समाजासाठी दिलेला असतो. त्यामुळे समाज त्यांचा ऋणी असतो. वृद्ध हे इतरांवर अवलंबून असतात. आयुष्याच्या या टप्प्यावर उत्पादन करण्यास ते आसहाय्य असतात. वृद्धावस्था ही जीवनचक्रातील एक विशिष्ट अवस्था आहे त्यावेळी त्याची घरात व समाजात भूमिका बदललेली असते. क्रियाशीलता, मानसिक व शारीरिक क्षमता यांत फरक पडलेला असतो. जबाबदाऱ्या, कर्तव्य, अपेक्षा बदललेल्या असतात. अशा वेळी बदलत्या परिस्थितीशी समायोजन करून स्वत:चे अस्तित्व स्वत:ला व इतरांना हवेहवेसे व उपयोगाचे ठेवण्यात यश मिळवणारे वृद्ध सुखमय जीवन जगतात. वृद्धावस्थेतील समस्या वैशिष्ट्यपूर्ण असतात. त्यात आरोग्यविषयक समस्या, आर्थिक समस्या व समायोजनाच्या समस्या या प्रमुख समस्या असतात. पुढील काळात भरपूर मोकळा वेळ ही वृद्धांची एक समस्या असते. बदलत्या काळात व बदलत्या कुटुंबाच्या स्वरूपामुळे वृद्धांचे कुटुंबातील स्थान कमी होत जाते. वृद्ध म्हणजे उपेक्षित, टाकून देणे, बोलणे, दुर्लक्ष करणे, नकोसे झालेले पीडित, शोषित अशी अनेक विशेषणे वृद्धांना लावली जातात. ही वास्तविकता आहे. एकटेपणाची, भावनिकतेची समस्याही वृद्धांना भेडसावते. आजच्या काळात जिथं विभक्त कुटुंबपद्धती आहे तिथं वृद्धांची काळजी घेण्यास कोणीही नसतं. अशा वृद्धांची संख्याही बरीच आहे. निराधार वृद्धांसाठी त्यांची दैनंदिन काळजी व कामे करण्यासाठी घरपोच सेवा, घरकाम सेवा, बाहेरची कामे करून देण्याची सेवा, आजारपणात काळजी वाहण्याच्या सेवा इ. काळाजी गरज होऊन बसली आहे.

वृद्धांचे जीवन सुखावह होण्यासाठी विविध योजना व कार्यक्रम राबविले जातात. ज्यात सामाजिक सुरक्षितता, आयुर्विमा, पेन्शन, वृद्धाश्रम, स्पॉन्सरशिप कार्यक्रम, दवाखाने, संजय गांधी निराधार व स्वावलंबन योजना, ज्येष्ठ नागरिकांसाठी प्रवास-सवलत आदी सेवांचा समावेश होतो.

५) अपंग कल्याण :

अपंग हा समाजाचा घटक आहे. त्यांचा कुटुंबकल्याणातच खरंतर अंतर्भाव असतो. कुटुंबातील व्यक्ती अपंग असली तरी इतरांप्रमाणे समान अधिकार असतात. त्यांना समान संधीचीही आवश्यकता असते. अपेक्षेनुसार सामान्य भूमिका पार पाडणे अशक्य होणे किंवा त्यावर मर्यादा येणे म्हणजे अपंग होय. अपंगांना इतर सामान्य समस्येबरोबरच विशेष स्वरूपाच्या सामाजिक व मानसिक समस्या असतात. त्यांच्या समस्या जाणून घेणे महत्त्वाचे असते. त्याशिवाय सेवाप्रदानाची योजना आखता येत नाही. अपंगांनी आपल्या विशिष्ट अवयवांची कार्यशक्ती गमावलेली असते. त्यामुळे

भूमिका बजावताना वारंवार अडचणी येतात. ते इतरांवर अनेक वेळा अवलंबून असतात. किंबहुना त्यांना अवलंबून रहावे लागते. अपंगांच्या विशिष्ट भागाची कार्यशक्ती व त्या भागाद्वारा अपेक्षित कार्य सोडले तर अपंग इतर सर्वसामान्य व्यक्तींप्रमाणेच कार्य करू शकतात. तरीही त्यांच्या कार्यशक्तीवर समाज विश्वासच ठेवत नाही. समाजाचा अपंगांकडे पाहण्याचा दृष्टिकोनच पूर्वग्रहदूषित झाला आहे.

अपंगांनी स्वतंत्र व स्वावलंबी होण्याची अत्यंत गरज असते. त्यांच्यामध्ये अपंगत्वासंबंधी न्यूनगंड असला तरी जीवन समृद्ध होण्यासाठी, स्वतंत्र जीवन जगण्यासाठी अपंग सतत खटाटोप करीत असतात. ते विविध प्रकारचे प्रशिक्षण घेतात व स्वत:च्या पायांवर उभं राहण्याचा प्रयत्न करतात. त्यांच्यातील जिद्द वाखाणण्यासारखीच असते. अपंगाने शरीराचा एखादा भाग गमावला असला तरी एरवी अपंग व्यक्ती सर्व-सामान्यांसारखीच असते.

अपंगत्वाचे प्रकार :

अपंगत्वाचे प्रमुख तीन प्रकार पडतात.

१) शारीरिकदृष्ट्या अपंगत्व

२) मानसिकदृष्ट्या अपंगत्व

३) सामाजिकदृष्ट्या अपंगत्व

- शारीरिक अपंगत्वामध्ये अंशत:, पूर्णत: अंधत्व, मूकबधिर, अस्थी स्थायूंच्या अपंगत्वाचा समावेश होतो.

- मानसिक अपंगत्वामध्ये मनोरुग्ण, मनोदुर्बल यांचा समावेश होतो.

- सामाजिक अपंगत्वामध्ये अनाथ, परित्यक्ता, उपेक्षित, शोषित , नैतिकदृष्ट्या धोक्याचे जीवन जगणारे उदा. गुन्हेगार, वेश्या, बालअपराधी, भिक्षेकरी आदींचा समावेश होतो.

- सामाजिक अपंगत्वात मोडणारे अपंग हे मूळत: अपंग असत नाहीत तर, सामाजिक परिस्थितीतून त्यांचे अपंगत्व निर्माण झालेले असते.

- शारीरिक, मानसिक अपंगत्व मात्र जन्मापासून असू शकते किंवा जन्मानंतर अपघाताने अपंगत्व येऊ शकते. देशात एकूण लोकसंख्येच्या १०% लोकसंख्या एका किंवा दुसऱ्या प्रकारच्या अपंगत्वाने व्यापलेली आहे.

अपंग व्यक्ती दुर्बल वा कमजोर असते. दुर्बलतेमुळेच अपंगत्व, अक्षमता, अपात्रता निर्माण होते. व्यक्ती काही करण्यास असमर्थ होते. एक प्रकारे पंगू होते. अपंगत्व व्यक्तीला अडचणी निर्माण करते. अपंग व्यक्तीला जीवनाच्या एखाद्या क्षेत्रात किंवा जास्त क्षेत्रांत अपूर्ण मानले जाते. किंवा स्वत: अपंग व्यक्तीच स्वत:ला

अपूर्ण मानत असते. जीवन जगण्यात काहीतरी अपूर्णत्व असल्याचे मानते.

प्रत्येक अपंगत्वाची कारणे वेगवेगळी असतात. तशा त्यांच्या गरजाही विशेषच असतात. अपंगांचा सहभाग व समान संधी या त्यांच्या खऱ्या गरजा असतात. त्यांना समाजाचा सक्रिय घटक बनण्यासाठी पुनर्वसनात्मक सेवांची गरज असते. पुनर्वसनाचेही अनेक टप्पे असतात. जसे अपंगत्वास प्रतिबंध, अपंगत्वाचे निदान लवकरात लवकर होणे, उपचार, अपंगाचे शिक्षण, प्रशिक्षण, व्यावसायिक व शारीरिक पुनर्वसन, सामाजिक पुनर्वसन, वैवाहिकदृष्ट्या पुनर्वसन वेळच्या वेळी होणे गरजेचे असते. नेमके याकडेच अपंग कल्याण क्षेत्र लक्ष केंद्रित करून अपंग व्यक्तीच्या अपंगत्वावर मात करण्यासाठीचे वातावरण निर्माण करते.

अपंग व्यक्ती जेव्हा स्वतःतील त्रुटी मान्य करून आपल्या क्षमतेप्रमाणे आपली उद्दिष्टे ठरविते, क्रियाशील जीवन जगण्यास सक्षम होते, तेव्हा तिचे पुनर्वसन होऊ शकते. पुनर्वसनामध्ये जे नाही त्यापेक्षा जे आहे त्याचा उपयोग केला जातो. पुनर्वसन म्हणजे व्यक्तीने समाजात पुन्हा आपले स्थान प्राप्त करणे, आपले अधिकार प्राप्त करणे, समाजात सामावून जाणे, व्यक्तीचे समायोजन होणे होय. इच्छा व निर्धार यांच्या साहाय्याने व्यक्तीने घेण्यापेक्षा देण्याच्या स्थितीत येणे म्हणजे पुनर्वसन होय. अपंगांच्या पुनर्वसनासाठी उपचार, शिक्षण, व्यावसायिक प्रशिक्षण व पुरेसे उत्पन्न देणारे काम आवश्यक असते. पुनर्वसनात शारीरिक पुनर्वसन, मानसिक पुनर्वसन व सामाजिक पुनर्वसन असे तीन भाग पडतात. वरील उद्देशाने अपंगांना अनेक सेवा पुरविल्या जातात. विविध प्रकारच्या संस्थांद्वारे ह्या सेवा पुरविल्या जातात. उदा. औषधोपचार, शल्यचिकित्सा, कृत्रिम अवयव पुरवठा, उपयोगी यंत्रांचा पुरवठा, शिक्षण व त्यासाठी लागणारे साहित्य, विशेष प्रशिक्षण, वसतिगृहे, संरक्षित कार्यशाळा—नोकऱ्यांमध्ये आरक्षण, करभरणीत सवलत, प्रवाससवलत, परीक्षांमध्ये सवलती, अपंगत्वानुसार विशेष गरजा आणि सेवा पुरविण्याचे काम अपंग कल्याण क्षेत्र करते. विशेषतः समाजकल्याण विभाग या सेवांना जबाबदार असतो.

६) वैद्यकीय व मानसरोग चिकित्सा सेवा क्षेत्र :

कोणताही रुग्ण हा मुळात माणूस असतो. म्हणून अनारोग्याच्या काळात मानसिक अवस्था महत्त्वाची ठरते. रुग्णाच्या शारीरिक आजाराचा त्याच्या मानसिक व सामाजिक स्थितीशी चांगला संबंध असतो. या अवस्थेत सुधारणा होण्याने किंवा आवश्यक मदत मिळण्याने शारीरिक आजार कमी होऊन जीवन सुदृढ व सुखी होण्यास मदत होत असते. मानसिक, सामाजिक समस्या असणारा रुग्ण शारीरिक आजारातून बरा होण्यास जास्त वेळ घेतो. त्यांच्यावर होणाऱ्या औषधोपचारांना हवा

त्या प्रमाणात प्रतिसाद देत नाही, पुन्हा पुन्हा आजारी पडतो. तो आजार बरा होण्यास मानसिक शक्तीची गरज असते. सामाजिक जीवनात समाधानाची गरज असते त्यामुळे मन:स्वास्थ्य निर्माण होते. रुग्णावस्थेला तोंड देण्याची क्षमता निर्माण होते. आजारावर योग्य उपचार घेण्याच्या मार्गात येणारे विविध प्रकारचे अडथळे दूर करण्याचे कार्य या क्षेत्रात घडते.

आरोग्यविषयक समस्या असणाऱ्यांना समाजकार्याच्या पद्धतीद्वारे व ज्ञानाच्या आधारे गरजेनुसार मदत करणे आणि आरोग्यसेवा देताना समाजकार्यातील पद्धतीचा व तत्त्वज्ञानाचा उपयोग करणे म्हणजे वैद्यकीय समाजकार्य होय. आधुनिक वैद्यकीय सेवेत समाजकार्याचे स्थान महत्त्वाचे आहे. यात पुढील घटकांचा समावेश होतो.

१) रुग्णाची सामाजिक व मानसिक स्थिती जाणणे.
२) रुग्णावरील मानसिक तणाव दूर करणे.
३) आजाराशी संबंध असणाऱ्या सामाजिक घटकांचा अभ्यास करणे, सामाजिक समस्या दूर करणे, औषधोपचाराच्या काळात येणाऱ्या समस्या दूर करणे. औषधोपचार योग्य प्रकारे करून घेण्याच्या मार्गातील अडथळे दूर करणे.
४) व्यक्तिसाहाय्य कार्यसेवा देणे.
५) रुग्णाच्या समस्येला शास्त्रशुद्ध व पद्धतशीरपणे उत्तर शोधणे.
६) रुग्णाला त्याच्या समस्या सोडविण्यास सक्षम बनविणे.
७) मन:सामाजिक घटकांचा रुग्णांवर होणारा परिणाम जाणणे.
८) रुग्णातील मनोबल व इच्छाशक्तीचा विकास घडवणे.
९) समस्या समजून घेऊन तिच्याशी समायोजन करण्यास रुग्णास मदत करणे.
१०) रुग्ण बरा होईल त्यासाठी साहाय्यभूत ठरणारे वातावरण निर्माण करणे.
११) रुग्णावस्था निर्माण करणारी जी कारणे समाजात, परिसरात, वातावरणात, सहसंबंधात, विचारात दृष्टिकोनात, वर्तनात जीवनपद्धतीत असतात ती दूर करणे.

मानसरोग चिकित्सा सेवा क्षेत्र :

आरोग्यामध्ये माणसाच्या शारीरिक आरोग्याबरोबरच मानसिक आरोग्यही अंतर्भूत असते. त्यामुळे शरीराप्रमाणे मनही स्वस्थ असणे आवश्यक असते. या सेवाक्षेत्रात मानसिक आजार व मानसिक अपंगत्व यांच्या प्रतिबंधात्मक उपचारांचे व पुनर्वसनाचे कार्य केले जाते. त्यामागील कारणांचा शोध घेतला जातो. मानसिक तणाव दूर केले जातात. मानवाच्या मनाचा, कृतींचा, वागण्याचा अभ्यास करून मन स्वस्थ ठेवण्याचे कार्य केले जाते. त्यासाठी विविध पद्धती व मार्गांचा अवलंब केला जातो. या सेवा-क्षेत्राद्वारे रुग्णांच्या मानसिक समस्या दूर केल्या जातात. त्यांना मर्यादित ठेवण्याचा प्रयत्न

केला जातो. भावनात्मक व मानसिक तणाव दूर केले जातात. या क्षेत्रात प्रामुख्याने व्यक्तिसाहाय्यसेवेचा उपयोग होतो. मनोरुग्णांच्या कुटुंबीयांबरोबर समाजकार्यकर्ता कार्य करतो. मनोरुग्ण हे विविध प्रकारच्या मानसिक आजारांनी ग्रस्त असतात. जसे, मनोदुर्दशा किंवा सायकोसिस, मनाची तापदशा किंवा सायकोन्युरोसिस, व्यसनाधीनता, वर्तनसमस्या, भावनिक असमायोजन, मानसिक असंतुलन व कमतरता वगैरे. प्रत्येक आजाराची कारणे, परिणाम, उपयोजना व त्यांचा प्रभाव वेगवेगळा असतो. यात पुन्हा व्यक्तीपरत्वेही अंतर असते. मनोरुग्ण हा बऱ्याच वेळा जन्मतःच आजाराची कारणे घेऊन येतो. वातावरण व परिस्थितीतील कारणांमुळे ती व्यक्ती मनोरुग्ण होते. मनोरुग्णांच्या कुटुंबीयांना विशेष शिक्षण, सल्ला सेवा यांची गरज असते. हे समाजकार्याचे विशेष क्षेत्र आहे.

७) कामगार कल्याण सेवा क्षेत्र (एच.आर.एम. / एच.आर.डी.) :

कामगार हा समाजाचा कणा असून समाजाचा फार मोठा आणि अत्यंत महत्त्वाचा घटक आहे. समाजातील कामगार व त्यांचे जीवन समाजाच्या स्थितीचे प्रतीक असतात. कामगारांचे कामाच्या ठिकाणचे जीवन व त्याबाहेरील वैयक्तिक, कौटुंबिक व सामाजिक जीवन हे दोन महत्त्वाचे भाग आहेत. त्यांच्या दोन्हीकडील कार्यक्षमता या एकमेकांना पूरक असतात. कामाच्या ठिकाणी योग्य व अपेक्षित परिस्थिती (उदा. वातावरण, सेवासुविधा) असेल तर काम शांतमयरीत्या करता येऊ शकते. त्याउलट परिस्थिती असेल तर कामावर मन लागत नाही. कामही अपेक्षेप्रमाणे होण्याची शक्यता नसते. तसेच कामाव्यतिरिक्त जीवनात शांतता व सुखमय जीवन असेल तेथेही कामे चांगली पार पडू शकतात. पूर्ण कार्यक्षमतेने काम होऊ शकते. कौटुंबिक ताण सोबत घेऊन काम चालू ठेवल्यास कामगाराच्या कार्यक्षमतेवर निश्चितच परिणाम होऊ शकतो. म्हणजे दोन्हीही ठिकाणी कामगारांचे जीवन (कामावर असताना व कामाव्यतिरिक्त जीवनात) स्थिरच असायला हवे.

कामगार ज्या ठिकाणी कार्यरत असतो त्या संस्थेकडून वा मालकाकडून सुरक्षित वातावरण, योग्य मोबदला मिळायला हवा. खेळती हवा, विश्रांती, पाण्याच्या सोयी, सामाजिक सुरक्षा, भविष्याची सोय, अपघातापासून संरक्षण, उपचारव्यवस्था, अपंगांसाठी खास सेवा, कामगारांच्या मृत्यूनंतर कुटुंबीयांसाठी तरतूद, कामाच्या ठिकाणी मिळणारी वागणूक, निर्णयप्रक्रियेत कामगारांचा सहभाग, तक्रारींचे निराकरण, प्रशिक्षण व त्यांचा विकास, घरे, मनोरंजनाच्या सोयी, मुलांसाठी पाळणाघरे आदींचा समावेश कामगारकल्याण क्षेत्रात होतो. कामगारांच्या गरजा ओळखून त्या गरजेवर आधारित कामगारकल्याण अधिकारी कल्याणकारी कार्यक्रम ठरवितात व कामगारांचे अधिकाधिक कल्याण घडवून आणण्यासाठी प्रयत्न करतात.

कामगारांच्या शारीरिक, बौद्धिक, नैतिक किंवा आर्थिक प्रगतीकरिता करण्यात आलेली कोणतीही बाब म्हणजे कामगार कल्याण होय. कायद्याने ठरवून दिल्याप्रमाणे किंवा कल्याणासाठी, विकासासाठी सामान्यत: ज्या बाबींची अपेक्षा केली जाते त्या बाबींचा कामगार कल्याणात अंतर्भाव होतो. कामगारांमध्ये संघटित कामगारांबरोबरच (कंपन्यातील) असंघटित कामगार (बिडी कामगार, फटाके बनविणारे, गालिचे विणणारे इत्यादी) शेतमजूर, बालकामगारांचा यात अंतर्भाव होतो. शारीरिक व बौद्धिक श्रम विकणाऱ्यांचाही समावेश होतो. भारतात कामगार कल्याणाचे कार्य शासनातर्फे कायद्यांतर्गत केले जाते. उदा: कंपनी कायदा १९४४, खाण अधिनियम १९५२ व प्लँटेशन लेबर कायदा १९५१ वगैरे.

वरील सर्व सोयी सुविधांचा उद्देश हा कामगारांना अधिक समृद्ध व परिपूर्ण आयुष्य जगण्याची संधी उपलब्ध करून देणे हा असतो. कामगाराच्या कल्याणावर औद्योगिक प्रगती अवलंबून असते. भारतात असंघटित कामगारांची संख्या मोठी आहे. कायद्याचे सरंक्षण, सोयी सवलती, सुरक्षितता, योग्य वेतन, कामाची सतत उपलब्धता इ. पासून ते वंचित असतात. त्यांचे शोषण व निम्न जीवनस्तर हा समाजाच्या चिंतेचा विषय आहे.

८) अपराध व सुधारात्मक सेवाक्षेत्र :

या सेवाक्षेत्रात सामाजिक सुरक्षेचा अंतर्भाव होतो. कायद्याच्या विरोधात वागणाऱ्या समाजातील अनेक व्यक्तींच्यावर होणाऱ्या कारवाईतून समाजात अनेक समस्या, घातक वृत्ती, प्रवृत्ती निर्माण होतात. त्यांच्यापासून समाजाचे सरंक्षण होण्याकरिता जी व्यवस्था केली जाते, त्या व्यवस्थेस सामाजिक सुरक्षा असे म्हटले जाते.

कायद्याच्या चौकटीत अडकलेले गुन्हेगार, अनैतिक कामात गुंतलेल्या स्त्रिया, अविवाहित माता, पळून जाणारी मुले, मुली, भिक्षेकरी यांचा व त्यांच्याशी संबंधित कार्याचा या सेवाक्षेत्रात समावेश होतो.

समाजमान्य वर्तनाच्या विरोधात किंवा समाजाच्या प्रवाहाविरोधी वर्तन करणाऱ्या व्यक्तींना तसे वागण्यापासून रोखणे व जी तशी कृती करतात अशांना सुधारणे व करू पाहणाऱ्यांना प्रतिबंध घालून त्यांच्यात परिवर्तन घडवून आणणे हे महत्त्वाचे कार्य या अपराध व सुधारात्मक सेवा या क्षेत्रात केले जाते.

येथे शिक्षेपेक्षा सुधारणेला अधिक महत्त्व दिले जाते. व्यक्ती समाजविरोधी का वागते? त्यामागची कारणे कोणती? हे लक्षात घेऊन व्यक्तीस योग्य उपचार केले जातात. गुन्हेगार वा अपराधी व्यक्तीचे पूर्ण पुनर्वसन करण्याचा प्रयत्न या क्षेत्रात होतो.

या क्षेत्रात साधारणत: परिवेक्षा, मुक्त कारागृह, पॅरोल, पुनर्वसनात्मक सेवा, आफ्टर केअर सेवा, बाल अपराध्यांना सेवा. उदा: निरीक्षणगृह, बालन्यायालय, संरक्षणगृह,

प्रमाणित शाळा, संरक्षित कार्यशाळा, मनोरंजन, संकटग्रस्त स्त्रियांसाठी सेवा (स्टेट होम इ.), भिक्षेकऱ्यांसाठी स्वीकारकेंद्रे व पुनर्वसन केंद्रे आदी सेवा पुरविल्या जातात.

या सेवाक्षेत्रांतर्गत विविध कायदे येतात. त्या कायद्याच्या आधारेच सेवा-प्रदानाचे कार्य केले जाते. उदा: बालन्याय अधिनियम, इंडियन पीनल कोड, सप्रेशन ऑफ इमॉरेल ट्रॅफिक ॲक्ट, भिक्षेकरी कायदा, प्रीझन ॲक्ट इ.

समाजातील प्रस्थापित कायदे तोडणाऱ्या व असामाजिक रीतीने वागणाऱ्यांवर कायदा नियंत्रण ठेवतो. व्यक्तीला सुधारण्याचे कार्य त्यास अटक किंवा ताब्यात घेतल्यापासून सुरू होते व त्याचे पुनर्वसन होईपर्यंत ते चालू राहते. एवढेच नव्हे तर पुनर्वसन करून त्यांना समाजोपयोगी बनविले जाते. समाजाचा जबाबदार घटक बनविण्यासाठी प्रयत्न केले जातात. तसे वातावरण निर्माण केले जाते.

९) समुदायविकास :

भारतीय समाज हा विविध समुदायांमध्ये विभागला गेला आहे. त्याचे क्षेत्रनिहाय, जातीनिहाय, प्रांतनिहाय वर्गीकरण करण्यात येते. या सेवाक्षेत्रात शहरी, ग्रामीण व आदिवासी समुदायविकास अपेक्षित आहे.

ग्रामीण समुदाय :

ग्रामीण भागातील खेड्यांचा विकास साधण्यासाठी गावांच्या गरजांचा अभ्यास महत्त्वाचा असतो. त्या गरजा ओळखणे त्याची पूर्तता करण्यासाठी नियोजनआराखडा तयार करणे हे काम, शासनाचा ग्रामीण विकास विभाग तयार करतो. अनेकवेळा या कार्यक्रमात स्वयंसेवी संस्थांना सहभागी करून घेतले जाते.

ग्रामीण समुदायाची महत्त्वाची वैशिष्ट्ये म्हणजे प्रकृतीच्या सान्निध्यात शेती हा मूळ व्यवसाय, लहान आकार, मर्यादित लोकसंख्या. खेड्यांचा कारभार ग्रामपंचायतीद्वारे होतो. अलीकडे खेड्यांचा विकास करण्यासाठी खेड्यांनाच अधिकार (ग्रामसभा) मिळाल्याने खेड्यांचा विकास झपाट्याने होताना दिसतो. भारतात खेड्यांची व खेड्यांत राहणाऱ्या लोकांची संख्या फार मोठी आहे. म्हणूनच या बहुसंख्येने राहणाऱ्या लोकांची काळजी घेणे व त्यांचा विकास घडवून आणणे महत्त्वाचे असते. या कामी समुदायविकास सेवाक्षेत्र महत्त्वाची भूमिका बजावते .

शहरी समुदाय विकास :

शहरांची वाढती संख्या व शहरातील वाढती लोकसंख्या ही भारतापुढील मोठी समस्या आहे. शहरीकरणाच्या जोडीला औद्योगिकीकरणानेही अनेक गहन समस्या निर्माण केल्या आहेत. भूक्षेत्र कमी आणि लोकसंख्येचा भार अधिक अशी आजची अवस्था झाली आहे. याचेच दुसरे नाव झोपडपट्टी होय. झोपडपट्ट्यांचे स्वरूप,

वैशिष्ट्य, त्यांतील विशिष्ट जीवनपद्धत, दोषपूर्ण घरे, दूषित वातावरण यांमुळे झोपडपट्ट्यांमध्ये राहणाऱ्यांचे जीवन हे निकृष्ट दर्जाचे, अनेक समस्यांना तोंड देत तेथील जनता जीवन जगते. या जोडीला लोकांच्यामधील दारिद्र्य, गुन्हेगारी, अज्ञान, अंधश्रद्धा, व्यसन, प्रदूषण. कुटुंबनियोजनाचा अभाव यांमुळे विस्कळीत जीवन जगणाऱ्यांचीच संख्या या झोपड्यांमधून वाढत राहते. मानवाला सुस्थितीत जगण्यासाठी लागणाऱ्या परिस्थितीचा झोपडपट्ट्यांमध्ये अभाव आढळतो. म्हणूनच तेथे राहणाऱ्यांच्या जीवन स्तरात वृद्धी घडवून आणण्याचा प्रयत्न या सेवाक्षेत्रात केला जातो. त्यांना संघटित केले जाते. मूलभूत सेवा उपलब्ध करून दिल्या जातात. आवश्यक तेथे झोपडपट्ट्यांचे पुनर्वसन करून त्यांस मान्यता दिली जाते व अधिक सेवा सुविधा प्रदान करण्याचे कार्य केले जाते.

लोकांच्या राहणीमानात सुधारणा व बदल घडवून आणण्यासाठी शैक्षणिक उपक्रम, माता व बालकांसाठी आरोग्य व आहारविषयक कार्यक्रम राबविले जातात.

आदिवासी समुदाय विकास :

सर्वच समुदायांच्या विकासाला सारखी परिस्थिती लाभते असे नाही. शहरालगत असणाऱ्या समुदायाचा विकास वेगाने होतो. काही समुदाय ग्रामीण भागात व शहरापासून जरा थोडेसे दूर राहतात. अशा समुदायाचा विकास धीम्यागतीने होतो. काही समुदाय ना शहरालगत ना ग्रामीण जीवनाशी जवळीक. अत्यंत दुर्गम भागात डोंगरावर, डोंगरालगत, जंगलात राहतात. अनेक ठिकाणी वीज नसते, पाण्याची सोय नसते, रस्ते किंवा दळणवळणाची साधनेही नसतात. अशा भागास मागास किंवा आदिवासी भाग म्हटले जाते. त्या ठिकाणी राहणाऱ्यांना आदिवासी समुदाय म्हणतात. हे व असे आदिवासी विकासप्रक्रियेच्या दृष्टीने मागेच असतात. अलीकडच्या आदिवासी समाजामध्ये सुधारणा झाल्या आहेत हेही खरेच आहे. आदिवासी विकासाच्या प्रक्रियेला भारतात स्वातंत्र्यानंतर खऱ्या अर्थाने चालना मिळाली. आदिवासींचा विकास घडविताना त्यांची वैशिष्ट्ये, जीवनपद्धती, संस्कृतीचे जतन करून, होणाऱ्या विकासाची व ज्ञानाची गंगा त्यांच्यापर्यंत पोहचविणे समुदायविकासात महत्त्वाचे मानले जाते. त्यांच्या आर्थिक व सामाजिक परिस्थितीत सुधारणा करण्याचे कार्य या क्षेत्राद्वारे केले जाते. त्यांच्या जवळ असणाऱ्या योग्य बाबी व बाह्य जगातील विकास यांना एकत्र आणण्याचे कार्य समुदाय विकास कार्यात केले जाते.

आदिवासींच्या समस्या म्हणजे त्यांचा कर्जबाजारीपणा, आरोग्याचा प्रश्न त्याच बरोबर जंगलतोडीतून निर्माण होणाऱ्या समस्या, दळणवळणाच्या समस्या, व्यसनाधीनता, आहारविषयक समस्या. सांस्कृतिक समस्या ही त्यांची महत्त्वाची

समस्या आहे.

जाती व समुदायनिहाय यादीमध्ये आदिवासींना अनुसूचित जमातींमध्ये स्थान आहे. त्यांमध्ये गोंड, कोरकू, माडिया आदी जमाती मोडतात. आदिवासी समुदाय जेथे राहतो तेथेच त्यांच्या विकासाच्या सोयी पुरविल्या जातात. ह्या सेवासुविधा एकतर आदिवासी विकास विभागाद्वारे पुरविल्या जातात. अन्यथा स्वयंसेवी संस्थाही आदिवासी विकासासाठी कार्य करतात. उदा: सामुदायिक केंद्रे, आदिवासी विकास प्रकल्प, शाळा, बालवाड्या, आरोग्यकेंद्रे, आश्रमशाळा वगैरे. आदिवासींच्या सामाजिक, राजकीय, आर्थिक समस्या लक्षात घेऊनच या क्षेत्रात कार्य केले जाते. किंबहुना ते करायला हवे.

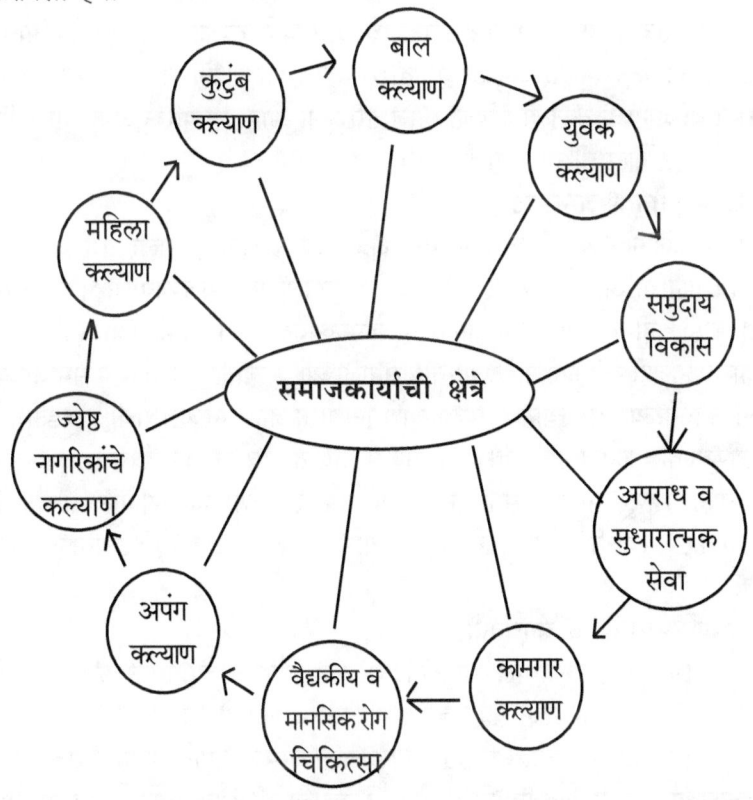

व्यावसायिक समाजकार्याच्या मर्यादा :

व्यावसायिक समाजकार्याची व्याप्ती व क्षेत्रे यांसंबंधी अभ्यास केल्यास असे लक्षात येते की, समाजकार्याची गरज सर्वच क्षेत्रांत असल्याचे दिसून येते. जिथं समस्या

तिथं समाजकार्य एवढी अमर्याद व्यापकता समाजकार्याची आहे. असे असले तरी समाजकार्याच्या काही मर्यादा आहेत. त्यास विविध कारणे आहेत. त्यामुळे समाजकार्याची म्हणावी तशी परिणामकारकता, गरज (इतर देशांच्या तुलनेत) समाजाला वाटत नाही. समाजकार्य व्यवसाय म्हणून बळ धरत नाही. भारतदेशामध्ये समाजकार्याला इतिहास असला तरी अजूनही समाजकार्यव्यवसाय हा सर्वार्थाने व्यवसायाभिमुख होत नाही. त्यामध्ये काही अडथळे जरूर आहेत. ते खालील मुद्द्यांच्या आधारे स्पष्ट करता येईल.

नव्याने निर्माण होणाऱ्या ज्ञानाची सुयोग्य मांडणी व संकलनाचा अभाव :

समाजकार्य हे व्यक्ती तथा मानवी गट वा समुदायांबरोबर केले जाणारे कार्य आहे. अर्थातच हे कार्य अमर्याद स्वरूपाचे असल्याने व्यक्ती, गट, समुदायांसोबत केलेल्या कार्यातून अनेक अनुभव येतात. त्यातून ज्ञानाची निर्मिती होते. मात्र अशा अनुभव वा ज्ञानाची केलेली मांडणी आज तरी जुनी आहे. पारंपरिक आहे. ती नवीन स्वरूपात पुढे येण्याची गरज आहे.

अपुरा सैद्धांतिक ज्ञानसाठा :

समाजकार्याच्या विविध पद्धती, क्षेत्रे, तंत्रे ठरलेली असली तरी व त्यास शास्त्रीय ज्ञानाचा आधार असला तरी सैद्धांतिक पातळीवर समाजकार्याचा भक्कम असा पाया नाही. ही मर्यादा असल्याने समाजकार्यव्यवसायाला काही व्यावसायिक व तज्ज्ञांची आजही स्वीकृती नाही. भारतीय समाजाच्या व त्यातील प्रातांनुरूप समाजाच्या गरजा वेगवगेळ्या असल्याने समाजकार्याचे निर्धारित ज्ञान सर्वच प्रश्नांची ताबडतोबीने सोडवणूक करू शकत नाही. किंबहुना सर्व पद्धती, तंत्रे, कौशल्य सर्वत्रच लागू होतील असे नाही. म्हणून भारतीय समाजाला अनुकूल ठरेल अशा व्यावसायिक सिद्धांताची मांडणी करणे, त्याची विशिष्ट रचना करणे, त्यास हवे तिथे वळण देणे हे प्रयत्न व्हायला हवेत.

अपरिपूर्ण सामाजिक कार्यकर्ते :

कोणत्याही व्यवसायाला चांगले दिवस आणण्यासाठी व्यावसायिक हा परिपूर्ण, कल्पक, जिद्दी व चिकाटीने काम करणारा असावा लागतो. तरच तो व्यवसायाला बळकटी देण्यास पात्र ठरतो. अन्यथा व्यवसायाला घसरण लागते. नेमके तसेच काही समाजकार्यकर्त्यांच्या बाबतीत दिसून येते. अनेकांचा शैक्षणिक पाया कच्चा असतो. त्यात वैज्ञानिक दृष्टिकोनाचा अभाव असतो. त्यामुळे व्यवसायामध्ये लाभार्थीवर (सेवार्थी) पडणारा प्रभाव हा वरवरचा व सेवार्थींना प्रभावित करणारा ठरत नाही. ही एक मोठी मर्यादा आहे. मानवी मन, भावना, सहसंबंध, मानवविकास याच्याशी

समाजकार्याचा प्रत्यक्ष संबंध असतो. अशा ठिकाणी अवास्तव काही घडल्यास त्याचा परिणाम विपरीत होऊ शकतो. म्हणून प्रशिक्षणार्थीला प्रशिक्षण व कार्यानुभव योग्य व जबाबदारीने देणे व प्रशिक्षणार्थींनी ते स्वीकारणे महत्त्वाचे असते. ज्ञान, कौशल्य व क्षेत्रकार्याच्या पातळीवर कोणतीच पोकळी असता कामा नये. कार्यकर्त्याला परिपूर्ण व सक्षम बनविण्याची जबाबदारी समाजकार्याचे शिक्षण देणाऱ्या संस्थांची तसेच समाजकार्य- संघटनांची आहे.

समाजकार्याबद्दल समाजाचे अज्ञान :

समाजाचा समाजकार्यकर्त्याकडे पाहण्याचा दृष्टिकोन अजूनही सकारात्मक नाही. समाजकार्यातील सेवा या शब्दाकडे उपकार म्हणून पाहणाऱ्यांची संख्या समाजात कमी नाही. समाजकार्यव्यवसाय ही संकल्पना तर काहींना धक्कादायक व हास्यास्पद वाटते. याचा अर्थ असा की समाजाला समाजाच्या प्रश्नांचे गांभीर्य न वाटणे, त्याच्या सोडवणुकीसाठी सुनियोजित व प्रशिक्षित व्यक्तीकडून काही प्रयत्न व्हायला पाहिजे असे न वाटणे. सेवा मोबदल्यात केली जावी हे समाजाला अमान्य असणे. समाजकार्य हे शास्त्रीय ज्ञानाच्या दृष्टिकोनाच्या आधारे केले जाते. त्याला उद्देश असतो. एकूण प्रक्रियेमध्ये काम करणारा समाजकार्यकर्ता हा विशेष ज्ञानधारी असतो. याबाबत समाजात अज्ञान असणे अशी अनेक कारणे समाजकार्याच्या तसेच समाजकार्याच्या व्यवसायाच्या प्रगतीमधील अडसर आहेत.

कार्याचे स्वरूप विस्कळीत व मर्यादित :

समाजकार्याच्या क्षेत्रात काम करणाऱ्या संस्थांनी जणू काय आपले क्षेत्र अधोरेखित करून घेतले आहे. एवढंच काय एखाद्या संस्थेच्या कार्यक्षेत्राच्या हद्दीत दुसऱ्या संस्थेने प्रवेश करू नये यासाठी अनेक संस्थांच्या पातळीवर वाद असतात. म्हणजेच या संस्था आपापल्या क्षेत्रात कामे करतात त्यामुळे त्यांचे कार्य त्या क्षेत्रापुरते मर्यादित असते. प्रगतीही त्या क्षेत्रापुरती मर्यादित असते. प्रत्येक संस्थेचे काम त्या त्या क्षेत्रात होत असल्याने एकत्रित प्रगती दाखविता येणे कठीण असते. त्यामुळे त्या त्या क्षेत्रातील प्रगती झाली, केली असे कितीही ओरडून सांगितले तरी समाजाचा त्यावर विश्वास बसत नाही. ते साहजिकही आहे. याचा एकूणच परिणाम समाजकार्याच्या यशाच्या मोजमापावर होतो. शेवटी समाजकार्य काहीच करत नाही. त्यामुळे काहीच बदल होत नाही असे चित्र निर्माण होते. अशा स्वरूपाच्या बाबी निश्चितच व्यवसायाला बाधक ठरतात. यासाठी योजनाबद्ध व संकलित अशा पद्धतीने कामे होणे गरजेचे असते.

समाजकार्यास पोषक मानसिकतेचा अभाव :

समाजकार्य करण्यासाठी समाजकार्यकर्त्याकडे विशिष्ट मानसिकतेची गरज

असते. ही मानसिकता परिपूर्ण अभ्यासक्रम तसेच पूर्ण वेळ अभ्यासक्रम व बंद पर्यवेक्षणाखालील कार्यक्षेत्र यांतून घडू शकते. अलीकडे रात्र महाविद्यालये, दूरशिक्षण विभागांतर्गत कोणतीही क्षेत्रकार्याची व्यवस्थित वा पर्यवेक्षणाच्या सुविधा नसताना समाजकार्यकर्ता घडविण्याचे काम चालू असल्याने समाजकार्याला पोषक अशी विद्यार्थ्यांची मानसिकता तयार होणे कठीण असते. सर्व काहीं वरवरचे असल्याने अशा वातावरणात तयार होणारा समाजकार्यकर्ताही वरवरच्या ज्ञानाने व क्षेत्रकार्याने युक्त असाच घडतो. समाजकार्य- क्षेत्रास पोषक मानसिकता नसताना अन्य कारणांनी हा व्यवसाय स्वीकारणारे विद्यार्थी समाजकार्याच्या व्यावसायिकीकरणात यशस्वी होण्याऐवजी समस्याच निर्माण करण्याची अधिक शक्यता असते.

समाजकार्याद्वारा होणारा बदल दिसणारा नसून जाणवणारा असतो :

समाजकार्याच्या वैशिष्ट्यपूर्ण स्वरूपामुळे कार्याचा परिणाम दर्शविणे तसेच सिद्ध करणे किंवा कामाचे मूल्यमापन करणे हे कठीण असते. बदलाचे स्वरूप सूक्ष्म, गुणात्मक व विकासात्मक असल्याने दृश्य परिणामांसारखे त्याचे मूल्यांकन करणे कठीण असते. याचा परिमाण असा होतो की समाजकार्याचा परिणाम झाला किंवा कसे? एखादा परिणाम झाल्याचे दिसत असले तरी ते समाजकार्यामुळेच झाले असे कसे मानावे? अशा शंका निर्माण होतात. कारण बदल फारसा दिसणारा नसून जाणवणारा असतो.

समाजकार्याच्या सदर मर्यादा सोडल्या तर समाजकार्यव्यवसायाला निश्चितच चांगले दिवस येणार आहेत. समाजकार्याचा परिणाम हळूहळू जाणवणारा असल्यामुळे त्याची परिणामकारकता दिसून येत नाही; परंतु समाजकार्याने धीर सोडला नाही. अनेक संस्थांच्या माध्यमातून गरजूंसाठी समाजकार्य अहोरात्र चालू आहे. त्या त्या संस्थांच्या कार्यक्षेत्रात संस्थांनी आपला ठसा उमटवला आहे. गरजूंना न्याय देण्याचे काम चालू आहे. समाजकार्याच्या सुसज्ज व्यासपीठावरून समाजकार्य आत्मविश्वासाने वाटचाल करत आहे. वरील त्रुटी लक्षात घेऊन या क्षेत्रात कार्यरत व्यक्तींनी वाटचाल चालू ठेवल्यास समाजकार्यातील महत्त्वाचे अडसर दूर होतील. थोडक्यात;

१) खाजगी व स्वयंसेवी संस्थांची आर्थिक परिस्थिती मजबूत नसते.
२) स्वयंसेवी संस्था या नेहमीच शासकीय अनुदानावरती अवलंबून असल्याचे दिसते.
३) त्यांच्याकडे असलेली साधनेही मर्यादित असतात. परिणामी या संस्था समाजपोषक कार्यक्रम विस्तृतपणे (मोठ्या प्रमाणात) राबवू शकत नाहीत.

तसेच,

१) सार्वजनिक संस्थांच्या बाबतीतही तसेच आहे. सार्वजनिक संस्था या शासनामार्फत

चालविल्या जात असल्याने त्या वैधानिक औपचारिकतेमध्ये अडकलेल्या असतात. नियम त्यांच्यासाठी बांध असतो.

२) त्या परिणामकारक कामही करू शकत नाहीत हे सर्वमान्य झाले आहे. म्हणूनच शासन त्यांच्या कार्याचा बहुतांशी भार अशासकीय संस्थांच्यावर टाकत असते.

३) शासकीय संस्थांमध्ये नोकरशाही पद्धतीने काम चालत असल्याने संस्थांची अनेक कामे लाल फितीत अडकून पडतात. या व अशा अनेक अडचणींना (मर्यादांना) सामोरे जात समाजकार्य वाटचाल करत आहे.

५.३ सारांश

समाजकार्य व्यवसाय म्हणून कार्य करण्यासाठी मर्यादा नाहीत. जिथे समस्या तिथे समाजकार्य पोहचते. व्यक्ती, गट व समुदायांच्या समस्यांची सोडवणूक करण्यासाठी समाजकार्य प्रयत्नशील आहे. समस्या निर्माण होऊ नयेत यासाठीही समाजकार्य प्रयत्नशील आहे. समाजकार्य व्यवसाय, व्यवसाय म्हणून ज्ञान, तत्त्वे, कौशल्य, मूल्ये व पद्धती याने युक्त व सुसज्ज असला तरी अजूनही समाजकार्यव्यवसाय इतर व्यवसायांप्रमाणे मान्यता पावलेला नाही. अर्थातच समाजकार्याच्या काही मर्यादा आहेत.

५.४ पारिभाषिक शब्द, शब्दार्थ

१) **सेवा क्षेत्र :** समाजकार्याच्या ज्या क्षेत्राद्वारे गरजूंसाठी कल्याणकारी सेवा प्रदान करण्याचे काम केले जाते. त्या क्षेत्रास सेवा क्षेत्र म्हणतात. उदा: बालकल्याण क्षेत्र, अपंग कल्याण क्षेत्र वगैरे.

२) **संस्थात्मक सेवा :** निवासी संस्थेत राहणाऱ्या लाभार्थ्यांना त्याच संस्थेद्वारा ज्या सेवा पुरविण्यात येतात. त्यास संस्थात्मक सेवा असे म्हटले जाते.

३) **संस्थाबाह्य सेवा :** कुटुंबात व समुदायात राहणाऱ्या सेवार्थीस समस्येस वा गरजेस अनुसरून वैयक्तिक किंवा सेवाभावी संस्थेद्वारा पुरविण्यात येणाऱ्या सेवेला संस्थाबाह्य सेवा म्हटले जाते. उदाहरणार्थ, विद्यार्थ्यांना देण्यात येणारी शिक्षणासाठीची मदत, प्रतिपालकत्व इत्यादी.

६
समाजकार्य शिक्षण : वैश्विक दृष्टिक्षेप
(Social Work Education : Global Scenario)

६.१ प्रस्तावना
६.२ विषयविवेचन
६.३ सारांश
६.४ पारिभाषिक शब्द, शब्दार्थ

सदर घटकांच्या अभ्यासामुळे विविध देशांमध्ये समाजकार्यशिक्षणाची झालेली सुरुवात, त्या त्या देशात समाजकार्यशिक्षणाचा भाग म्हणून राबविण्यात आलेले उपक्रम व जागतिक पातळीवरील (समाजकार्याच्या क्षेत्रात) घडलेल्या घडामोडीचे ज्ञान होईल.

६.१ प्रस्तावना

गरीब, अनाथ व अवलंबित असलेल्या लोकांना सामाजिक संस्थांनी सेवा पुरविणे व त्या सेवांची गुणवत्ता सुधारणे अशा कार्यक्रमांतून खऱ्या अर्थाने समाजकार्यशिक्षणाचा १९ साव्या शतकात विकास झाला. १८ व्या शतकाच्या शेवटी जे प्रश्न जाणवत होते, त्या प्रश्नांची गंभीरता अधिक वाढत होती आणि प्रश्नांची तीव्रता कमी करण्यासाठी सेवासुविधा पुरविण्यासाठी प्रशिक्षित समाजकार्यकर्त्यांची फळी निर्माण करणे गरजेचे होते. यातूनच आज समाजकार्य मान्यताप्राप्त व्यवसाय झाला असून त्याद्वारे व्यक्ती (लोक) आणि त्यांच्या संबंधित निर्माण झालेल्या गुंतागुंतीच्या व्यवहारावर प्रकाश टाकून व्यक्ती, गट व समुदायाचे जीवन सुखी करता येणे शक्य झाले आहे. व्यक्तीला त्याच्या क्षमता विकसित करून सर्वांगाने त्याचा विकास साधणे हाच

समाजकार्य शिक्षणाचा कृतिकार्यक्रम आहे. समाजकार्य हा मूल्य, सिद्धान्त आणि प्रत्यक्ष कार्य (कृती) या तिन्हींच्या एकत्रित वापरातून केला जाणारा व्यवसाय (व्यवस्था) आहे. समाजकार्यव्यवसायासाठी मानवी गरजा, सामाजिक प्रश्न, समाजकल्याणास मिळणारा प्रतिसाद, आणि व्यावसायिक मध्यस्थी यासंबंधी मूलभूत समजूत असणे आवश्यक आहे. समाजकार्य हे एक विशेष, स्वतंत्र अभ्यासाचे क्षेत्र आहे ज्यामध्ये जैविक आणि सामाजिक शास्त्रे या विद्याशाखांचा संगम आहे.

समाजकार्य शिक्षणाचा वैश्विक दृष्टिकोनातून विचार करता विविध देशांत समाजकार्यशिक्षणाची सुरुवात वेगवेगळ्या दशकांत झाली. प्रत्येक देशातील शैक्षणिक उपक्रमातही विविधता दिसते. मात्र सर्वच देशामध्ये समाजकार्यक्षेत्राचा आलेख चढताच आहे. यामध्ये समाजकार्यक्षेत्रातील राष्ट्रीय, आंतरराष्ट्रीय संघटनांचाही मोलाचा वाटा आहे.

६.२ विषयविवेचन

समाजकार्य हा व्यवसाय म्हणून मान्यता पावला असला तरी व्यवसायावरती धर्मादाय दृष्टिकोनाचा (मार्गाचा) अधिक प्रभाव जाणवतो. एवढंच नव्हे तर राज्याच्या सार्वजनिक कल्याणकार्यक्रमावरही धर्मादाय दृष्टिकोनाचाच अधिक प्रभाव जाणवतो. तरीही पुढच्या काळातील ख्रिश्चन मिशनऱ्यांचे वर्चस्व, अधिकारांचे अध:पतन व कल्याणाचे कार्य, शासनाच्या माथी मारण्याची वाढत गेलेली वृत्ती यांतूनच इंग्लंडमध्ये समाजकार्याची सुरुवात झाली. याचीच परिणती म्हणून १६०१ चा एलिझाबेथन पुअर लॉ अस्तित्वात आला. ग्रेट ब्रिटनमध्ये निर्माण झालेल्या चळवळी व संस्थांचे लोण अमेरिकेमध्ये पोहचले. सुरुवातीच्या काळात या चळवळी खरंतर धर्मादाय दृष्टिकोनावरच आधारित, कार्यरत होत्या त्यांत बालकल्याण व सेटलमेंट हाउस यांवर भर होता. धर्मादाय समाजसंस्थांच्या (COs) तत्त्वज्ञानामध्ये मानवी गरजांचे प्रश्न व वैयक्तिक दृष्टिकोनावर भर असल्याचे दिसते. सन १८९० मध्ये मात्र धर्मादाय समाजसंस्थांना (COs) व त्यात कार्यरत व्यक्तींना समाजकार्याला व्यावसायिक दर्जा असावा असे प्रकर्षाने जाणवत होते. पुढे सन १९१५ मध्ये फ्लेक्सनर यांनी समाजकार्याचे व्यावसायिक दर्जाचे मूल्यमापन केले आणि विविध कारणे देत समाजकार्यव्यवसाय हा व्यवसाय नसल्याचे सांगितले होते. त्यांच्या मते :

"Profession involve essentially intellectual operation with large individual responsibility derive their raw material from science and learning this material they work up to a practical and definite end, possess an educationally communicable technique tend to self-organisation and are becoming increasingly altruistic in motivation."

ग्रीनवुड नमुन्या (Greenwood model) नुसार समाजकार्य हा व्यवसाय असल्याचे सांगितले आहे. समाजकार्यामध्ये निश्चित सिद्धान्त, अधिकारवाणी, समाजमान्यता नीतिमूल्ये (आचारसंहिता) आणि संस्कृती असल्याने समाजकार्य हा निश्चितच व्यवसाय आहे असे ग्रीनवुड म्हणतात. ते म्हणतात –

"Social work is already a profession, it has too many points and congruence with the professional hirarchy, so that it, too might enjoy maximum prestige, authority and Monopoly, which presently belong to a few of professions."

सध्याची परिस्थिती :

महायुद्धानंतर जगातील सर्वच देशांना त्या त्या देशातील लोकांचे जीवनमान सुधारणे त्यासाठी विविध सेवांची निर्मिती व त्यांचा विस्तार करणे याची गरज वाटू लागली. जगभरातील समाजकार्यप्रशिक्षणासंदर्भात संयुक्त राष्ट्रांनी केलेल्या अभ्यासक्रमातून (१९५०) एक गोष्ट लक्षात आली की, समाजकल्याण, समाजसेवा किंवा समाजकार्य हे नावीन्य व चैतन्य असलेले कार्यक्रम आहेत. आज समाजकार्य–व्यवसायाने जगामध्ये सर्वत्र आपला वेगळा ठसा उमटवला आहे, आणि समाजकार्य शिक्षणही सहा खंडांच्या पलीकडे पोहोचले आहे. काहींना हा व्यवसाय नवीन वाटत असला तरी अनेक पुराव्यांवरून समाजकार्य हा व्यवसाय मान्यताप्राप्त व्यवसाय असल्याचेच सिद्ध झाले आहे. अमेरिकेच्या जनगणना विभागाने समाजकार्यव्यवसाय हा इतर १८ व्यवसायांपैकी एक व्यवसाय असल्याचे सांगितले आहे.

समाजकार्याच्या आंतरराष्ट्रीय व्याख्या :

समाजकार्य महाविद्यालय आंतरराष्ट्रीय संघटन (IASSW) व आंतरराष्ट्रीय समाजकार्यकर्ता महासंघाने (IFSW) (2001) मान्य केलेली व्याख्या खालीलप्रमाणे;

The social work profession promotes social change, problem solving in human relationships and the empowerment and liberation of people to enhance well-being. Utilizing theories of human behaviour and social system, social work intervenes at the points where people interact with their environments, principles of human rights and social justice are fundamental to social work.

या व्याख्येचा अर्थ असा की, समाजकार्यव्यवसाय हा सामाजिक बदलास पोषक ठरणारा असून मानवी संबंधातील अडसर दूर करून व्यक्तीस सशक्त करणारा व्यक्तिस्वातंत्र्य देणारा, जीवनमान सुधारण्यास मदत करणारा आहे. त्यासाठी मानवी वर्तन, सामाजिक व्यवस्था, सामाजिक मध्यस्थी, सामाजिक न्याय, मानवी अधिकार व विविध तत्त्वे व सिद्धान्तांचा वापर केला जातो. ही समाजकार्ये व्यवसायाचे मुलभूत

घटक आहेत.

समाजकार्यशिक्षणाचा युरोपमध्ये झालेला उगम व त्याचा जागतिक स्तरावर झालेला प्रसार :

समाजकार्यशिक्षण हा २० व्या शतकात पुढे आलेला (सुरू झालेला) विषय आहे. लोकांचे व एकूणच समाजाचे प्रश्न कोणीतरी सक्षम व्यक्तीने व्यावसायिक पातळीवरून सोडवावेत ज्यात उत्तरदायित्वाची भावना असावी ही समाजाची गरज पुढे आली. त्यासाठी समाजकार्यशिक्षण असावे ही संकल्पना पुढे आली. याची पाळेमुळे ही १९व्या शतकाच्या शेवटी ब्रिटन आणि युरोपमधील काही देशांमध्ये सापडतात. युरोपमधूनच अमेरिका, आफ्रिका, आशिया आणि दक्षिण अमेरिकेत समाजकार्य शिक्षणाचा प्रसार झाला.

युरोपातील समाजकार्यशिक्षणाचा उगम :

युरोपमध्ये समाजकार्यशिक्षणाचा उगम हा राणी व्हिक्टोरियाच्या काळापासूनच झाला आहे. त्याच काळात (१८९९) ॲम्स्टरडॅम येथे धर्मादाय कार्याचा नमुना-आराखडा व दोन वर्षांचा समाजकार्यातील पूर्ण वेळ अभ्यासक्रम प्रथमच विकसित करण्यात आला होता. ॲम्स्टरडॅम इन्स्टिट्यूट ऑफ सोशल वर्क ट्रेनिंग या संस्थेस समाजकार्यातील दोन वर्षांचा प्रशिक्षण कार्यक्रम (सिद्धान्त व प्रत्यक्ष कार्यासह) विकसित केल्याचे श्रेय या संस्थेस जाते. जगामध्ये पहिले समाजकार्य महाविद्यालय हे नेदरलँडमध्ये सुरू झाले आणि गृहबांधणी व्यवस्थापन तसेच मित्रत्व भेटी या विषयावर ऑक्टोव्हिया हिल्स या संस्थेने स्वयंसेवकांचे प्रशिक्षण आयोजित करून सन १८७० साली समाजकार्य शिक्षणाची सुरुवात केली. त्यांनी सुरुवातीला लंडनमधील वस्त्या व आसपासच्या परिसरात कार्ये केले आणि सुरुवातीला काही स्वयंसेवक तर पुढे पूर्णवेळ प्रशिक्षित कार्यकर्ते निर्माण केले. कलासमीक्षक जॉन रस्किन (इ.स. १८१९ - १९००) यांनी ऑक्टोव्हिया हिल हीस तिच्या कार्यात आर्थिक मदत करून प्रोत्साहन दिले. महिलांचे पुनर्वसन व त्यांना त्यांचे अधिकार, हक्क मिळविण्यासाठी केंब्रिज व ऑक्सफर्ड येथील पदवीधर महिलांनी सन १८८७ साली लंडन येथे संघटना उभारली. येथेच सुबद्ध समाजकार्यशिक्षणाची मूहूर्तमेढ रोवण्यात आली. युरोपमधील समाजकार्यशिक्षणाची दुसरी घटना म्हणजे १८९९ मध्ये जर्मनीतील ॲलिस सॉलोमन यांनी महिलांसाठी एक वर्षाचा अभ्यासक्रम चालविला. ॲलिस सॉलोमन हे आंतरराष्ट्रीय समाजकार्य महाविद्यालयीन संघटनेचे संस्थापक सदस्य व समाजकार्यशिक्षणातील नावलौकिक व्यक्तिमत्त्व होते. त्यांनी महिलाहक्कांसाठीही कार्य केले होते. त्यांच्या कार्याचा गौरव म्हणून पुढे (१९०३) ॲलिस सॉलोमन स्कूल ऑफ सोशल वर्क

यांच्या नावाने महाविद्यालय स्थापन झाले आणि तेथील समाजकार्यशिक्षण हे जर्मनीमध्ये आदर्श नमुना म्हणून स्वीकारण्यात आले होते. ब्रिटनमध्ये सुरू झालेले समाजकार्यशिक्षण पुढे युरोप खंडाबरोबरच इतर देशांत वैशिष्ट्यपूर्ण शिक्षण म्हणून मान्यता पावले.

उत्तर अमेरिकेतील समाजकार्यशिक्षणाची स्थिती :

धर्मादाय कार्य व्यवसाय म्हणून मान्यता पावण्यासाठी प्रशिक्षण महाविद्यालय असावे यासाठी प्रयत्न केले गेले. समाजकार्यक्षेत्रातील अनेक लेखक विशेषत: ॲना डॅवेस (१९९३) आणि मेरी रीचमंड (१८९७) यांनी लिहिलेल्या लेखांमध्ये असे नमूद केले आहे की, समाजकार्यकर्त्यांनी मिळविलेले ज्ञान, अनुभव याचा समाजकार्य-शिक्षणासाठी व त्याच्या विकासासाठी उपयोगात आणले पाहिजे. सन १८८९ मध्ये मानवतावादी हिवाळी महाविद्यालयीन न्यूयॉर्क चॅरिटी ऑर्गनायझेशन सोसायटी प्रायोजित सहा आठवड्यांचा राबविलेला औपचारिक कार्यक्रम हा पहिला व्यावसायिक कार्यक्रम समजण्यात येतो. या कार्यक्रमामध्ये व्याख्याने, शासकीय - अशासकीय संस्थांना भेटी आणि पर्यवेक्षणाधीन क्षेत्रकार्य यांचा समावेश होतो. पुढे कार्यक्रमाचा विस्तार होत गेला आणि सन १९०४ मध्ये ६ महिन्यांचा हिवाळी अभ्यासक्रम घेण्यात आला. न्यूयॉर्क स्कूल ऑफ फिलाँथ्रॉपी या महाविद्यालयाच्या वतीने पूर्ण एक वर्षाचा अभ्यासक्रम राबविण्यात आला. न्यूयॉर्क स्कूल ऑफ फिलाँथ्रॉपी याचे सन १९६२ मध्ये न्यूयॉर्क स्कूल ऑफ सोशल वर्क व पुढे कोलंबिया युनिव्हर्सिटी स्कूल ऑफ सोशल वर्क यात रूपांतर झाले.

शिकागो (शिकागो इन्स्टिट्यूट ऑफ सोशल सर्व्हिस - १९०३), बोस्टन (स्कूल ऑफ सोशल वर्कर्स, १९०४) मिसोरी आणि फिलाडेल्फिया यांनीही न्यूयॉर्कच्या धर्तीवर धर्मादाय स्वरूपाचे कार्य करणाऱ्या कार्यकर्त्यांच्यासाठी व्यावसायिक प्रशिक्षण महाविद्यालयांची स्थापना केली. समाजकल्याणाच्या क्षेत्रात भरीव कार्य केलेल्यांपैकी कॅथी फर्ग्युसन यांनी न्यूयॉर्क शहरात स्वत:च्या घरात संडे स्कूल सुरू केले आणि पुढे तेच संडे स्कूल आफ्रिकन, अमेरिकन गोऱ्या मुलांसाठीचे घरच झाले होते.

दक्षिण (लॅटिन) अमेरिका :

दक्षिण अमेरिकेतील समाजकार्य व त्यातील शिक्षणाला युरोपातील व उत्तर अमेरिकेतील मूलभूत प्रयत्नच कारणीभूत ठरले. सर्वप्रथम १९२५ मध्ये बेल्जियमचे डॉ. रेने सँड व चिलीचे डॉ. ॲले जॅन्डरो डेल यांनी पहिल्या समाजकार्य महाविद्यालयाची स्थापना केली. पुढे याच महाविद्यालयाला डॉ. ॲले जॅन्डरो डेल यांचे नाव देण्यात आले. दोन वर्षाचा पूर्ण वेळ अभ्यासक्रम हा भरगच्च विषय आणि क्षेत्रकार्याने युक्त होता. महाविद्यालय भरभराटीला आले आणि याच महाविद्यालयात प्रशिक्षण घेतलेल्या

विद्यार्थ्यांनी लॅटिन अमेरिकेत समाजकार्याची अनेक महाविद्यालये स्थापन केली.

आफ्रिका :

दक्षिण आफ्रिकेमध्ये सन १९२४ पासूनच 'ब्रिटिश नमुना' या आधारे समाजकार्य-प्रशिक्षण चालू होते, परंतु केप टाउन आणि ट्रान्सवाल विद्यापीठ महाविद्यालयात प्रथमच ३ वर्षांचा पदविका अभ्यासक्रम राबविण्यात आला. सन १९३२ मध्ये स्टेलेन बोश विद्यापीठात प्रथमच पदवी अभ्यासक्रम विकसित केला गेला. दक्षिण अफ्रिकेतील शिक्षण पद्धती 'ब्रिटिश नमुना' पद्धतीवर आधारित असल्याने महाविद्यालयात केवळ गोऱ्या विद्यार्थ्यांनाच प्रवेश दिला जाई. पुढे गोऱ्या-काळ्या (सर्वच) विद्यार्थ्यांसाठी जे महाविद्यालय सुरू झाले ते जॉन. एच. हॉफमेअर स्कूल ऑफ सोशल वर्क. हे महाविद्यालय १९४७ साली जोहान्सबर्ग येथे यंग मेन्स ख्रिश्चन असोसिएशन (YMCA) यांनी स्थापन केले.

आशिया :

सन १९२२ मध्ये येनचिंग विद्यापीठांतर्गत सर्वप्रथम समाजशास्त्र व समाजकार्य विभाग सुरू झाला होता. चार वर्षांचा असलेला हा पदवी अभ्यासक्रम पुढे जास्त काळ चालला नाही. म्हणून सन १९३६ मध्ये मुंबई येथे सुरू झालेल्या टाटा सामाजिक विज्ञान संस्थेलाच आशियामध्ये सुरू झालेली व आजतागायत चालू असलेली संस्था म्हणून श्रेय द्यायला हवे. टाटा सामाजिक विज्ञान संस्था पुढे (१९६४) विद्यापीठात रूपांतरित झाली. समाजकार्यशिक्षणाचा इतिहास पाहता अमेरिकन आणि ब्रिटिश समाजकार्य-शिक्षणात महत्त्वाचा फरक दिसतो तो हा की भारतीय समाजकार्य महाविद्यालयामध्ये कामगार कल्याण, कर्मचारी (कामगार) व्यवस्थापन या अभ्यासक्रमाचा समावेश होता जो ब्रिटन किंवा अमेरिकेत या विषयावर विचार झाला नव्हता. आशिया खंडामध्ये बहुतांशी समाजकार्य महाविद्यालये आहेत ती पदवीपर्यंतचे शिक्षण देणारी आहेत आणि विद्यापीठाच्या आणि शासनाच्या अखत्यारीत कार्यरत आहेत.

ऑस्ट्रेलिया :

ऑस्ट्रेलियात समाजकार्याची जी परंपरा चालू होती तीवर अमेरिका आणि UK या देशांतील समाजकार्याचा अधिक प्रभाव होता किंबहुना अमेरिका आणि UK या देशांचा आदर्श ठेवूनच ऑस्ट्रेलियातील व्यक्ती, संस्थांचे समाजकार्य चालू होते. उशिरा का होईना सैद्धांतिक माहिती, क्षेत्रकार्ये, विषयासंबंधित वाचनसाहित्य उपलब्ध करण्याचा प्रयत्न झाला. दुसऱ्या महायुद्धाच्या पूर्वी ऑस्ट्रेलियामध्ये तब्बल समाजकार्याचे प्रशिक्षण देणाऱ्या पाच संस्था विद्यापीठाच्या बाहेर (सिडनी, मेलबॉर्न, आदेलादे (adelaide) सुरू झाल्या होत्या. या संस्थांच्या माध्यमातून दोन वर्षांचा समाजकार्यातील सर्वसाधारण (generic) अभ्यासक्रम चालविण्यात आला आणि या दोन वर्षांचा अभ्यासक्रम पूर्ण केलेल्यांसाठी वैद्यकीय समाजकार्य हा विशेषत: १ वर्षाचा

अभ्यासक्रमही चालविण्यात आला. ऑस्ट्रेलियामध्ये स्वयंसेवी संस्था किंवा खाजगी संस्थांच्या कार्यक्रमापेक्षा शासकीय पातळीवर समाजकार्याचे अधिक काम दिसते. धार्मिक संस्थांचे कामही कमीच आहे. जवळपास दोनतृतीयांश (२/३) प्रशिक्षित समाजकार्यकर्ते हे शासकीय सेवेत कार्यरत आहेत. तर केवळ एकतृतीयांश (१/३) कार्यकर्ते हे विविध अशासकीय, स्वयंसेवी व धार्मिक संस्थांच्यामध्ये कार्य करतात.

समाजकार्यक्षेत्रातील जागतिक घडामोडी, जून २०१० :

माहे जून २०१० साली हाँगकाँग येथे सामाजिक क्षेत्रातील सामाजिक कार्यकर्ते, समाजकार्य शिक्षक यांची जागतिक दर्जाची सभा झाली तीमध्ये जगभरातील तीन हजार (३०००) प्रतिनिधींनी हजेरी लावली. 'समाजापुढील सद्य:स्थितीतील आव्हाने' यावर चर्चा करण्यासाठी व त्यातून विश्वव्यापी चळवळ उभी करण्याच्या उद्देशाने सभेचे आयोजन करण्यात आले होते. इंटरनॅशनल फेडरेशन ऑफ सोशल वर्क (IFSW), इंटरनॅशनल असोसिएशन ऑफ स्कूल्स ऑफ सोशल वर्क (IASSW) आणि इंटरनॅशल कौन्सिल ऑफ सोशल वेल्फेर (ICSW) या तीन संस्थांच्या नेतृत्वाखाली व समन्वयाने पार पडलेल्या सभेमध्ये विविध संस्थांच्या सहभागातून वैश्विक पातळीवरील विषयांची हाताळणी व त्यातून समाजविकास साधण्यासंबंधित विचार झाला. समाजकार्य व्यवसायाची भूमिका भविष्यात व्यापक व मजबूत व्हायला हवी, तिचा उपयोग मानवी विकासासाठी झाला पाहिजे, कार्यासाठी विविध व्यासपीठे निर्माण करणे हे महत्त्वाचे विषय हाँगकाँग येथे झालेल्या सभेच्या कार्यक्रमपत्रिकेवर होते. या सभेमध्ये कार्याची पुढील दिशा काय व कशी असणार याची चर्चा होऊन एक कच्चा मसुदा (Document) ठरविण्यात आला.

हाँगकाँग येथील जागतिक दर्जाच्या सभेमध्ये १५ मार्च २०११ हा दिवस 'जागतिक समाजकार्ये दिवस' म्हणून साजरा करण्याचे ठरले. या निमित्ताने जगभर विविध कार्यक्रमांचे आयोजन करावे हे ठरले. या पहिल्या सभेनंतर ठरलेल्या उपक्रमावर सविस्तर चर्चा करण्यासाठी २८ मार्च २०११ या संयुक्त राष्ट्र (UN) संघाच्या समाजकार्याचे दिनी करण्याचे ठरले.

हाँगकाँग येथे पार पडलेल्या सभेमध्ये खालील विषयांवर चर्चा झाली. (१) समाजकार्ये शिक्षणाची व्याप्ती वाढविणे, त्यात सुधारणा करणे. (२) शारीरिक व मानसिक आरोग्य. (३) स्थानिक व प्रादेशिक विषयांना (कार्यक्रम) मान्यता. (४) सर्वांसाठी सामाजिक संरक्षण (५) मुळचे लोक आणि संयुक्त राष्ट्रसंघाचा जाहीरनामा (६) पिढ्यांतर्गत समता. (७) सामाजिक आणि आर्थिक विषमता (८) व्यक्तीचे मूल्य आणि दर्जा (९) पर्यावरण संरक्षण, संवर्धन व त्याची चिरंतनता.

(१०) लिंगभाव (११) विविध प्रकारांनी होणारी, पाळली जाणारी विषमता. (१२) ज्ञाननिर्मिती आणि त्याचे आदान प्रदान इत्यादी.

६.३ सारांश

समाजकार्यशिक्षणाचा खऱ्या अर्थाने १९ व्या शतकात विकास झाला. १८ व्या शतकाच्या शेवटी जाणवणारे प्रश्न व त्यातून मार्ग काढण्यासाठी समाजकार्यप्रशिक्षणाची गरज निर्माण झाली. समाजकार्याचे प्रशिक्षण देता देता पुढे समाजकार्य एक व्यवसाय म्हणून पुढे आला. ख्रिश्चन मिशनऱ्यांचे वर्चस्व व अध:पतन होत असताना, दुसरीकडे कल्याणाचे कार्य करण्यासाठी पुढे आलेल्या प्रशासनाची वाढत गेलेली जबाबदारी यातून इंग्लंडमध्ये समाजकार्याची सुरुवात झाली. युरोपमधून अमेरिका, आफ्रिका, आशिया आणि दक्षिण अमेरिकेत समाजकार्यशिक्षणाचा प्रसार झाला. ॲमस्टरडॅम येथे (१८९९ मध्ये) धर्मादाय कार्याचा नमुनाआराखडा व दोन वर्षांचा समाजकार्यातील पूर्ण वेळ अभ्यासक्रम प्रथमच विकसित करण्यात आला होता. उलट अमेरिकतेतील मानवतावादी हिवाळी महाविद्यालयीन न्यूयॉर्क चॅरिटी ऑर्गनायझेशन प्रायोजित सहा आठवड्यांचा राबविलेला औपचारिक कार्यक्रम हा पहिला व्यावसायिक कार्यक्रम समजण्यात येतो. १९२५ मध्ये दक्षिण अमेरिकेत पहिल्या समाजकार्य महाविद्यालयाची स्थापना झाली. तेथे पूर्णवेळ दोन वर्षांचा अभ्यासक्रम चालविला. आफ्रिकेमध्ये केप टाउन आणि ट्रान्सवाल विद्यापीठात प्रथमच ३ वर्षांचा पदविका अभ्यासक्रम राबविण्यात आला. आशियामध्ये १९२२ मध्ये चेनचिंग विद्यापीठांतर्गत सर्वप्रथम समाजशास्त्र व समाजकार्य विभाग सुरू करण्यात आला होता. पुढे १९३६ मध्ये टाटा सामाजिक विज्ञानसंस्था मुंबई येथे सुरू झाली. दुसऱ्या महायुद्धापूर्वी ऑस्ट्रेलियामध्ये विद्यापीठाच्या बाहेर समाजकार्याचे प्रशिक्षण देणारी जवळपास ५ महाविद्यालये सुरू झाली होती. या महाविद्यालयांच्या माध्यमातून समाजकार्यांतील २ वर्षांचा (जनेरिक) अभ्यासक्रम चालविण्यात आला.

६.४ पारिभाषिक शब्द, शब्दार्थ

१) **वैश्विक :** विश्वव्यापी, विश्वामध्ये (जगामध्ये) सर्वत्र चालणारी गोष्ट.

२) **मुहूर्तमेढ रोवणे :** कार्याची सुरुवात करणे, होणे – पायाचा दगड, विचार वा कृतीची सुरुवात.

७

भारतातील समाजकार्य व शिक्षणाची वाटचाल
(Development of Social Work and Education in India)

या घटकाचा अभ्यास केल्यावर आर्य-अनार्य यांच्यापासून ते प्राचीनकाळ, मध्ययुगीनकाळ, ब्रिटिशकाळ, समाजसुधारणाचळवळीचा काळ व आजचा आधुनिक काळ या सर्व काळारमध्ये समाजकार्यशिक्षणाचे काय स्वरूप होते याचे आकलन होणार आहे.

७.१ प्रस्तावना

प्राचीन काळापासून भारतामध्ये समाजकार्याचे विविध पैलू दिसून येतात. प्राचीन व मध्ययुगीन काळातील समाजकार्य मुख्यत: धर्मावर आधारित होते. मंदिर, मठ, आश्रमाच्या माध्यमातून समाजकार्य चालत असे. सम्राट चंद्रगुप्त (शासनकाल इ.स.पू - ३२४-३००) आणि अशोक (इ.स.पू २७३-२३६) या मौर्य राजांच्या काळात विशेषत: आरोग्य, रस्ते यासंबंधित सोयी सुविधा उपलब्ध करून देण्यात आल्या. इस्लामी राजवटीत अकबर बादशहाने (इ.स. १५४२-१६०५) रस्ते, रुग्णालये, बागा आदी सुविधा पुरविल्या. ब्रिटिश काळातही इंग्रजी शाळा व आरोग्याची सुविधा ब्रिटिशांनी उपलब्ध करून दिली. ब्रिटिश राजवटीनंतर समाजकार्यशिक्षणाला

वेग आला. समाजसुधारणाचळवळीने वेग घेतला. समाजकार्यकर्ते, सुधारक पुढे सरसावले व संस्था स्थापन करून त्यांद्वारे अनेक उपक्रम राबवायला सुरुवात केली आणि खऱ्या अर्थाने आधुनिक समाजकार्यशिक्षणाचा पाया घातला गेला. याचाच भाग म्हणून सन १९३६ साली सर दोराबजी टाटा ग्रॅज्युएट स्कूल ऑफ सोशल वर्कची स्थापना झाली. तेव्हापासून आजतागायत समाजकार्याचे शिक्षण, प्रशिक्षण देणाऱ्या अनेक संस्था देशात व महाराष्ट्रात स्थापन झाल्या आहेत.

७.२ विषयविवेचन
भारतातील समाजकार्याची वाटचाल
(Development of Social Work in India) :

भारतीय संस्कृती ही प्राचीन संस्कृती आहे. प्राचीन काळापासून भारतामध्ये समाजकार्याचे विविध पैलू दिसून येतात. येथे आर्य अनार्य, नाग, द्रविड आदी लोक राहत होते असे इतिहास सांगतो. त्या काळच्या हिंदू धर्माचा पगडा सर्वच ठिकाणी होता. देवदानव मानण्यावर अधिक भर होता. वेद, पुराण, रामायण, महाभारत, गीता आदी धर्मग्रंथही उपलब्ध होते. राजे, महाराजे, सम्राट हे शासक होते. मंत्री, प्रधानमंत्री, महामंत्री अशी पदेही प्रशासनात होती. शहरी, ग्रामीण अशी विभागवार प्रांतरचनाही होती. या राजे महाराजांनी सेवा प्रदान करणे, प्रजेने स्वीकारणे ही परंपराही होतीच. याच धर्तीवर समाजाच्या व समाजातील घटनांच्या गरजांची पूर्तता करण्यासाठी समाजकार्याचे भारतातील स्थान पुरातन आहे. हे जरी खरे असले तरी व्यावसायिक समाजकार्य एका संकलित व शास्त्रशुद्ध पद्धतीच्या स्वरूपात पाश्चात्त्य देशातून भारतात आले.

व्यावसायिक समाजकार्य विशिष्ट तत्त्वज्ञानाच्या आधारे, मूल्यांच्या आधारे, विशिष्ट विचारसरणी, दृष्टिकोनाच्या आधारे केले जाते. व्यावसायिक समाजकार्याचे हे आधार भारतीय संस्कृती, धर्माचरण, तत्त्वज्ञान, जीवनपद्धती, धर्मग्रंथ, वाङ्मय, अध्यात्म यात आहेत. पाप-पुण्य, दानधर्म, अतिथिसेवा, दीन-दुबळे व लुळे-पांगळे यांना मदत, दुःखी-पीडितांची सेवा, आजारी, वृद्धांची सेवा, भुकेल्यास अन्न, तहानेल्यास पाणी इ. बाबी ह्या धार्मिकदृष्ट्या, पुण्यकर्म समजल्या जातात.

कालमानाप्रमाणे धार्मिक आचार, विचार, चालीरीती यामध्ये स्थित्यंतरे होत गेली. परंतु धार्मिक पगडा चालूच राहिला. तरीही मानवताकल्याण व सामान्य प्रजाजनांचे हित, कल्याण व सेवा हाच सर्व विचारांचा आधार होता. राज्ये बदलली, परकीय आक्रमणे झाली. शासक बदलले. परंतु मूळ आधार प्रजाहित- लोककल्याण व मानवता हा केंद्रबिंदू कायम राहिला. आजच्या आधुनिकतेच्या काळातही भारताच्या

समाजसेवेचा मूळ आधार व विचारांचा केंद्रबिंदू कायम आहे.

भारतीय समाजकार्याचा इतिहास पाहायचा झाल्यास साधारणत: तीन कालखंड पाहणे उचित ठरेल.

१. प्राचीन व मध्ययुगीन समाजकार्य
२. ब्रिटिशकालीन समाजकार्य
३. स्वातंत्र्योत्तर समाजकार्य

१) प्राचीन व मध्ययुगीन समाजकार्य :

प्राचीन भारतात होणारे समाजकार्य हे मुख्यत: धर्मावर आधारित होते. धार्मिक पगडा अधिक असल्याने मंदिर, मठ यांच्या मार्फतच कार्य चालत होते. राजा म्हणेल ती पूर्वदिशा ही प्रथा होती. तरीही भुकेल्यास अन्न, तहानलेल्यास पाणी, रुग्णांची सेवा, अंध अपंगांची सेवा, उपचार या सेवांचे अदान प्रदान आजही चालूच आहे.

सम्राट अशोकाच्या काळात रुग्णांवर औषधोपचार करण्यासाठी वैद्य गावोगावी जाऊन लसीकरण करीत व सार्वजनिक रुग्णालये होती असा उल्लेख आढळतो. रस्ते, तलाव, बागा तसेच रुग्णालये ह्या जनहिताच्या कामांना प्राधान्य होते. साधू बैराग्यासाठी धर्मशाळा विश्रांतिगृहे होती.

चंद्रगुप्त मौर्य काळातील समाजकल्याणकार्याची स्पष्ट कल्पना आर्य चाणक्याने (इ.स.पू ४ थे शतक) लिहिलेल्या 'कौटिल्याचे अर्थशास्त्र' ह्या ग्रंथाद्वारे स्पष्ट होते. या काळात बालक, वृद्ध, रुग्ण, शारीरिक अपंग व्यक्तींची काळजी घेणे. त्यांना आश्रय देणे, उपचार करणे हे अत्यंत पवित्र कार्य मानले जात असे. अनाथांची सर्वार्थाने सेवा हे धर्मकार्य समजले जात असे. शासनकर्तेही अशा कार्यक्रमास सढळ हाताने मदत करत. यातूनही शैक्षणिक समाजकार्याची संकल्पना पुढे आल्याचे लक्षात येते.

पुढे १३ व्या शतकामध्ये भारतात इस्लामी राजवट प्रस्थापित झाली. या राजवटीमध्ये अकबर बादशहानेही रस्ते, सार्वजनिक बागा, रुग्णालये, मुसाफिरखाने, आदी सुविधा उपलब्ध करून दिल्याचे समजते.

डॉ. आर. सी. मुजुमदार यांनी प्राचीन व मध्ययुगीन भारतातील समाजकार्याबाबत माहिती देताना स्पष्ट केले आहे की, समाजकल्याण करण्याची जबाबदारी शासकवर्ग, श्रीमंत वर्ग, आणि सामुदायिक पंचायत व इतर मदत करणाऱ्या संघटनांवर होती. अशा प्रकारच्या संघटना एकमेकांना मदत करत. हे कार्य मंदिर, मस्जीद व गुरुद्वारा करत असताना धार्मिक पवित्र भावनेचा आधार महत्त्वाचा असायचा. अन्नच्छत्र उभारणे, रस्ते, विहिरी, धर्मशाळा, विश्रामगृहे या स्वरूपात हे कार्य असायचे.

२) भारतातील ब्रिटिशकालीन समाजकार्य :

इ.स.च्या सतराव्या शतकाच्या प्रारंभी इंग्रज भारतात आले आणि पुढे राज्यकर्ते बनले. निमित्त व्यापाराचे ध्येय मात्र सत्तेचे ही युक्तीच जणू काही इंग्रजांनी राबवली होती. भारतातील विस्कळीत परिस्थितीचा फायदा उठवत सन १८५० मध्ये संपूर्ण भारतावर पकड निर्माण केली नव्हे राज्यावर अंमलच सुरू केला. पुढे ईस्ट इंडिया कंपनीद्वारा स्थापन केलेले राज्य कंपनीकडून काढून घेऊन ब्रिटिश सरकारने ताब्यात घेतले. भारतात त्या त्या संस्थानचे संस्थानिक असूनही त्यांच्यावर नियंत्रण व देखरेख ठेवण्यासाठी व्हाइसरॉयची नेमणूक केली गेली. ब्रिटिशांनी भारतावर केवळ राज्य केले नाही तर गिरीजाघराद्वारा ख्रिश्चन धर्माचा प्रचार आणि प्रसारही केला आणि ख्रिश्चन धर्माला पुढे राजाश्रयही मिळवून देण्यात ते यशस्वी ठरले. त्यासाठी इंग्रजी शाळा व रुग्णालये स्थापन करून भारतीयांनाच आकृष्ट करून घेण्यावर भर दिला होता. ब्रिटिशांचा केवळ राज्य करणे, ख्रिस्ती धर्माचा प्रचार प्रसार करणे एवढाच हेतू नव्हता तर भारतीयांना पारतंत्र्यात ठेवून त्यांच्या अगतिकतेचा फायदा घेत आंतरराष्ट्रीय वर्चस्व निर्माण करण्याचा स्पष्ट हेतू होता.

३) भारतातील सामाजिक स्थिती व समाजसुधारणाचळवळीचा उदय :

ब्रिटिशांची विविध प्रांतावर पकड वाढतच होती. दरम्यान त्यांनी बंगालमधील कोलकाता प्रांतावर व शहरावर घट्ट पकड निर्माण केली होती. पुढे कोलकाता हेच त्यांचे भारतातील मुख्यालय झाले होते. म्हणून तर प. बंगालमध्ये ख्रिश्चनांची मोठमोठी केंद्रे स्थापन झाल्याचे दिसून येते. त्या काळी प. बंगाल प्रांताची स्थिती अत्यंत वाईट होती. दारिद्र्य, जातीयता, भेदभाव, बालविवाह, सतीप्रथा, बुरखापद्धती, दुष्काळ, उपासमार, जमीनदारांचे वर्चस्व, आदी प्रश्नांनी बंगाल प्रांताला ग्रासले होते. अशा प्रकारचे कमी अधिक वातावरण संबंध भारतभर होते. या प्रश्नावर तोडगा काढण्याऐवजी ब्रिटिशांनी त्यांच्या उद्योगाला अधिक प्राधान्य दिले व आपल्यापेक्षा भारतीयांना वेगळे समजून बाजूला ठेवले. ब्रिटिश व भारतीय यांच्या लैंगिक संबंधातून अँग्लोइंडियन ही वेगळीच प्रजा निर्माण झाली. त्यांना भारतातील नियम लागू नव्हते. म्हणजे भारतीयांबाबत प्रश्नच प्रश्न निर्माण झाले होते. याच काळात भारतातील काही विवेकशील विचार करणाऱ्या लोकांच्या कटू प्रतिक्रिया दिवसेंदिवस अधिकच बळकट होत चालल्या होत्या. हळूहळू सामाजिक सुधारणांविषयी जागृतीला सुरुवात झाली होती. सामाजिक जागृतीद्वारा लोकांना त्याचे महत्त्व पटत नव्हते. देशाच्या कानाकोपऱ्यातून लहान मोठी आंदोलने होत होती. अनेक प्रथा व परंपरांवर बंदी आणण्याचा विचार पुढे आला. यामध्ये विधवापुनर्विवाह सुरू करावे, सतीप्रथा बंद करावी, विधवांचे केशवपन

बंद करावे, बालविवाह बंद करावे, स्त्रीशिक्षणासाठी प्रसार करण्यात यावा असे ठरले.

४) समाजसुधारणा आणि समाजकार्य :

वरील सर्व प्रश्नांच्यावर तोडगा काढण्यासाठी भारतीय समाजसुधारक राजा राममोहन रॉय (इ.स. १७७२-१८३३)पुढे सरसावले. खऱ्या अर्थाने १९ व्या शतकामध्ये धार्मिक व सामाजिक सुधारणेची मुहूर्तमेढ त्यांनीच (भारतामध्ये) रोवली. म्हणून ते भारतातील पहिले समाजसुधारक ठरतात. सतीप्रथा बंद करण्यासाठी त्यांनी आपली प्रतिष्ठा पणाला लावली. ते महिलाशिक्षण व विधवापुनर्विवाहाच्या बाजूने होते.

१९ व्या शतकातील दुसरे भारतीय समाजसुधारक ईश्वरचंद्र विद्यासागर (इ.स. १८२०-१८९१) यांनीही विधवा पुनर्विवाह, महिलाशिक्षण, आर्थिक स्वयंपूर्णता, बहुपत्नीत्व प्रतिबंधासाठी बहुमोल कार्य केले. विद्यासागर व राजा राममोहन रॉय यांच्या प्रयत्नाने १८५६ मध्ये विधवापुनर्विवाहाचा कायदा संमंत झाला. मुंबईच्या बाळशास्त्री जांभेकरांनी (इ.स. १८१२-१८४६) भ्रूणहत्या, मुलींचा व्यापार आदी वाईट प्रथा बंद करण्यासाठी प्रयत्न केले. गोपाल हरि देशमुख तथा लोकहितवादी (इ.स. १८९३-१८९२) यांनी अद्यावत शिक्षण संस्था, दवाखाने, प्रसूतिगृहे व अनाथालये स्थापण्यास चालना दिली. अशा प्रथा समाजसुधारणेच्या माध्यमातूनच व्हायला हव्यात यावर त्यांचा विश्वास होता.

बंगालचे शशीपदा बॅनर्जी यांनीही महिलाशिक्षण व विधवापुनर्विवाहासंबंधी कामे केली. त्यांनी स्वत: एका विधवेशी लग्न केले. अनेक विधवाविवाह लावून दिले आणि विधवांना आपल्याच घरात निवाराही दिला. ते कामगारांसाठी कार्य करणारे पहिले सुधारक ठरतात. पुण्याच्या महात्मा फुले (इ.स. १८२७-१८८९) यांनीही महिलांचं शिक्षण व त्याबरोबर अस्पृश्यांच्या शिक्षणासाठी स्वत:ला वाहून घेतले होते. त्यांनी शेतकऱ्यांच्या प्रश्नांसंबंधी व त्यांचे जीवनमान सुधारणेसाठी प्रयत्न केले. तळागाळातील लोकांच्या सामाजिक व आर्थिक सुधारणेसाठी सन १८७३ मध्ये सत्यशोधक समाजाची स्थापना केली होती. महादेव गोविंद रानडे (इ.स. १८४२-१९०१) व महर्षी धोंडो केशव कर्वे (इ.स. १८५८-१९६२) हे पश्चिमेकडील विशेषत: पुण्यातील सुधारणाचळवळीचे प्रमुख होते. लोकमान्य टिळक (इ.स. १८५६ - १९२०) व गोपाल कृष्ण गोखले (इ.स. १८६६ - १९१५) यांनीही समाज सुधारणेमध्ये मोलाचे योगदान दिले आहे. मात्र त्यांचा अधिक भर राजकारणाकडे होता. वि. रा. शिंदे (इ.स. १८७३-१९४४) यांनी आदिवासींच्या कल्याणासाठी पुढाकार घेतला होता. ना. म. जोशी (इ.स. - १९५५) व एन. जी. चंदावरकर (इ.स. १८५५-

१९२३) यांनी बाँबे सोशल सर्व्हिस लीगच्या माध्यमातून मुंबईतील कंपन्यांच्या कामगारांसाठी व त्यांच्या मुलांसाठी रात्रीचे वर्ग भरविले. त्यांचे मनोरंजन घडवून आणले.

सन १९२० मध्ये महात्मा गांधीं राजकारण व समाजकारणात सक्रिय झाले होते. त्यांनी महिलासुधारणा, मागासवर्गीय गटांसाठी सुधारणा केल्या. विशेषत: स्त्री-पुरुष- समानतेसाठी त्यांनी लढा दिला. महात्मा गांधींना केवळ देशाचा विकास अपेक्षित नव्हता तर त्यांना परकीय सत्तेच्या जोखडातून देशाला वाचवायचे होते. सामाजिक अरिष्टातून देशाला वाचवायचे होते.

समाजकार्याच्या विकासात महत्त्वाची भूमिका बजावलेल्या अनेक संस्था देशात आहेत. त्यांमध्ये प्रामुख्याने ब्राह्मोसमाज, प्रार्थना समाज, आर्य समाज, थिऑसॉफिकल सोसायटी, रामकृष्ण मिशन, मुहमेडन लिटरसी सोसायटी आदींचा समावेश होतो. त्या बरोबरच बाँबे विधवा पुनर्विवाह संघटना, बंगाल हिंदू विधवा संघटना, भारतीय राष्ट्रीय सामाजिक परिषद, सर्व्हन्ट्स ऑफ इंडिया सोसायटी आदींनी महत्त्वाची भूमिका बजावल्याचे इतिहास सांगतो. राजा राममोहन रॉय स्थापित ब्राह्मो समाजाद्वारा (इ.स. १८२८) स्त्री-कल्याण, सतीप्रथाबंदी व विधवापुनर्विवाहासाठी कार्य केले. स्वामी दयानंद सरस्वती यांच्या आर्य समाजाद्वारा (१८७५) जातीयता व बालविवाहविरोधी भूमिका घेतली होती. स्वामी विवेकानंदांच्या (इ.स. १८७३-१९०२) रामकृष्ण मिशन (१८९७) अंतर्गत शिक्षण, उपचार व सर्व साधारण सेवा प्रदान करण्याचे काम झाले.

५) आधुनिक समाजकार्य :

भारतात आधुनिक समाजकार्याची सुरुवात ही एकोणिसाव्या शतकाच्या सुरुवातीला झाली. अनाथ मुले व गरीब स्त्री-पुरुषांसाठी ख्रिश्चन मिशनऱ्यांनी जेव्हा घरे बांधायला सुरुवात केली तीच खऱ्या अर्थाने समाजकार्याची भारतातील सुरुवात होती असे म्हटल्यास वावगे ठरणार नाही. त्याच काळात प्रसिद्ध समाज सुधारक शशीपदा बॅनर्जी यांनी विधवांसाठी घरे बांधण्यास सुरुवात केली होती. काही समाजिक संस्थांनी उदा: आर्य समाज, प्रार्थना समाज, रामकृष्ण मिशन आदींनी गरजूंना विविध कल्याणकारी सेवा पुरविण्याचे काम चालू केले होते. धार्मिक संस्थांनीही गरजूंना सेवा प्रदान कार्यक्रमात महत्त्वाची भूमिका बजावली होती. कल्याणकारी राज्याची भूमिका ही १९ व्या शतकात दुसऱ्या व तिसऱ्या दशकांत सुरू झाली. त्याचा भाग म्हणून अनाथ व गरिबांसाठी ॲप्रींटीस कायदा (१८५०) आला ज्याद्वारा अनाथ व गरीब गरजूंना रोजगार उपलब्ध झाला. बालगुन्हेगार कायद्याद्वारे (१८७०) अनाथ व गरिबांच्या प्रशिक्षणाची व उपचाराची सोय झाली. पुढे अनेक कल्याणकारी कायदे आले.

६) भारतीय स्वातंत्र्यानंतरचे समाजकार्य :

स्वातंत्र्यानंतर भारतातील समाजकार्याला गती प्राप्त झाली. कल्याणकारी उपक्रमांचा अंतर्भाव भारतीय राज्यघटनेत करण्यात आला. समाजकल्याणकारी कार्यक्रमाचा स्वीकार करून शासनाने पुढचे पाऊल टाकले होते. कल्याणकारी सेवांची निर्मिती व त्याच्या अंमलबजावणीला सुरुवात झाली होती. कुटुंब व विवाहासंबंधित विविध कायदे संमत करण्यात आले. समाजकार्यास पोषक ठरणाऱ्या अनेक उपक्रमांची (कार्यक्रमांची) सुरुवात स्वातंत्र्यानंतरच झाली. त्याची सविस्तर चर्चा खालीलप्रमाणे करता येईल :

चालू असलेल्या समाजसुधारणेस प्रोत्साहन देण्यासाठी अनेक कायदे करून त्यांची अंमलबजावणी सुरू केली. १९५४ मध्ये विशेष विवाहकायदा (सिव्हिल मॅरेज ॲक्ट) संमत करण्यात आला. या कायद्यान्वये विवाहाचे वय निश्चित करण्यात आले. १९५५ मध्ये हिंदू विवाहकायदा अस्तित्वात आला. मुस्लिम आणि ख्रिश्चन समाजांतील सदस्य वगळता इतर सर्व सामाजिक घटकास हा कायदा लागू आहे. या कायद्यान्वये विवाहाचे वय, पालकत्व आणि घटास्फोटासंबंधीच्या तरतुदी विहित करण्यात आल्या आहेत. १९६१ साली हुंडा प्रतिबंधक कायदा आला. या कायद्याप्रमाणे हुंडा देणारा घेणारा या दोघांनाही दोषी धरण्यात येऊन ते शिक्षेस पात्र ठरविण्यात आले. भारतीय राज्यघटनेतील कलम १५ च्या अंमलबजावणीसाठी केंद्र सरकारने अस्पृश्य (मागास) वर्गासंबंधी १९५५ मध्ये कायदा केला.

७) केंद्रीय समाजकल्याण मंडळाची स्थापना :

देशभरातील स्वंयसेवी संस्थांच्या कार्याला बळ देण्यासाठी व त्यांना आर्थिक मदत करण्याच्या उद्देशाने सन १९५३ मध्ये केंद्रीय समाजकल्याण मंडळाची (CSWB) स्थापना करण्यात आली. या मंडळामार्फत कल्याणकारी संस्थांच्या गरजा जाणून घेण्याच्या अनुषंगाने सर्वेक्षण करण्यात आले. संस्थांच्या कार्याचे (उपक्रमांचे) मूल्यमापन आणि संस्था संस्थांमध्ये असलेल्या समन्वयाचा अभ्यास करण्यात आला. संस्थांना मिळत असलेल्या आर्थिक मदतीचा (अनुदानासंबंधी) आढावा घेण्यात आला.

८) समाजकल्याण :

भारतीय स्वातंत्र्यानंतर समाजकल्याण कार्यक्रमाला वेग आला. देशात राहणाऱ्या प्रत्येक व्यक्तीस समानन्याय, सुरक्षितता, संरक्षण, गरजूंचे पुनर्वसन महिला व बालकांचा विकास, ग्रामीण, शहरी, आदिवासी व वंचित घटकांच्या कल्याणावर भर देण्यात आला.

९) समाजशिक्षण :

समाजकार्याचा भाग म्हणून विशेष महिलांचे शिक्षण यावर भर देण्यात आला. बदलत्या सामाजिक, आर्थिक परिस्थितीनुसार मानवी संसाधन विकास महत्त्वाचा होता. त्यावर भर देण्यात आला. समाजशिक्षणकार्यक्रमामुळे समाजातील व्यक्ती व एकूण समाजाची गरज पूर्ण करण्यास मदत झाली. महिला व मुलींच्या शैक्षणिक विकासासाठी विशेष प्रयत्न करण्यात आले.

स्वातंत्र्यप्राप्तीनंतरच्या सदर विविध उपक्रमांमुळे समाजकार्याने विविध क्षेत्रांत शिरकाव केला होता. कल्याणकारी राज्यात समाजकार्य हा महत्त्वाचा भाग बनला. समाजकार्यकल्याणाचे विविध उपक्रम संस्था, संघटना व शासनाने हाती घेतले.

आज शासकीय, अशासकीय तसेच खाजगी क्षेत्रालाही समाजकार्याची गरज भासू लागली आहे. जिथे समस्या तिथे समाजकार्यकर्ता जाऊन पोहोचतो. कर्ता कोणता शास्त्रीय ज्ञान, कौशल्य, पद्धती व तंत्रांच्या आधारे समोर असणाऱ्या प्रश्नांची तो सोडवणूक करतो. आज सर्वच क्षेत्रांत समाजकार्याला मान्यता मिळालेली आहे. केंद्रीय समाजकल्याण मंडळाचे विकेंद्रीकरण होऊन प्रत्येक राज्यासाठी राज्य समाजकल्याण सल्लागार मंडळाची स्थापना करण्यात आली, ज्याद्वारे त्या त्या राज्यात समाजकल्याणाचे कार्य करणाऱ्या संस्थांना आर्थिक मदत देऊन त्यांच्याद्वारा समाजविकास घडवून आणण्याचे प्रयत्न होत आहेत. विविध समाजकार्यसंघटनांचे जाळे निर्माण झाले. त्याद्वाराही अनेक समाजपोषक उपक्रम हाती घेण्यात येतात. समाजकार्याचे शिक्षण, प्रशिक्षण देणारी देशातील ४००-४५० व महाराष्ट्रातील ५२-५५ महाविद्यालये आहेत.

भारतातील समाजकार्य शिक्षणाची वाटचाल

(Development of Social Work Edcuation in India) :

समाजकार्य हे व्यवसाय म्हणून २० व्या शतकात मान्यता पावले असले तरी पूर्वी हे समाजकार्य वैयक्तिक पातळीवर तसेच स्वयंसेवी संस्थांद्वारा केले जायचे. 'मानवता' हा समाजकार्याचा गाभा होता. दिवसेंदिवस वाढत जाणारे प्रश्न, औद्योगिकीकरण, वाढत जाणारी शहरांची संख्या, झोपडपट्ट्यांची वाढ इत्यादी कारणांमुळे समाजकार्याची गरज भासू लागली. सर्वसमावेशक नियोजनांच्या अनुषंगानेही समाजकार्याची गरज आधोरेखित होत गेली. देशामध्ये सर्वप्रथम सोशल सर्विस लीग, मुंबई (स्थापना १९११) या सेवाभावी संस्थेच्या वतीने अल्पकालावधीचे प्रशिक्षण कार्यक्रम (अभ्यासक्रम) राबवायला सुरुवात झाली. हा अभ्यासक्रम समाजसेवेची/

कार्याची आवड असणाऱ्या स्वयंसेवक स्त्रीपुरुषांसाठी होता. या स्वरूपाचे कार्य करणाऱ्या स्वयंसेवकास कोणतेही मानधन अथवा वेतन मिळत नसे. मोबदल्याविना ते कार्य करत. ती केवळ गरजू लोकांना दिलेली सेवा असे. एका मानवाने दुसऱ्या मानवास साहाय्य केले पाहिजे या भावनेतून ते कार्य होते. २० व्या शतकातील चौथे दशक व्यावसायिक समाजकार्याच्या इतिहासाच्या दृष्टीने महत्त्वाचे मानले जाते. कारण याच दशकात (१९३६ साली) टाटा सामाजिक विज्ञानसंस्थेची (मुंबई) स्थापना झाली. या संस्थेने व्यावसायिक समाजकार्यातील प्रशिक्षण (अभ्यासक्रम) सुरू केला. सन १९४७ साली समाजकार्यमहाविद्यालये, दिल्ली, वाराणसी येथे - काशी विद्यापीठात सुरू झाली. याच धर्तीवर बडोद्याला बडोदा स्कूल ऑफ सोशलवर्कची स्थापना झाली. या सर्व महाविद्यालयांनी समाजकार्यातील पदवी, पदव्युत्तर अभ्यासक्रम चालवायला सुरुवात केली. त्यानंतर लखनऊ विद्यापीठात समाजकार्य अभ्यासक्रम सुरू झाला. याव्यतिरिक्त पाटणा विद्यापीठ, गुजरात विद्यापीठ, आग्रा विद्यापीठ, उदयपूर समाजकार्य महाविद्यालय, उदयपूर; इंदौर स्कूल ऑफ सोशल वर्क, इंदौर; गोरखपूर विद्यापीठ, गोरखपूर; कर्वे समाजसेवा संस्था, पुणे या संस्थांनी समाजकार्यशिक्षणाला नुसती गती दिली असे नव्हे तर या संस्थांनी समाज-कार्यशिक्षणाचा पाया भक्कम केला आहे. या व इतर संस्थांची समाजकार्यप्रशिक्षणातील वाटचाल नेटाने चालूच राहिली आणि ४० वर्षांनंतर असे लक्षात आले की जगातील इतर देशांच्या तुलनेत भारतातील समाजकार्यप्रशिक्षणातील वाटचाल आणि व्यवसायाचा दर्जा व त्याची तयारी ही महत्त्वपूर्ण आहे. समाजकल्याण विभागाने केलेल्या अभ्यासानुसार साधारण १९७५-७६च्या आसपास देशामध्ये ३४ समाजकार्यमहाविद्यालये होती. त्यांपैकी जवळपास २७ महाविद्यालयांमध्ये पदव्युत्तर पदवी, १० महाविद्यालयात पदवी, २ महाविद्यालयांत एम.फिल. तर ११ महाविद्यालयांत पदव्युत्तर पदवी पीएच.डी. अभ्यासक्रम चालू होते.

या अभ्यासात असेही आढळून आले आहे की १९७५-७६ च्या आसपास २२ राज्यांपैकी व ९ केंद्रशासित प्रदेशांपैकी १२ राज्ये व ८ केंद्रशासित प्रदेशांत एकही समाजकार्य महाविद्यालय नव्हते. याउलट काही राज्यात काही शहरांत मात्र (उदाहरणार्थ, चेन्नई व नागपूर एकापेक्षा अधिक महाविद्यालये होती.

पुढे समाजकार्याची गरज व महत्त्व वाढतच गेले. समाजकार्यप्रशिक्षणात समाविष्ट असलेला मर्यादित अभ्यासक्रम (विषय) व विशेषीकरण पुढे गरजेनुरूप वाढत गेले. अर्थातच समाजकार्याचे प्रशिक्षण देणारी शाळा, महाविद्यालयेही वाढतच गेली. बदलत्या संकल्पनेनुरूप विशेषीकरणामध्ये बदल होत गेले. आज देशामध्ये

४०० ते ४५० समाजकार्य महाविद्यालये असून केवळ महाराष्ट्रातच ५७ महाविद्यालये आहेत. त्यांत काही रात्र महाविद्यालये आहेत. तर काही दूरशिक्षण विभागामार्फतही अभ्यासक्रम चालवले जातात. समाजकार्याच्या मूलभूत विषयापासून (Social Work Profession) पद्धती, मानसशास्त्र, इतर संबंधित शास्त्रे, समाजकार्यसंशोधन, वैयक्तिक व व्यावसायिक विकास, समुदायविकास, कौटुंबिक समाजशास्त्र, मुलांचे सामाजिकीकरण व बालकल्याण, वैद्यकीय व मानसरोग चिकित्सा, शहरी, ग्रामीण व आदिवासी समाजव्यवस्था, शासन व सामाजिक विकास, व्यवस्थापनाची मूलतत्त्वे, कर्मचारी कल्याण हे विषय पदव्युत्तर अभ्यासक्रमाच्या प्रथम वर्षाला शिकविले जातात. तर द्वितीय वर्षाला खालील विषय शिकविले जातात.

१) समुदायाचे आरोग्य, मानसिक आरोग्य व सार्वजनिक स्वच्छता.

२) सामाजिक कायदे व भारतीय न्यायव्यवस्था.

३) महिलाविकास व सबलीकरण.

४) कुटुंबजीवन शिक्षण.

५) युवकविकास.

६) बालके व प्रौढांच्या संदर्भातील मनोचिकित्सा.

७) समुपदेशन.

८) वैकासिक अर्थशास्त्र.

९) संभाषणविकास.

१०) शासन आणि स्वयंसेवी संस्थांचे विकासातील (ग्रामीण, शहरी) योगदान.

११) कामगार कायदे.

१२) मानवी संसाधन व व्यवस्थापन.

१३) कामगार संघटना व औद्योगिक संबंध.

१४) पर्यावरणविषयक धोरण व नियम.

१५) सामाजिक धोरण व नियोजन.

१६) समाजकार्यातील प्रशासन व व्यवस्थापन.

१७) विशेष गटांबरोबर कार्य.

१८) कुटुंब व बालकल्याण क्षेत्राशी संबंधित नवीन कल्पना.

१९) आरोग्याच्या काळजीविषयक प्रशासन व कार्यक्रम.

२०) समुदायप्रकल्पातील नियोजन व विकास.

२१) आपत्तिव्यवस्थापन.

२२) संस्थांतर्गत वर्तन.

२३) मनुष्यबळविकास.
२४) कामगार अर्थशास्त्र व भारतीय कामगारांचे प्रश्न.
२५) एकात्मिक अदिवासी विकास.
२६) पर्यावरणविकास कार्यक्रम.
२७) आदिवासी कल्याणकारी योजनांचे प्रशासन इत्यादी.

अजूनही महाविद्यालयांची संख्या वाढतच आहे. या वाढत्या संख्येने समाजकार्य-शिक्षण व प्रशिक्षणातील दर्जा खालावत जाण्याची चिंता व्यक्त होत आहे. तरीही काही प्रमुख संस्थांनी आपली प्रशिक्षणातील गुणवत्ता टिकवून ठेवली आहे. त्यांमध्ये टाटा सामाजिक विज्ञानसंस्था, मुंबई; दिल्ली; स्कूल ऑफ सोशलवर्क, दिल्ली निर्मला निकेतन, मुंबई बडोदा स्कूल ऑफ सोशल वर्क, बडोदा; कर्वे समाज सेवा संस्था, पुणे आदी संस्थांचा त्यांत समावेश होतो.

७.३ सारांश

भारतामध्ये प्राचीन काळापासून समाजकार्यशिक्षणाची पाळेमुळे रुजली होती. प्राचीन मध्ययुगीन काळात तसेच ब्रिटिश काळातही कमी अधिक प्रमाणात समाजकार्य व शिक्षणासंबंधी प्रयत्न झाले. मात्र समाजकार्य व त्याच्या शिक्षणाला गती मिळाली ती म्हणजे स्वातंत्र्योत्तर काळात. समाजकार्याचे प्रशिक्षण देणाऱ्या संस्थाच स्थापन झाल्या त्याचे उदाहरण म्हणजे मुंबई येथील सर दोराबजी टाटा ग्रॅज्युएट स्कूल ऑफ सोशल वर्क (१९३६). यालाच टाटा सामाजिक विज्ञानसंस्था म्हणून आज ओळखले जाते.

७.४ पारिभाषिक शब्द, शब्दार्थ

१) **धर्माचरण :** धर्माने घालून दिलेल्या नियमांचे पालन करणे, दैनंदिन जीवनात त्या त्या धर्माने सांगितलेल्या गोष्टींचा वापर करणे. उदाहरणार्थ, हिंदू धर्माने सांगितलेल्या/ मानलेल्या सण समारंभांचे आयोजन करणे, साजरा करणे, बौद्ध धर्माच्या लोकांनी २२ प्रतिज्ञांचे पालन करणे वगैरे.

२) **सामाजिक अरिष्ट :** समाजाच्या प्रगतीस बाधक ठरणाऱ्या/ ठरू पाहणाऱ्या गोष्टी, समस्या. उदा. दोन जातींमधील तेढ व त्यातून निर्माण होणारे प्रश्न हे एक सामाजिक अरिष्टच असते.

८

समाजकार्यशिक्षण व व्यवसायामध्ये वापरण्यात येणारे विविध दृष्टिकोन

(Various Approaches used in Social Work Education and Profession)

समाजकार्यशिक्षण व व्यवसायामध्ये विविध दृष्टिकोन वापरण्यात येतात. वाचनसाहित्याचा भाग म्हणून विचार करता हे दृष्टिकोन एकत्रितरित्या एखाद्या संदर्भग्रंथात नमूद असणे शक्य नाही. हे लक्षात घेवूनच पारंपरिक दृष्टिकोनापासून आधुनिक दृष्टिकोनापर्यंतचे दृष्टिकोन या प्रकरणात समाविष्ट केल्याने विविध दृष्टिकोन एकत्रित जाणून घेणे वाचक विद्यार्थ्यास या निमित्ताने शक्य होणार आहे.

८.१ प्रस्तावना

समाजकार्य व्यवसाय हा व्यक्ती, गट तसेच समुदायकेंद्रित असल्याने समाजकार्ये शिक्षणही व्यक्ती, गट व समुदायाशी संबंधीत बाबींवर प्रकाश टाकते. व्यक्ती, गट तसेच समुदायाचे अंतरंग, समस्या व त्यांवर मात करण्यासाठी वापरण्यात येणाऱ्या पद्धती, त्यातून व्यक्ती, गट व समुदायाचा विकास घडवून आणण्याचे प्रयत्न समाजकार्य-व्यवसायाद्वारा केले जातात. व्यक्तीला, गटाला, समुदायाला समजून घेऊन प्रवाहाबाहेरील घटकांना प्रवाहात आणण्यासाठी समाजकार्यकर्त्याला ज्ञान, कौशल्य,

पद्धती व तंत्रांची माहिती असणे तर आवश्यक असतेच पण त्याहीपलीकडे जाऊन त्या त्या परिस्थितीमध्ये विविध दृष्टिकोनांचा अवलंब करणे क्रमप्राप्त ठरते. असे झाले तरच समाजकार्यकर्ता लाभार्थी घटकाला योग्य न्याय देऊ शकतो. विविध दृष्टिकोनांचा वापर करत असताना प्रत्येक दृष्टिकोन वेगळा असला तरी त्या प्रत्येक दृष्टिकोनाचा एक दुसऱ्या दृष्टिकोनाशी संबंध असतो, किंबहुना ते सर्व दृष्टिकोन एकमेकांशी पूरक असतात. हे समाजकार्यकर्त्यांने लक्षात ठेवायला हवे.

८.२ विषयविवेचन

समाजकार्यशिक्षण व व्यवसायामध्ये खालील दृष्टिकोनाचा वापर करण्यात येतो किंबहुना वापर करायला हवा.

कल्याणकारी दृष्टिकोन (Welfare Approach) :

कल्याणकारी दृष्टिकोन समाजातील मागास व दुर्बल घटकांच्या कल्याणासाठी वापरण्यात येतो. समाजातील वंचित व्यक्ती, गट व समुदायाला सर्वार्थाने न्याय देण्यासाठीचे प्रयत्न या दृष्टिकोनात अपेक्षित आहेत. ज्या ज्या वेळी दुर्बल घटकांच्या हितासाठी त्यांच्यामध्ये भेद करण्याची वेळ येते त्या त्या वेळी भेद करून त्या त्या घटकांचे कल्याण साधण्याचा प्रयत्न या दृष्टिकोनाद्वारे केला जातो. 'कल्याण' या शब्दाच्या ऐवजी 'सामाजिक न्याय' हा शब्द अलीकडे वापरला जातो. कल्याणकारी दृष्टिकोनात होकारार्थी कृती या तत्त्वाच्या आधारे दुर्बल तसेच मागास घटकांच्या कल्याणासाठी, न्यायासाठी जे जे काही करणे आवश्यक असते ते करण्यासाठी आवश्यक ती कृती केली जाते. उदा. विविध योजना, सेवा सुविधांचा लाभ मिळवून देणे, त्यांच्या हक्कांचे संरक्षण करणे, त्यांना मानसन्मान व प्रतिष्ठा मिळवून देणे. यासाठी सकारात्मक प्रयत्न व कृती केली जाते.

कल्याणकारी दृष्टिकोनात लाभार्थी घटकाला त्यांच्या समाधानापर्यंत घेऊन जाणे अपेक्षित आहे. कल्याणकारी राज्याच्या निर्मितीमागील दृष्टिकोन कल्याणकारी. विविध घटकांच्या कल्याणासाठी कार्य करणाऱ्या संस्थांचा दृष्टिकोन कल्याणकारीच. कल्याणकारी दृष्टिकोनात पुनर्वसनात्मक, विकासात्मक, सर्वसमावेशक, एकात्मिक, सबलीकरणात्मक, रचनाबद्ध तसेच मूल्याधारित (प्रमाणबद्ध) अशा सर्वच दृष्टिकोनांचा प्रत्यक्ष अप्रत्यक्ष अंतर्भाव असतो. व्यक्ती, गट वा समुदायाच्या कल्याणासाठी सर्वसाधारण विचारापासून ते विशिष्ट विचारापर्यंत सर्वांगाने विचार करूनच निष्कर्षाप्रत (निदान) येऊन उपचारपद्धतीचा अवलंब करावा लागतो. या प्रक्रियेदरम्यान सर्वच दृष्टिकोनांना स्पर्श केल्याविना व्यक्ती, गट वा समुदायाच्या कल्याणाचा टप्पा गाठणे कठीण असते. कल्याणकारी दृष्टिकोनात विशेषत: रचनाबद्ध (व्यवस्थापन व प्रशासन)

दृष्टिकोन अत्यंत महत्त्वाचा ठरतो. एखाद्या घटकांचे कल्याण साधण्यासाठी प्रशासन व व्यवस्थापनाची खास व्यवस्था (रचना) असते त्यालाच कल्याणप्रशासन (welfare Administration) म्हणतात. कल्याणप्रशासन व व्यवस्थापनातील पारदर्शकता, उत्तरदायित्व व सुयोग्य कारभार चालविल्यानेच व्यक्ती, गट व समुदायाचे कल्याण साधता येते. वंचितांना न्याय देता येतो. यासाठी प्रशासक व कल्याणकारी योजना राबविणाऱ्यांनी स्वत: कल्याणकारी दृष्टिकोन बाळगून कल्याणकारी प्रशासन अधिक कल्याणकारी बनविण्यासाठी प्रयत्न करणे गरजेचे आहे.

वैकासिक दृष्टिकोन (Development Approach) :

या दृष्टिकोनाचा वापर सर्वसाधारणपणे परिघाबाहेरील व्यक्ती वा समुदायाच्या विकासाच्या संदर्भात केला जातो. परिघाबाहेरील (वंचित, मागास, भटके, महिला, बालके व वृद्ध इ.) घटकांचे कल्याण व त्यांचा जीवनस्तर उंचावण्याची, ज्यांचे गेलेले व ज्यांचे मुळातच नसलेले वैभव मिळवून देण्याची जबाबदारी शासनाबरोबरच संपूर्ण समाजाची आहे. त्यांचे सर्वार्थाने सक्षमीकरण करण्यासाठी बहुपर्यायांचा विचार करून सीमारेषेच्यावर आणण्यासाठी प्रयत्न केले जातात यालाच वैकासिक दृष्टिकोन म्हटले जाते.

वैकासिक दृष्टिकोन हा कल्याणकारी दृष्टिकोनाच्या पुढचा दृष्टिकोन (टप्पा) समजण्यात येतो. या दृष्टिकोनात गरजू व्यक्ती, गट वा समुदायाची त्यांच्या केवळ समाधानापर्यंतची अवस्था अपेक्षित नाही तर त्यांचा आर्थिक, शैक्षणिक, व्यवसाय-विषयक विकास व सामाजिक दर्जा, हक्कांची प्राप्ती होईपर्यंत त्यांच्यासाठी कार्य करणे अपेक्षित आहे. महिला आर्थिक विकास महामंडळ, अपंग विकास महामंडळ, महिला व बालविकास महामंडळ व इतर सर्व विकास महामंडळे स्थापन करण्यामागे जो शासनाचा दृष्टिकोन आहे तो वैकासिक दृष्टिकोन. विकास ही चिरंतन चालणारी प्रक्रिया असल्याने चिरंतन विकासाची (Sustainable Development) संकल्पना पुढे आली. गरजू समाजघटकांचा झालेला विकास टिकवून ठेवणे याला चिरंतन विकास म्हणतात.

सामाजिक कृतीविषयक दृष्टिकोन / अधिकारविषयक दृष्टिकोन
(Social Action Approach / Right Base Approach) :

या दृष्टिकोनाला अधिकारासाठी सामाजिक कृती दृष्टिकोनही म्हणता येईल. हा दृष्टिकोन मानवी हक्काचे तत्त्व आणि सामाजिक विकासाची नीतितत्त्वे यांवर आधारित आहे. या दृष्टिकोनाचे महत्त्वाचे वैशिष्ट्य म्हणजे वंचित वा परिघाबाहेरील

व्यक्ती, गट तसेच समुदायांचे हक्क मिळवून देण्यासाठी कृती करणे होय. वंचित तथा परिघाबाहेरील व्यक्ती, गट तसेच समाजाच्या उन्नतीसाठी पोषक समाजरचना निर्माण करणे; त्यांच्या न्यायाच्या दृष्टीने धोरणांची आखणी करणे; त्यासाठी प्रत्यक्ष कृती करणे व वंचित घटकास न्याय देण्याचा प्रयत्न करणे ही या दृष्टिकोनाची प्रमुख वैशिष्ट्ये होत.

कल्याणकारी राज्याच्या निर्मितीनंतर राज्यातील गरजूंना न्याय देण्याची, त्यांचे कल्याण साधण्याची जबाबदारी शासनानेच उचललेली आहे. तरीही गरजूंना न्याय मिळत नाही. काहींच्या किमान गरजाही भागत नाहीत. अनेक लोक कित्येक सेवा- सुविधांपासून वंचित आहेत. भूक न भागलेली, सेवा सुविधांपासून वंचित असलेल्या अनेक व्यक्ती, गट, समुदाय रस्त्यावर येऊ लागले आणि शासनदरबारी गरजापूर्तीसाठी लढा देऊ लागले. यातूनच मानवी हक्काची निर्मिती झाली आणि न्यायासाठी हक्क सांगण्याची वेळ वंचितांवर आली. अर्थात हे एक परिवर्तनाचे पाऊलच म्हणावे लागेल. तरीही या हक्कांची वारंवार पायमल्ली होताना दिसते. न्याय मिळवून देणे म्हणजे त्यांना त्यांचे अधिकार मिळवून देणे. यासाठी कांही संस्था पुढे सरसावल्या. बालकांना, महिलांना, वंचितांना हक्क मिळवून देण्याचा ते प्रयत्न करतात. मात्र प्रयत्न हे प्रयत्नच राहतात. हक्काच्या संदर्भात अंमलबजावणी होताना दिसत नाही. नेमकी यासाठीच सामूहिक कृती होणे या दृष्टिकोनात अपेक्षित आहे. कल्याणासाठी सामाजिक कृती, अधिकारासाठी लढा व त्यातून गरजूंचा विकास यांसाठी कल्याणकारी सामाजिक कृती, अधिकारविषयक दृष्टिकोन व वैकासिक दृष्टिकोनाचा एकत्रित वापर येथे करता येऊ शकतो. समाजामध्ये मूलभूत बदल घडवून आणण्यासाठी सामाजिक कृती व अधिकारविषयक दृष्टिकोन अधिक परिणामकारक ठरतो.

चिकित्सालयीन दृष्टिकोन (Clinical Approach) :

चिकित्सालयीन दृष्टिकोनाला उपचारात्मक किंवा सुधारात्मक दृष्टिकोन असेही म्हणतात. व्यक्तीचा असमतोल किंवा त्याच्या आवश्यक गरजा पूर्ण न झाल्यामुळे जेव्हा असंतुष्टता निर्माण होते त्यावेळी चिकित्सालयीन किंवा उपचारात्मक, सुधारात्मक दृष्टिकोनाचा वापर महत्त्वाचा ठरतो. व्यक्ती जेव्हा हतबल होते, त्याची कार्यात्मकता जेव्हा संपुष्टात येते तेव्हा त्याच्या हतबलतेवर मात करण्यासाठी, तसेच त्याची कार्यात्मकता वाढविण्यासाठी हा दृष्टिकोन लागू केला जातो. चिकित्सालयीन दृष्टिकोन हा व्यक्तिकेंद्रित असल्याने एखादी व्यक्ती विशिष्ट पद्धतीने का वागते? उदा. मद्यपी व्यक्ती मद्यप्राशन का करते? काही व्यक्ती बायकांचा छळ का करतात? म्हणजे ती

व्यक्ती विशिष्ट प्रकारचे वर्तन का करते याच्या मुळाशी जाऊन कारणांचा शोध घेतला जातो. तसे या दृष्टिकोनात अपेक्षित आहे. एखाद्या व्यक्तीच्या संबंधित पुढे आलेल्या कारणांशी इतर काही गोष्टींशी संबंध आहे काय, याची अवश्य पडताळणी या दृष्टिकोनात केली जाते. मगच उपचारपद्धती अवलंबिली जाते. अशील दारू का पितो याची वरकरणी कारणे समाजकार्यकर्त्याला माहीत असली तरी केवळ त्यावर आधारित उपचार करणे या दृष्टिकोनात मान्य नाही. कारण प्रत्येक मद्यपीची दारू पिण्याची कारणे वेगळी असू शकतात. तेव्हा पुढे असलेल्या अशिलाचे दारू पिण्याचे कारण काय? हे जाणून घेऊनच त्यावर उपचार करणे गरजेचे असते. कारण तो प्रश्न केवळ त्या अशिलाशी संबंधित असतो. सर्वव्यापी दृष्टिकोन (Holistic Approach) येथे परिणामकारक ठरतो असे नाही. व्यक्तीच्या खास प्रयत्नाने जाणून घेतलेल्या गरजेवर आधारितच उपचारपद्धती येथे महत्त्वाची ठरते. व्यक्तीच्या प्रश्नासंबंधित सर्व बाबी लक्षात घेऊन (चिकित्सकपणे) उपचार सुचविला जातो. या दृष्टिकोनात समाजकार्यातील व्यक्तिसहाय्यकार्याची (case work) प्रक्रिया तंतोतंत वापरता येते. या प्रक्रियेतील प्रत्येक टप्पा चिकित्सालयीन दृष्टिकोनात महत्त्वाचा ठरतो. या दृष्टिकोनाच्या वापरासाठी समाजकार्यकर्त्याकडे व्यक्तीनिष्ठा व मानसशास्त्रीय ज्ञान असण्याची आवश्यकता असते. तरच तो अशीलाला त्याच्या समस्येतून बाहेर काढण्यास मदत करू शकतो.

सर्वव्यापी दृष्टिकोन (Holistic Approach) **:**

सर्वव्यापी दृष्टिकोन म्हणजे सर्व पातळ्यांवर एकाच वेळी व्यापकरीत्या विचार करणे. विशिष्ट परिस्थितीमध्ये किंवा समस्येसंबंधित सर्व पैलूंचा एकाच वेळी विचार करून त्यावर तोडगा काढणे किंवा उपचार करणे म्हणजे सर्वसाधारण दृष्टिकोन होय. दक्ष राहून चौफेर रीतीने एखाद्या विषयाबाबत (issue) जाणून घेणे, त्याचे विश्लेषण करणे व योग्य तो निर्णय घेणे तथा उपचार करणे या दृष्टिकोनात अपेक्षित आहे. व्यक्ती, गट व समुदायाच्या प्रश्नांची सोडवणूक करण्यासाठी समाजकार्यकर्त्याकडे विविध दृष्टिकोन व एकूणच सामाजिक परिस्थितीची समज (जाण) असणे या दृष्टिकोनात अपेक्षित आहे. हा दृष्टिकोन लोकशाही पद्धतीवर आधारित आहे. समाजातील व्यक्ती, गट किंवा समुदायाचा स्वतंत्र विचार लक्षात घेऊन एखादा निर्णय घेतला जात नाही तर प्रक्रियेमध्ये समाविष्ट अनेकांशी एकाच वेळी, एकत्रितपणे विचारविनिमय करून योग्य तो मार्ग अवलंबिला जातो. या दृष्टिकोनाचा अवलंब केल्याने लाभार्थी घटकांमध्ये बदल घडून येईलच असे नाही, कारण या दृष्टिकोनात

केलेला विचार हा वरवरचा असू शकतो वा सर्वव्यापी असू शकतो. सर्वव्यापी दृष्टिकोन हा विशिष्ट घटकाला पूर्ण न्याय देईलच असे गृहीत धरून चालता येत नाही.

सध्या अस्तित्वात असलेल्या मात्र पुरातन काळापासून चालत आलेल्या म्हणजे जुनाट समस्यांना जुन्या तथा पारंपरिक शास्त्रात, त्यातील ज्ञानात त्या प्रश्नांना उत्तरे मिळत नाहीत. म्हणूनच त्या समस्या पुढे घर करून राहिल्याचे दिसते. मात्र त्या समस्या सोडविण्यासाठी पर्यायाची, नव्या ज्ञानाची आवश्यकता असते. त्या दृष्टीने विचार होणे अपेक्षित असते. यातूनच सर्वव्यापी दृष्टिकोन पुढे आला.

सर्वव्यापी दृष्टिकोन पारंपरिकतेतून बाहेर पडून नवीन ज्ञानाची निर्मिती करणे एवढ्यापुरता मर्यादित नाही तर अस्तित्वात असलेले ज्ञान, मानवी वर्तन, त्यांचे गुणधर्म तसेच समाजविकासासंबंधित सर्वच बाबींच्या बदलत्या परिस्थितीचा आढावा, पूर्वानुमान परिपूर्ण व अचूक मार्गाचा अवलंब हे या सर्वव्यापी दृष्टिकोनात अपेक्षित आहे. हा दृष्टिकोन केवळ व्यक्तिकेंद्रित नाही, गटकेंद्रित नाही, किंवा समुदायकेंद्रितही नसल्याने यांपैकी कोणत्याही एका घटकाला योग्य न्याय मिळेल याची खात्री देणे अवघड असते. उदा. शासन चालवीत असलेला एकूणच कल्याणकारी कार्यक्रम हा सर्वव्यापी दृष्टिकोनावर आधारित आहे. म्हणून तर वर्षानुवर्षे कार्यक्रम राबवूनही कित्येक लोक विविध लाभांपासून वंचित आहेत. या दृष्टिकोनात सर्वसाधारण - सर्वव्यापी विचार असल्याने न्याय देताना, विकास अपेक्षित करतांना मर्यादा पडतात. एखाद्या व्यक्तीला, गटाला, समाजाला सर्वप्रथम, सर्वांगाने समजून घेण्यासाठी हा दृष्टिकोन अत्यंत उपयोगी पडतो. विशिष्ट काळानंतर (टप्पा) मात्र कार्यकर्त्यांने त्यातून बाहेर पडून गरजेनुसार आवश्यक त्या दृष्टिकोनाचा वापर करून गरजूला न्याय देण्याचा प्रयत्न करणे गरजेचे असते.

एकात्मिक दृष्टिकोन (Integrated Approach) :

एकात्मिक दृष्टिकोन म्हणजे विविध विचार. दृष्टिकोनाचा व सेवांचा एकत्रित वापर, एकत्रित कृती होय. एकात्मिक दृष्टिकोन जसा समाजशास्त्रात वापरला जातो तसा समाजकार्यातही वापरण्यात येतो. अभ्यासविषय, विविध घटकांच्या प्रगतीसाठी, विकासासाठी वेगवेगळ्या मार्गांचा एकत्रित उपयोग करून एक तर अभ्यासविषयाचे स्पष्टीकरण करण्यात येते वा विविध घटकांना एकाच छत्राखाली वेळेत न्याय देण्याचा प्रयत्न केला जातो. एखाद्या विशिष्ट दृष्टिकोनाच्या वापरामुळे एखाद्या समाजघटकाच्या उन्नतीमध्ये कदाचित पोकळी, त्रुटी राहून जाण्याची शक्यता असते. ती पोकळी वा त्रुटी भरून काढण्यासाठी एकात्मिक दृष्टिकोनाचा उपयोग महत्त्वाचा ठरतो. समाजाचा

व्यापक अभ्यास करताना सर्वसाधारण (holistic approach) दृष्टिकोनाचा वापर केला जातो. मात्र समाजातील विशिष्ट घटकाचा खास विकास घडवून आणण्यासाठी खास व सूक्ष्म अभ्यास करावा लागतो. अभ्यास करताना विविध मार्गांतील संकल्पनांचे संकलन, समाजघटकांसंबंधीची विविध अंगे, विकासाच्या शक्यता, अशक्यता व खास कार्यक्रम यांचा एकत्रित विचार व मांडणी केली जाते. यातून अखंड व स्वतंत्र दृष्टी, दिशा, मार्ग पुढे येतो त्याला एकात्मिक दृष्टिकोन म्हणतात. शासनाच्या एकात्मिक बालविकास सेवायोजनेचा दृष्टिकोन हा एकात्मिकच आहे. यामध्ये बालकांना एका छत्राखाली बालकांच्या सर्वांगीण विकासासाठी सकस आहार, लसीकरण, पूर्व प्राथमिक शिक्षण, संदर्भसेवा, किशोरी विकास, आरोग्यसेवा आदी सेवा प्रदान करून त्यांचा विकास घडवून आणण्यासाठी प्रयत्न केले जातात. वंचित घटकांचा विकास साधण्यासाठी हा एकात्मिक दृष्टिकोन वापरण्यात येतो. लाभार्थी घटकाच्या मूलभूत गरजा भागविण्यापासून (अन्न, वस्त्र, निवारा, शिक्षण व आरोग्य) त्यांचे कल्याण, पुनर्वसन व विकास या सर्व गोष्टी एकात्मिक दृष्टिकोनाचा भाग होत. हा दृष्टिकोन व्यक्तीचा असू शकतो, गटाचा, संस्थेचा वा शासनाचाही असू शकतो. निवासी संस्थांचा दृष्टिकोनही एकात्मिकच असतो. समाजामधील अनेक घटक समाजापासून दूर फेकले गेले आहेत. ना घर ना परिवार, ना जीवन जगण्याचे साधन अशा असमायोजित समाजघटकाला समाजामध्ये सामील करून घेऊन त्यांना मूळ प्रवाहाकडे वळविणे यातही एकात्मिक दृष्टिकोन दडलेला आहे. कैदी, अपंग, अनाथ, कुष्ठरुग्ण, बहिष्कृत, गुन्हेगार यांच्या पुनर्वसनाचा जेव्हा विचार होतो त्यात एकात्मिक दृष्टिकोनाचा अंतर्भाव असतोच. पुनर्वसनात्मक दृष्टिकोन हा एकात्मिक दृष्टिकोनाकडे घेऊन जाणारा असतो.

रचनाबद्ध दृष्टिकोन (Systems Approach) :

समाजातील व्यक्तीची जडणघडण ही सामाजिक व्यवस्थेवर अवलंबून असते, किंबहुना सामाजिक संस्थांचा प्रभाव व्यक्तीच्यावर अधिक असतो. आदर्श व्यवस्था आदर्श समाज घडवू शकते, त्यासाठी आदर्श व्यवस्था निर्माण करणाऱ्या व्यक्ती, संस्था त्याच विचाराच्या हव्यात. व्यक्तीची रचना परिपूर्ण हवी, अपंग व्यक्तीच्या व्यक्तिमत्वात काहीतरी कमतरता असल्याने आपण त्यांना अपंग म्हणतो. हिंदू तत्त्वज्ञान, बौद्ध तत्त्वज्ञान ही एक रचनाच आहे. मात्र या तत्त्वज्ञानाला नाव ठेवणारे, कमी लेखणारे लोक आपणास दिसतात म्हणजेच एखादी रचना आदर्श ठरण्यासाठी कसलीच उणीव नको. जी व्यवस्था आहे ती भक्कमच हवी. समाजकल्याणासाठी, कल्याणकारी सेवा लाभार्थी घटकापर्यंत पोहचविण्यासाठी प्रशासन व व्यवस्थापन ही

शिस्तबद्ध रचना उपलब्ध आहे. देशवार, राज्यवार, जिल्हा, तालुका व गावपातळीवर कल्याणकारी योजनांच्या अंमलबजावणीचे अधिकार त्या त्या अधिकाऱ्यास दिले गेले आहेत. कल्याणकारी प्रशासन व व्यवस्थापन ही व्यवस्थित वसलेली, निश्चित व विकसित प्रणाली असल्याने त्यातील पारदर्शकता, उत्तरदायित्व तेवढ्याच प्रमाणात अपेक्षित आहे. प्रशासन मध्ये विशिष्ट पद्धती व तत्त्वे यांचीही सांगड घातली गेली आहे. मुळातच भारत हे कल्याणकारी राज्य असल्याने सुरुवातीपासूनच प्रशासनात सुसूत्रता आणण्यासाठी प्रयत्न केले गेले आहेत. तरीही देशाचा सुयोग्य कारभार (good governance) चालताना दिसत नाही. कल्याणापुढे जाऊन कल्पकतेने किंबहुना अप्रचलित, (नावीन्यपूर्व), हुकमतीने राज्य चालविणे या दृष्टिकोनात अपेक्षित आहे. या दृष्टिकोनात शासकीय अशासकीय संस्थांचे प्रशासन अपेक्षित आहे. कारण शासन आणि अशासकीय संस्था (NGOs) समाजविकास या एकाच ध्येयासाठी कार्य करतात.

रचनाबद्ध दृष्टिकोनाच्या वापरासाठी प्रशासनामध्ये कार्यरत अधिकारी व कर्मचाऱ्यांना प्रशासकीय कार्यपद्धती, कायदे, नियम याचे ज्ञान व लाभार्थी घटकाबाबत संवेदनशीलता असणे अत्यंत महत्त्वाचे असते. रचनाबद्ध दृष्टिकोनात विशिष्ट रचनाबद्ध, नियमबद्ध कामे केल्याने नियम व निकषांची पूर्तता न करणाऱ्या लाभार्थी घटकाला तोटा सहन करावा लागतो व लाभापासून वंचित राहावे लागते. आदर्श प्रशासनात काटेकोरपणाला महत्त्व असल्याने लवचीक राहून गरजूंना नियमबाह्य मदत करता येणे कठीण असते. म्हणून धोरणे, कार्यक्रम ठरवितानाच घालून दिलेले निकष सर्वांच्याकडून पूर्ण होतील याची दक्षता घेऊनच धोरणे ठरविणे या दृष्टिकोनात अपेक्षित आहे. मात्र तसे होत नाही. अधिकाराच्या विकेंद्रीकरणाच्या अभावामुळे निर्णय लांबणीवर पडतात, गरजेच्या वेळी लाभार्थीपर्यंत योजना पोहचत नाहीत, वेळखाऊ प्रशासनाची परिस्थिती पुन्हा पुन्हा येते हे या दृष्टिकोनात अपेक्षित नाही. विकसित झालेल्या प्रशासकीय यंत्रणेत कोणाचा हस्तक्षेप नको. ठरलेल्या वेळापत्रकाप्रमाणे सुरळीत कामे पार पाडली पाहिजेत, त्यासाठी चांगला समन्वय, वरिष्ठ कनिष्ठांचा पाठिंबा, अधिकारी कर्मचाऱ्यांना समाधान मिळवून देणाऱ्या गरजांची पूर्तता या सर्वच बाबी महत्त्वाच्या असतात. तरच रचनाबद्ध व्यवस्था चालू शकते. अन्यथा रचनाबद्ध प्रशासकीय उतरंड ढासळण्याची दाट शक्यता असते. ही उतरंड ढासळणे या दृष्टिकोनात मुळीच अपेक्षित नसून उलटपक्षी ती मजबूत होणे अपेक्षित आहे.

सैद्धांतिक व प्रायोगिक दृष्टिकोन (Theoritical and Practicle Approach) :

समाजकार्यामध्ये सैद्धांतिक व प्रायोगिक या दोन्हीही दृष्टिकोनाचा वापर करण्यात येतो. वर्गात शिकलेल्या, मिळविलेल्या ज्ञानाचा उपयोग विद्यार्थ्याने क्षेत्रकार्ये करताना करावा ही अपेक्षा असते. अर्थातच हे दोन्हीही दृष्टिकोन एकाच वेळी वापरले जातात. दोन्ही दृष्टिकोनाची सांगड घालून व्यक्तिसहयोगकार्य, गटकार्य व समुदाय संघटनांचे काम करणे अपेक्षित असते. प्रायोगिक दृष्टिकोनासाठी सैद्धांतिक आधार महत्त्वाचा असतो. सैद्धांतिक ज्ञानावरच क्षेत्रकार्याची प्रक्रिया व पद्धती अवलंबून असल्याने या दोन्ही दृष्टिकोनांची फारकत करणे कठीण असते. सैद्धांतिक ज्ञानानुसार व्यक्तिसहयोग कार्यात व्यक्ती गटकार्यात 'गट' व समुदाय संघटनामध्ये 'समुदाय' केंद्रस्थानी मानण्यात आलेले आहेत. त्यानुसारच त्या त्या पद्धतीमध्ये अपेक्षित असलेले ज्ञान व व्यक्ती, गट तसेच समुदायाच्या प्रश्नांची सांगड घालून त्यांचे प्रश्न सोडविण्यास मदत करणे या दृष्टिकोनात अपेक्षित आहे. सैद्धांतिक ज्ञानाशिवाय क्षेत्रकार्य म्हणजे अर्धवट समाजकार्य- शिक्षण होय. हे या दृष्टिकोनात अपेक्षित नाही. समाजकार्याचा मूळ गाभाच Learning by doing असल्याने क्षेत्रकार्याच्या माध्यमातून समाजकार्याच्या विविध पद्धती, तंत्रे व तत्त्वांचा वापर करत करत अनुभव घेणे, येणाऱ्या अडीअडचणींवर मार्ग काढत सैद्धांतिक ज्ञान व क्षेत्रकार्यात दृढता निर्माण करणे असे या दृष्टिकोनात घडणे अगत्याचे असते. समाजकार्यकर्त्याकडे केवळ सैद्धांतिक ज्ञान असून चालत नाही की केवळ क्षेत्रकार्यात योगदान देऊन चालत नाही. या दोन्ही गोष्टींची सांगड घालून काम करण्याचे कौशल्य समाजकार्यकर्त्याने अवगत करायला हवे. व्यक्ती, गट व समुदाय- संघटनांचे मार्ग (पद्धती) वेगवेगळे असले तरी ते मार्ग एकमेकास पूरकच आहेत हे लक्षात ठेवून कार्यकर्त्याने कार्य करणे गरजेचे असते. व्यक्तिकार्यात व्यक्तीला निश्चितच फायदा होतो. गटकार्य व समुदाय संघटन कार्यात व्यक्ती गटात व समुदायात विभागली गेली असली व गटकार्याचा समुदाय संघटनाचा उद्देश पूर्ण होत असला तरी गटातील समुदायातील व्यक्तीस वैयक्तिक लाभ झाला किंवा नाही याकडे लक्ष देणे समाजकार्यकर्त्याचे कर्तव्य आहे. तसे होत नसेल तर समाजकार्यकर्त्याने आत्मपरीक्षण करावे. गटकार्यात गटाला न्याय तर समुदाय संघटनामध्ये समुदायाला प्राधान्याने न्याय देत असताना त्यातील व्यक्तीला समप्रमाणात न्याय मिळवून देण्यासाठी वेगवेगळ्या प्रयोगांचा अवलंब करत अपेक्षित टप्प्यापर्यंत पोहचण्यासाठी प्रयत्न करायला हवेत.

पुनर्वसनात्मक दृष्टिकोन (Rehabilitative Approach) :

समाजकार्यामध्ये पुनर्वसनात्मक दृष्टिकोन बाळगून काम करणाऱ्या अनेक

शासकीय अशासकीय संस्था आहेत. गरजूंच्या दैनंदिन गरजा भागविण्यापासून ते त्यांचे पुनर्वसन करण्यापर्यंतची जबाबदारी पार पाडताना अनेक व्यक्ती, संस्था कार्यरत आहेत. म्हणजेच गरजूंचे कल्याण आणि त्यांचे सामाजिक समायोजन करण्यासाठी प्रयत्न करतात. पुनर्वसनात्मक दृष्टिकोनाबरोबरच कल्याणकारी व एकात्मिक दृष्टिकोनाचाही ते वापर करतात. अलीकडे पुनर्वसन (Rehabilitation) या शब्दाला पुनर्वसनात्मक कार्य करणाऱ्या व्यक्ती व संस्थांचा विरोध आहे. Rehabilitation या शब्दाऐवजी Habitation शब्दप्रयोग वापरण्याचा ते आग्रह धरतात. तो शब्द आता हळूहळू रूढही होतो आहे. Habitation म्हणजे घरापासून दूर असलेल्या व्यक्तीला त्याच्या मूलस्थानी पोहचविणे, नैसर्गिक व राहत्या घरी पाठविणे, त्यांचे गेलेले वैभव पुन्हा प्राप्त करून देणे होय. वंचित, अपंग, अनाथ, असमर्थ व्यक्तींच्या जीवनात निर्माण झालेली पोकळी भरून काढण्यासाठी केलेले प्रयत्न म्हणजे Habitation होय. पुनर्वसन ही एक अवस्था आहे या अवस्थेप्रत येण्यासाठी गरजूंच्या किमान गरजा भागणे, भागविणे अत्यंत महत्त्वाचे असते ही समज या दृष्टिकोनात अपेक्षित आहे. महारोग्यांना रोगमुक्त करणे, अनाथांचे, अपंगांचे लग्न लावून देणे, गरजूंना व्यावसायिक शिक्षण देऊन उद्योगधंदा मिळवून देऊन व्यक्तीला समाजात पुनर्स्थापित करणे या सर्व बाबी पुनर्वसनाचा भाग होत. मात्र काही संस्था पुनर्वसनाचा दृष्टिकोन ठेवून लाभार्थींच्या केवळ किमान गरजा भागविण्यात गुंतलेल्या असतात. हे या दृष्टिकोनात अपेक्षित नाही. तर व्यक्तीच्या दैनंदिन सांभाळापासून त्याच्या समाजातील सुयोग्य समायोजनापर्यंतच्या पाठपुराव्यापर्यंत कार्य करणे अपेक्षित आहे. पुनर्वसनामध्ये, व्यक्ती, गट, समाज, आपत्तिग्रस्त, अपंग, विशेष व्यक्ती, कैदी बहिष्कृत या सर्वच लाभार्थी घटकांचा समावेश होतो. या दृष्टिकोनात दोन प्रकारचे पुनर्वसन अपेक्षित असते ते म्हणजे आर्थिक व सामाजिक पुनर्वसन. पुनर्वसनात्मक दृष्टिकोनाच्या योग्य अंमलबजावणीसाठी, कल्याणकारी, वैकासिक, एकात्मिक तसेच रचनाबद्ध या सर्वच दृष्टिकोनांचा उपयोग महत्त्वाचा ठरू शकतो. मात्र त्या त्या दृष्टिकोनाचा वापर त्या त्या वेळी करता येणे अत्यंत महत्त्वाचे असते. ते समाजकार्यकर्त्याला जमले पाहिजे.

सशक्तीकरणाचा दृष्टिकोन (Empowerment Approach) :

सशक्तीकरणाला सबलीकरण असेही म्हणतात. सशक्तीकरण, सबलीकरण म्हणजे गरजू व्यक्तीला, गटाला, समाजाला इतर पुढारलेल्या व्यक्ती गट व समुदायाच्या पातळीपर्यंत आणणे. मागास, वंचित, गरजूंना बळकटी देणे, त्यांना सशक्त बनविणे, त्यांच्यातील क्षमता ओळखून त्या क्षमतांना वाव देणे म्हणजे सशक्तीकरण. सशक्तीकरण

हा अलीकडे प्रचलित आलेला शब्द आहे. 'कल्याण' या शब्दाचेच 'सशक्तीकरण' हे नवे रूप म्हणता येईल. सशक्तीकरण किंवा सबलीकरण ही कल्याणाप्रमाणेच एक विशिष्ट अवस्था आहे. ही अवस्था कल्याण आणि विकास या दोन्हींच्या मधली म्हणावी लागेल. समाजाच्या कल्याणाची काळजी घेणाऱ्या समाजकल्याण मंत्रालयानेच आपला जुना चेहरा बदलून नवीन चेहरा पुढे आणला. पूर्वीचा समाजकल्याण विभाग (मंत्रालय) आता सामाजिक न्याय व सशक्तीकरण मंत्रालय या नावाने ओळखला जातो आहे. यातील मूळ धागा मात्र तोच 'कल्याण'. कार्यक्रम आणि उद्दिष्टामधील व्यापकता यांत वाढ झाली. महिला सबलीकरणाबाबत बरंच काही आपण ऐकतो. ते नेमके काय आहे? महिलांना सुरुवातीपासूनच कमकुवत मानण्यात आले असल्याने व तसा समाजाचा दृष्टिकोन असल्याने त्यांना समाजकारण, राजकारणात फारसा वाव नव्हता म्हणून त्यांना पुरुषांच्या बरोबरीला आणण्यासाठी खास धोरणाची निर्मिती झाली. त्याप्रमाणे ३३% आरक्षण लागू झाल्याने राजकारणातील महिलांचा सहभाग वाढला. महिला आर्थिक विकास महामंडळाच्या माध्यमातून महिलाविकासाच्या योजना राबवून त्यांचा आर्थिक स्तर उंचावण्याचा प्रयत्न चालू आहे. नेमके हेच या दृष्टिकोनात अपेक्षित आहे. महिला, मुले, अपंग, वंचित, अनाथ, निराधार व ज्यांना ज्यांना आपला जीवनस्तर उंचावणे शक्य नाही व त्यासाठी मदतीची गरज असेल अशा सर्वांनाच पुढे घेऊन जाण्यासाठी शासन, स्वयंसेवी संस्था; व्यक्ती मदत करू शकतात. त्यांना त्यांचे अधिकार मिळवून देण्यास मदत करू शकतात. रोजगार, धंद्यासाठी मदत करू शकतात. गरीब-श्रीमंत मागास-उच्चवर्गीय ही दरी कमी करण्यासाठी प्रयत्न करू शकतात. हे सर्व काही करणाऱ्या व्यक्ती, संस्था सशक्तीकरणाचा दृष्टिकोन बाळगूनच कार्य करतात.

कौटुंबिक उपचारपद्धती दृष्टिकोन (Family Therapy Approach) :

विविध कारणांमुळे कुटुंबामध्ये जेव्हा बेबनाव निर्माण होतो, त्या वेळी कौटुंबिक स्वास्थ्य बिघडते, कुटुंबातील सदस्यांचे संबंध दुरावतात अशा वेळी या कुटुंबीयांमध्ये व कुटुंबामध्ये स्थैर्य निर्माण करण्यासाठी कौटुंबिक उपचारपद्धती दृष्टिकोन उपयोगी ठरतो. या दृष्टिकोनानुसार कुटुंबातील सदस्यांमध्ये होणाऱ्या आंतरक्रियेच्या प्रक्रियेचेच परीक्षण केले जाते. एक सदस्य दुसऱ्या सदस्याशी कसा वागतो हे पाहिले जाते. आरोग्यदायी (आदर्श) कुटुंब व अकार्यक्षम कुटुंब या दोन्हींच्यामध्ये तुलना केली जाते. त्या आधारे अकार्यक्षम कुटुंबाच्या बाबतीत कार्य करणे अपेक्षित आहे त्या बाबतीत आराखडा तयार केला जातो आणि काय साध्य करायचे हे निश्चित ठरविले

जाते. या दृष्टिकोनामध्ये कुटुंबाच्या प्रश्नांची सोडवणूक करण्यासाठी प्रक्रियेचा भाग म्हणून अकार्यक्षम कुटुंबाला विशिष्ट काम नेमून दिले जाते (task-centered approach). या प्रक्रियेदरम्यान कुटुंबियांमधील संबंध सुधारण्यासाठी वापरण्यात येणाऱ्या विविध पायऱ्यासंबंधी (steps) चर्चा केली जाते. उदा. पालक-बालक संबंध, कुटुंबात निर्माण होणारे ताणतणाव मध्यस्थी इतर समस्यांच्या वेळी समस्येवर कशी मात करावी, कोणती तंत्रे वापरावीत, कोणत्या प्रसंगी मध्यस्थी (inervention) करावी यावर मार्गदर्शन केले जाते. मुलगी आणि वडील यांच्यातील संबंध, मातेची भूमिका आदींची चौकशी करून कुटुंबावर उपचार केले जातात व कुटुंबीयांमधील संबंध पूर्ववत करण्यासाठी कुटुंबाला मदत या कौटुंबिक उपचारपद्धती दृष्टिकोनाद्वारे केली जाते. या दृष्टिकोनाच्या परिणामकारक वापरासाठी सैद्धांतिक व प्रायोगिक दृष्टिकोन हितकारक ठरू शकतो. हा दृष्टिकोन कुटुंबकेंद्रित असला तरी कुटुंबातील प्रत्येक व्यक्तीचे एकमेकांशी असलेले संबंध सुधारणे महत्त्वाचेच. या दृष्टिकोनात व्यक्तिसहयोग कार्य व गटकार्य या दोन्हीही समाजकार्यपद्धतींचा अवलंब करणे अपेक्षित (गरजेनुसार) आहे. चिकित्सालयीन दृष्टिकोनाचा वापरही या दृष्टिकोनात महत्त्वाची भूमिका बजावतो, ते समाजकार्यकर्त्याने लक्षात ठेवायला हवे.

८.३ सारांश

समाजकार्यशिक्षण व व्यवसाय व्यक्ती, गट व समुदायविकासाशी संबंधित (केंद्रित) असल्याने व्यक्ती, गट व समुदायाला समजून घेऊन त्यातील प्रवाहाबाहेरील घटकांना सामावून घेण्यासाठी समाजकार्यकर्त्याला ज्ञान, कौशल्य, तंत्रे, तत्त्वे वापरणे आवश्यक असते. तरच तो व्यवसाय टिकवून ठेवू शकतो व गरजूंच्या समस्या सोडवू शकतो. मात्र समाजकार्यशिक्षण व व्यवसायामध्ये कल्याणकारी, पुनर्वसनात्मक, विकासात्मक व एकात्मिक दृष्टिकोन आणि सीमित व पारंपरिक दृष्टिकोनाबरोबरच सामाजिक कृतीविषयक, नव्या अधिकारविषयक दृष्टिकोन, रचनाबद्ध दृष्टिकोन, सशक्तीकरणाचा दृष्टिकोन, कौटुंबिक उपचारपद्धती दृष्टिकोन वापरणे आजच्या काळात महत्त्वाचे ठरते. समाजाचा व लाभार्थी घटकांचा सर्वांगीण विकास करायचा असेल तर विविध दृष्टिकोन वापरून समाजाच्या गरजा भागवत, सक्षम करत त्यांचा विकास साधणे आज काळाची गरज आहे.

८.४ पारिभाषिक शब्द, शब्दार्थ

१) **कल्याणकारी** : व्यक्ती, गट व समुदायाचे कल्याण ज्या बाबींमध्ये सामावलेले आहे. (उदा. कल्याणकारी योजना, सेवा, विचार, दृष्टिकोन इ.) अशा बाबी

वा उपाययोजना त्यांचा वापर करुन लाभार्थी घटकांचा कल्याण साधण्याचा प्रयत्न केला जातो.

२) **व्यक्तिकेंद्रित** : व्यक्तीसाठी, व्यक्तिसंबंधित, व्यक्तीच्या गरजेनुसार, व्यक्तीला न्याय देण्याच्या अनुषंगाने केलेली, केली जाणारी कृती. ठरविण्यात येणारा कार्यक्रम.

(असाच अर्थ गट व समुदायाच्या संदर्भात लक्षात घ्यावा.)

३) **उत्तरदायित्व** : उत्तरदायित्व म्हणजे ज्यांनी आपल्यावरती उपकार केले, घडवलं, साहाय्य केले, अशा मदतीची विविध प्रकारे परतफेड करणे.

(उदा. आईवडिलांचे उपकार, समाजाचे उपकार, जडणघडणीमधील शिक्षकांचा वाटा वगैरे.)

व्यक्तीला मदत करणे, समाजसेवा करणे, समाजाच्या विविध दुर्बल घटकांना त्यांच्या भल्यासाठी, सुधारण्यासाठी मदतीचा हात देणे वगैरे.

९
सक्षमीकरणाधारित समाजकार्य
(Empowerment based Social Work Practice)

समाजकार्याद्वारा अपेक्षित प्रश्न (समस्या) सोडविण्यासाठी वापरण्यात येणाऱ्या पारंपरिक व आधुनिक (सबलीकरणाधारित) प्रक्रियेचे आकलन या प्रकरणाच्या निमित्ताने होणार आहे.

९.१ प्रस्तावना

समाजकार्याच्या क्षेत्रात बदल होत असताना समाजकार्यशिक्षण त्यातील पद्धती, तत्त्वे, तंत्रे व कौशल्य यांत फार काही बदल झालेला दिसत नाही. समाजकार्याद्वारा अपेक्षित विकासाच्या संकल्पनाही बदलल्या. धर्मादाय, मानवता, कल्याण, विकास, चिरंतन विकासाबरोबरच आता सक्षमीकरणा (Empowerment) बाबत २१ व्या शतकाच्या सुरुवातीपासून विचार होत आहे. समाजाच्या प्रगतीची अवस्था बदलली. लोकांनी त्यांच्या क्षेत्रात प्रगती साधली, लोकांचे कल्याण झाले. खऱ्या अर्थाने विकासाचा टप्पा आणखीन काही लोकांना गाठायचा आहे हेही तेवढेच सत्य. लोकांचे कल्याण व विकास यांत समाजकार्यव्यवसायाचा निश्चितच वाटा आहे. असे असले तरी समाजकार्यव्यवसायाला कात टाकण्यास अजूनही वाव आहे.

मात्र तसे घडताना दिसत नाही. पारंपरिक कार्यपद्धतीमुळे कदाचित समाजाचा विकास लांबणीवर पडला असावा. म्हणून सद्य:स्थितीत समाजकार्यव्यवसाय व त्यातील कार्यरत व्यक्तींनी लोकांच्या कल्याण व विकासाबरोबरच साधलेले कल्याण व विकास टिकवून ठेवणे यांकडे लक्ष द्यायला हवे. एवढेच नव्हे तर आजही वंचित, मागास, दुर्बल बालके, महिला, अपेक्षित सीमारेषेच्या खाली असलेल्या घटकांना न्याय विशेषत: त्यांचे अधिकार व हक्क मिळवून देण्यासाठी प्रयत्न करायला हवेत. पारंपरिक दृष्टिकोन बदलून (कल्याणकारी, पुनर्वसनात्मक) मानवी अधिकारावर आधारित दृष्टिकोनाचा अधिक अवलंब करणे आज अगत्याचे आहे. मागास, बालक, महिला या घटकांना आजही अपेक्षित न्याय मिळत नाही म्हणूनच महिला सबलीकरणासाठी साधारणत: २००० सालापासून विशेष प्रयत्न चालू आहेत. बालकही वंचितच घटक असल्याने बालहक्कांसाठी खास मोहिमा व अभियान राबवून बालकल्याण, बालविकास साधण्याचा प्रयत्न होताना दिसतो.

समस्या ही केवळ समस्या व प्रश्न म्हणून न समजता आज आव्हान म्हणून त्याकडे पाहिले पाहिजे. एखाद्या रुग्णाला बरा करण्याबरोबरच त्यातील इतर क्षमता ओळखून त्या क्षमतांना विकसित करण्यासाठी प्रयत्न व्हायला हवेत. भूतकाळाबरोबरच पुढे येऊ घातलेल्या समस्या व आव्हाने यांसंबंधी वेळीच विचार करायला हवा. समाजकार्यातील व्यावसायिक सर्वच काही करू शकतील असे नाही, समाजाचा सर्वांगीण विकास साधण्यासाठी व्यावसायिकाबरोबरच इतरही तज्ज्ञांच्या बरोबर, त्यांच्या साहाय्याने त्यांना सोबत घेऊन काम करण्याची व्यापक दृष्टी समाजकार्यक्षेत्रातील व्यक्तींनी बाळगायला हवी. भागीदारीमध्ये काम करण्यासाठी प्रोत्साहन द्यायला हवे. असे झाले नसल्यानेच की काय आजपर्यंत समाजाचा झालेला विकास हा असमतोल व अपरिपूर्ण अशा स्वरूपाचा दिसतो. अर्थात याला समाजकार्यव्यवसायाबरोबरच इतर अनेक गोष्टी कारणीभूत आहेत.

९.२ विषयविवेचन

प्रश्न सोडविण्याची समाजकार्याची पारंपरिक पद्धत :

१) एकत्र येणे : साधारणपणे समाजकार्यकर्ता, गट व समुदाय यांना स्वतंत्रीत्या एकत्र करून, जवळीक साधून त्यांच्याशी चर्चा करून, ओळख करून घेणे देणे हा पहिला टप्पा.

२) गरजा / समस्या ओळखणे : लाभार्थी घटकांशी ओळख व चांगले संबंध प्रस्थापित झाले की लहान मोठ्या कार्यक्रमांतून, उपक्रमांतून व्यक्ती, गट व समुदायांच्या समस्या ओळखण्याचे कार्य केले जायचे. गरजा ओळखण्यासाठी काहीशी प्रक्रियाही

वापरली जायची. ती प्रक्रिया कधी औपचारिक तर कधी अनौपचारिक असायची.

३) ध्येय ठरविणे : लाभार्थी घटकांच्या एकदा समस्या लक्षात आल्या की त्यावर आधारित पुढील रूपरेषा ठरविली जायची. व्यक्ती (अशील) साठी काम करता येईल, गटासाठी काम करता येईल व समुदायासाठी काम करता येईल हे स्वतंत्ररीत्या ठरविले जाते. त्यालाच कृती आराखडा असेही म्हटले जायचे.

४) मूल्यांकन आणि विश्लेषण : समस्येच्या सोडवणुकीसंदर्भात ध्येय निश्चित केल्यानंतर त्यावर चर्चा, विचारविनिमय त्याचे विश्लेषण केले जायचे. योग्य, अयोग्य यांतून योग्य ती दिशा ठरविली जायची.

५) नियोजन : पुढील टप्पा नियोजनाचा. ठरविलेल्या ध्येयावर चर्चा झाल्यानंतर त्याचे प्रत्यक्ष नियोजन केले जायचे. कोणती पद्धत वापरावी, कोणती तत्त्वे लागू केली जावीत यासंबंधीचे नियोजन ठरविले जायचे. वेळ, काळ, अशील, गट व समुदायाची उपलब्धी यांनुसार नियोजन ठरायचे.

६) अंमलबजावणी : नियोजनानंतर अर्थातच कार्यक्रमाची अंमलबजावणी व ठरलेल्या नियोजनाप्रमाणे कार्यक्रमाची अंमलबजावणी केली जायची. अंमलबजावणी करताना समाजकार्यकर्त्याचा कस लागायचा. कार्यक्रमाच्या अंमलबजावणीवर पुढील सर्व काही अवलंबून असते हे लक्षात ठेवून समाजकार्यकर्ता कार्यक्रम पार पाडायचा.

७) मूल्यमापन : अशिलासंबंधित कार्य असेल तर व्यक्तिसहयोगकार्यातील प्रक्रिया व्यवस्थित पार पडली काय? उपचार सुचविण्यासाठी आवश्यक ती माहिती मिळू शकली काय? अशिलाने दिलेली माहिती खरी आहे ना? या व अशा मुद्द्यांवर आधारित प्रक्रियेचे मूल्यमापन करून, उपचारयोजना सुचविली जाते. गट व समुदायाच्या बाबतीतही गट व समुदायाच्या विकासासाठी गरजा ओळखण्यापासून कार्यक्रमाची अंमलबजावणी होईपर्यंत केलेले काम गट व समुदायाला कितपत पुढे घेऊन जाऊ शकते, यावर आधारित मूल्यमापन केले जाते. गटाबरोबर गटसदस्यांना वैयक्तिक किती व कसा फायदा झाला/होणार हेही मूल्यमापनात अपेक्षित असते. समुदायाच्या-बाबतीतही समुदायाबरोबर कुटुंबांना काय व किती फायदा झाला हेही पाहिले जाते.

८) कार्याची समाप्ती : समाजकार्याच्या प्रश्नसोडवणुकीच्या पारंपरिक पद्धतीतील शेवटचा टप्पा म्हणजे अशील, गट वा समुदायाच्या संबंधातील काम संपुष्टात येणे / आणणे. अशील, गट व समुदाय यांच्या गरजा ओळखण्यापासून त्यावर काम करून अपेक्षित ध्येयाप्रत पोहचल्यानंतर अशील, गट व समुदायासोबतचे काम, संबंध व एकूणच कार्य थांबवावे लागते. कामाच्या शेवटच्या टप्प्यात असलेल्या लाभार्थी घटकाला पुढील दिशा देऊन समाजकार्यकर्त्याने आपले काम थांबवायचे असते.

अन्यथा त्या पुढे काही कामे करणे अपेक्षित असल्यास इतर व्यक्ती, संस्था यांच्याकडे ती सूपूर्त करावी लागतात.

अशा प्रकारे पारंपरिक समाजकार्यामध्ये विविध प्रश्नांची सोडवणूक केली जायची. पारंपरिक समाजकार्यामध्ये प्रश्नांची सोडवणूक करण्यासाठीची जी प्रक्रिया व पद्धती होती ती व्यापक, सर्वसमावेशक, पूर्व न्याय देणारी नव्हतीच. काहीसा short cut असेही म्हणता येईल. म्हणूनच व्यापक व सक्षमीकरणाधारित समाजकार्याची संकल्पना पुढे आली. समाजकार्यातील सक्षमीकरणाची प्रक्रिया खालीलप्रमाणे पार पाडणे अपेक्षित आहे.

समाजकार्याद्वारा समस्या सोडवणुकीची सक्षमीकरणाधारित प्रक्रिया :

१) संवाद (Dialogue) : या पहिल्या टप्प्यात भागीदार शोधणे, त्यांना एकत्रित करणे. समस्या व एकूणच माहितीचे भागीदारासोबत आदान-प्रदान करणे. भविष्यात काम करावयाचे आहे यासंबंधी विचारविनिमय करणे. सद्य:स्थितीतील व भविष्यातील येऊ घातलेल्या आव्हानांना सामोरे जाण्यासंबंधी रणनीती ठरविणे. एकमेकांची मते जाणून घेणे, समस्यांना वाचा फोडणे यासाठीचे नियोजन करणे, अशील, गट व समुदायाच्या उन्नतीच्या दृष्टीने कोणती पावले उचलता येतील याचा (सहभागीदाराबरोबर बसून) परामर्श घेणे, कोणाच्या काही सूचना असतील त्या सूचनांचे कोठे व कसे पालन करायचे हे ठरविणे. या सर्व बाबी पहिल्या संवादाच्या टप्प्यात अपेक्षित आहेत.

२) शोध घेणे / लावणे (Discovery) : या टप्प्यात प्रथम प्रश्न (समस्या) लक्षात घेत असताना त्या समस्येच्या अनुषंगाने क्षमताही लक्षात घेणे महत्त्वाचे असते. प्रश्नांच्या सोडवणुकीसाठी समस्येच्या अनुषंगाने असलेल्या क्षमता व्यक्ती, गट व समुदायाच्या समस्या सोडवणुकीसाठी साहाय्यभूत ठरू शकतात. समस्येस अनुसरून (संबंधित) उपलब्ध साधने व त्याची उपयोगिता याचे विश्लेषण करणे गरजेचे असते. त्यातील शक्यता अशक्यता जाणून घेणे गरजेचे असते. साधनांची उपलब्धता नसेल तर ती साधने कोठून व कशी उपलब्ध करायची याचाही विचार करावा लागतो. ज्या काही कमतरता दिसतील त्यांवर मात करण्यासाठी काय मार्ग काढता येईल याचाही विचार करणे अपेक्षित आहे.

आवश्यक मार्गांचा वापर करण्यापूर्वी योजिलेले मार्ग, उपाय योग्य आहेत का याची खात्री करणे अपेक्षित असते, त्यासाठी तज्ज्ञांशी चर्चा जरूर अपेक्षित आहे.

३) विकास (Development) : समस्यासोडवणुकीच्या संबंधित साधनांचा अंदाज आल्यास त्या साधनांचा कसा, किती व कोठे वापर करायचा यासंबंधी विचार करणे, साधने कमी आहेत असे लक्षात आल्यास साधनवाढीसाठी चालना देणे

त्यासंबंधीही विचार अपेक्षित असतो. उपलब्ध साधनांचा वापर होणे गरजेचे असते. साधनांचा समतोल ठेवून वापर याकडेही लक्ष देणे गरजेचे असते.

विकासामध्ये सामील असलेल्या, होऊ इच्छिणाऱ्या व्यक्ती, संस्था, मंडळे यांचा शोध घेऊन त्यांना आपल्याबरोबर किंवा आपल्याला त्यांच्याबरोबर कसे काम करता येईल ते ठरविणे. संधी देणे, संधी घेणे, याचाही विचार व्हावा. यापलीकडे नवीन संधी निर्माण करता येईल काय? त्याची क्षेत्रे कोणती? त्याचा उपयोग काय? व किती? यावर विचारविनिमय करून संधीची व्याप्ती वाढविण्यासाठी प्रयत्न व्हावेत. साधलेली प्रगती व मिळविलेले यश टिकवून ठेवणे, ते मान्य करणे, यशाची देवाणघेवाण करणे, यशामध्ये भर टाकण्यासाठीचे प्रयत्न करणे, यशाने हुरळून न जाता ते पचविणे हे जाणीवपूर्वक करण्याचा प्रयत्न या निमित्ताने व्हावा.

यासाठी समाजकार्यव्यवसायातील कार्यकर्त्यांनी लक्ष दिल्यास समाजकार्य-व्यवसायाला अतिउच्च शिखरावर घेऊन जाण्यास वेळ लागणार नाही. समस्या सोडविण्यासाठी वापरण्यात येणाऱ्या पारंपरिक पद्धतीच्या जोडीला सक्षमीकरणाची जोड दिल्यास प्रश्नांची सोडवणूक करणे अधिक सोपे होईल.

पारंपरिक समस्या सोडवणूकप्रक्रिया व आधुनिक (सबलीकरणाची) प्रक्रिया यांतील तुलना

पारंपरिक प्रक्रिया	आधुनिक (सबलीकरणाधारित) प्रक्रिया
• एकत्र येणे • समस्या ओळखणे • उद्देश ठरविणे	**संवाद** • सहभागीदार निवडणे व त्यांना एकत्र आणणे. • आव्हानाबाबत चर्चा-विचारविनिमय करणे. • पुढील दिशा ठरविणे.
• मूल्यांकन आणि विश्लेषण • नियोजन	**शोध घेणे / लावणे** • क्षमता ओळखणे • साधने व त्यांची उपलब्धता समजून घेणे, त्यांचे विश्लेषण करणे. • अपेक्षित मार्ग व त्याची रूपरेषा ठरविणे.

• अंमलबजावणी	**विकास** • साधनांचा वापर व त्यास चालना देणे. • भागीदार निर्माण करणे, (विकासासाठी काम करणारे).
• मूल्यमापन • कार्य संपुष्टात येणे	• संधीची व्यापकता वाढविणे. • यशस्विता मान्य करणे (पचविणे). • यशस्विता (साध्य) टिकवून ठेवणे.

९.३ सारांश

समाजकार्यशिक्षणामध्ये विविध दृष्टिकोनांचा वापर करण्यात येतो. त्यात पारंपरिक व आधुनिक अशा दोन्हीही प्रकारच्या दृष्टिकोनांचा समावेश असतो. मात्र बहुतांशी कार्यामध्ये पारंपरिक दृष्टीकोनाचाच अधिक वापर करण्यात येत असल्याने कार्य करूनही अपेक्षित बदल दिसत नाही. समाजविकासामध्ये केवळ व्यक्तीच्या कल्याणापर्यंतची अवस्था अपेक्षित नाही तर त्याचा विकास, विकासातील स्थिरता हे सर्वच अपेक्षित असते. हे सर्व घडण्यासाठी व्यक्तीचे पर्यायाने समाजाचे सक्षमीकरण होणे महत्वाचे असते. त्यासाठी सक्षमीकरण दृष्टिकोनाचा अवलंब करणे गरजेचे असते. अलीकडे विविध स्तरांवर सक्षमीकरणासाठी विशेष प्रयत्न केले जातात. विशेषत: शासन स्तरावर समाजकार्यशिक्षण व व्यवसायामध्येही समाजातील विविध घटकांचे सक्षमीकरण करण्याच्या दृष्टीने अलीकडे कार्य केले जाते. यातूनच सक्षमीकरणाधारित समाजकार्याची संकल्पना रूढ होत आहे.

९.४ पारिभाषिक शब्द, शब्दार्थ

१) **सक्षमीकरण :** व्यक्ती, गट वा समुदायाला त्यांच्या अपूर्णावस्थेतून त्यांना बाहेर काढणे, त्यांना त्यांचा आर्थिक, सामाजिक विकास साधण्यासाठी अपेक्षित आधार देऊन मुख्य प्रवाहाकडे घेऊन जाणे म्हणजे सक्षमीकरण होय.

२) **भागीदारी :** एखादे काम, उपक्रम एकापेक्षा अनेक लोकांच्या सहभागाने राबविणे - उपक्रमास लागणारा खर्च, श्रम यांतील वाटा सहभागीदाराने उचलणे वगैरे. येथे सहकार्यकर्ता (Partner) अशा अर्थाने भागीदारी हा शब्द वापरण्यात आला आहे.

१०

समाजकार्यकर्ता व त्याची भूमिका
(Social Worker and His Role)

१०.१ प्रस्तावना
१०.२ विषयविवेचन
१०.३ सारांश
१०.४ पारिभाषिक शब्द, शब्दार्थ

या घटकाच्या अध्ययनामुळे समाजकार्यातील समाजकार्यकर्त्याची भूमिका समजेल, तसेच समाजकार्यकर्त्यास कार्य करण्यासाठी आवश्यक शिक्षण, प्रशिक्षण काय असते याचेही आकलन होईल.

१०.१ प्रस्तावना

समाजकार्यामध्ये समाजकार्यकर्त्याची भूमिका अत्यंत महत्त्वाची असते. किंबहुना समाजकार्यव्यवसायाची परिणामकारकता तथा यश समाजकार्यकर्त्यावरच अवलंबून असते. समाजकार्यकर्ता हा शिक्षण, प्रशिक्षण, कौशल्य यांनी युक्त असला पाहिजे. तरच तो सक्षमपणे आपली भूमिका पार पाडेल. समाजकार्याची गरज असंख्य क्षेत्रांमध्ये असल्याने समाजकार्यकर्ताही प्रत्येक क्षेत्रात जाऊन पोहचतो व आवश्यक ती भूमिका पार पाडतो. या सर्व बाबींचे विवेचन या प्रकरणात केले आहे.

१०.२ विषयविवेचन

समाजकार्यकर्ता व त्याची भूमिका (Social Worker and his Role) **:**

सर्वसाधारणपणे पाहता, जेव्हा एखादी व्यक्ती इतरांना मदत करायची ठरवते, मदतीसाठी पुढे येते तेव्हा ती व्यक्ती बहुधा त्या अडचणीतून गेलेली असते. किंबहुना जीवनातील, समाजातील अनेक घटनांची साक्षीदार असते. जी व्यक्ती जीवनात होरपळून निघालेली असते, अनेक चटके सहन करत पुढे मार्गक्रमण करते अशी व्यक्ती सामाजिक प्रश्नांच्या सोडवणुकीची जबाबदारी आपल्या खांद्यावर घेण्याची दाट शक्यता असते. किमान ती जबाबदारी तरी नाकारत नाही. समोर येणाऱ्या आव्हानांना सामोरे जात आपली भूमिका बजावतात. समाजकार्यव्यवसायामध्ये समाजकार्यकर्ता कमी अधिक प्रमाणात याच वैशिष्ट्याचा असतो. म्हणूनच समाजकार्यामध्ये समाजकार्यकर्ता व त्याची भूमिका अत्यंत महत्त्वाची असते. किंबहुना समाजकार्याची परिणामकारकताच समाजकार्यकर्त्यावर अवलंबून असते. समाजकार्याच्या सुरवातीपासून ते समाजकार्याच्या प्रक्रियेदरम्यान हाती घेतलेल्या कार्यामध्ये (समस्येमध्ये) होणारे बदल व शेवटचा परिणाम या सबंध प्रकाराला समाजकार्यकर्ता जबाबदार असतो. समाजकार्यकर्ता समाजकार्याचे प्रतिनिधित्व करीत असतो. त्याची कार्यकुशलता, त्यास मिळणारा समाजाचा प्रतिसाद या दोन गोष्टी समाजकार्यव्यवसायात महत्त्वाच्या मानल्या जातात. समाजकार्याचा विचार, दृष्टिकोन, सिद्धान्त, कुशलता इ. गोष्टी कार्यकर्ता स्वत: आत्मसात करतो व विशेष सेवा देतो. त्याला या शिक्षणातून स्वत: शिकण्याची, प्रयोग करण्याची, समजण्याची कला साध्य होते. समाजकार्याचे शिक्षण घेत असताना वर्गातील शिक्षणाव्यतिरिक्त क्षेत्रकार्याच्या माध्यमातून प्रत्यक्ष कार्यानुभव घेत असतो. त्याचाच उपयोग पुढे समाजकार्यव्यवसायात करीत असतो. समाजकार्यकर्ता हा जबाबदारीतूनच घडलेला असल्याने तो स्वत: जबाबदार असतो. योग्य अयोग्य यांतील फरक जाणतो. तो सर्वगुणसंपन्न असतो असे नाही; परंतु पावलोपावली आलेल्या अनुभवांतून मार्ग काढत तो पुढे जातो. त्यातूनच त्याचे योग्य व विशिष्ट व्यक्तिमत्त्व फुलत जाते. यातून घडलेले व्यक्तिमत्त्व ही त्या कार्यकर्त्याची ओळखच बनते.

समाजकार्यकर्ता आत्मजागृत असतो. त्याने स्वत:चा वस्तुनिष्ठतेने व जागरूकतेने स्वीकार केलेला असतो. त्यालाही आत्मसन्मानाच्या भावना असतात. उणिवा दूर करून स्वत:च्या विकासाची नोंद घेत समाजकार्यव्यवसाय समृद्ध करण्याचा प्रयत्न समाजकार्यकर्ता करत असतो. खरं तर या समाजकार्यकर्त्याच्या भूमिकेला मर्यादा नाहीत. त्या असूही नयेत. कारण असंख्य प्रश्नांच्या सोडवणुकीमध्ये हा समाजकार्यकर्ता

आपले योगदान देत असतो. विविध समस्यांच्या सोडवणुकीतून प्रत्यक्ष अप्रत्यक्ष समाजाला स्थिर ठेवण्यास - मदत करतो. समाजकार्यकर्त्याची विविध रूपे किंवा प्रमुख भूमिका खालीलप्रमाणे सांगता येतील.

१) मदतकर्त्याची भूमिका
२) मध्यस्थाची भूमिका
३) शिक्षकाची भूमिका
४) पुरस्कर्त्याची भूमिका
५) प्रेरकाची भूमिका
६) संशोधकाची भूमिका
७) प्रोत्साहकाची भूमिका
८) तज्ज्ञाची भूमिका
९) योजनाकाराची भूमिका
१०) सामाजिक आंदोलकाची भूमिका
११) संशोधनकर्त्याची भूमिका
१२) शोधकर्त्याची भूमिका
१३) गटकार्यकर्त्याची भूमिका
१४) व्यक्तिसहाय्यकार्यकर्त्याची भूमिका
१५) समुदायसंघटकाची भूमिका
१६) आयोजक इत्यादी.

१) समाजकार्यकर्ता हा कलावंत असतो :

या भूमिकांपलीकडे जाऊन सामाजिक कार्यकर्ता कार्य करतो व त्या कार्यानुसार त्याची भूमिका निश्चित होते. जसे समाजकार्यकर्ता हा कलावंत असतो. कला म्हणजे एखाद्या कलेचे विशेष ज्ञान ज्याचे सादरीकरण केले जाते. कला ही अभ्यासाने, वाचनाने येत नाही. त्याला प्रशिक्षण तर गरजेचे असतेच; पण कार्यानुभव अत्यंत महत्त्वाचा असतो. समाजकार्यामध्ये नेमके हेच घडते. समाजकार्यकर्ता हा मूळचा प्रक्षिशित असतो आणि त्याच्या प्रशिक्षणास क्षेत्रकार्याची भक्कम जोड असते. त्यामुळे भूमिका बजावताना तो इतरांच्या (गरजू, अशील) दु:खात सहभागी होतो. इतरांचे दु:ख जाणून त्याच्या समस्यांची सोडवणूक करतो. ही एक कलाच आहे. अनेक वेळा समाजकार्यकर्त्याला वेगवेगळे प्रश्न, आजार, लैंगिक प्रश्न, गुन्हेगारी, गरिबी, घटस्फोट, हिंसक घटना आदीसारख्यांचे प्रश्न असलेल्या परिस्थितीशी सामना करावा लागतो. याला तोंड देण्यासाठी धाडसही अपेक्षित असते. ते धाडस प्रशिक्षण व कार्यानुभव,

क्षेत्रकार्याच्या माध्यमातून प्राप्त होते. तो येणाऱ्या प्रश्नांना समर्थपणे तोंड देत असतो. सकारात्मक संबंध हाही या व्यवसायामधील महत्त्वाचा घटक आहे. व्यक्ती, गट वा समुदायाबरोबर समाजकार्यकर्ता त्यांचे बदल घडवून आणण्यासाठी सकारात्मक संबंधाद्वारे आपल्या गुणांचे दर्शन घडवितो. समाजकार्यकर्ता आपल्या कल्पनाशक्तीच्या आधारे विविध विचारांना, दृष्टिकोनांना एकत्र आणून त्याआधारे प्रश्नांची सोडवणूक करीत असतो. गरजूंचे प्रश्न लक्षात घेऊन गरजेनुसार मदत करण्यास समाजकार्यकर्ता सतत सज्ज असतो. सततच्या कार्यातून अनुभव घेत चुका दुरुस्त करत आपल्या क्षमतांचा वापर करून प्रश्नांची सोडवणूक करतो. प्रश्नांचा अंदाज घेत संबंधितांना पर्याय ठेवीत असतो. हे सर्व करत असताना समाजातील इतर व्यक्तींप्रमाणे आपल्या वैयक्तिक मूल्यांचाही त्याच्या कार्यात अंतर्भाव करत असतो. मन आणि कौशल्याचा वापर जो करतो तो खऱ्या अर्थाने कलावंत असतो. या अर्थाने समाजकार्यकर्ता कलावंत असतो.

२) समाजकार्यकर्ता हा शास्त्रज्ञ असतो :

अशिलास सेवा प्रदान करण्यासाठी अंतरक्रिया करताना समाजकार्यकर्त्याला त्याच्या भावना आणि विचारांचा वापर करावा लागतो. मूलभूत ज्ञान व कौशल्याच्या आधारे समाजकार्यकर्ता व्यावसायिक क्षमता विकसित करतो. इतर संबंधित विविध शाखांचे ज्ञानही तो अवगत करत असतो. क्षेत्रकार्याद्वारा त्याच्या संबंधित क्षेत्राचा अनुभव घेत असतो. या सर्व सैद्धान्तिक पद्धतींचा वापर आपल्या कार्याद्वारा करतो.

एखाद्या समस्येसंबंधित निरीक्षण करणे, निरीक्षणातील बाबी सिद्ध करणे, त्यांचे विश्लेषण करणे, तपास करणे, संशोधन करणे. त्यास सैद्धान्तिक जोड देणे ही शास्त्राची वैशिष्ट्ये आहेत. नेमके हेच कार्य समाजकार्यकर्ता समाजकार्य करताना करत असतो. म्हणून तो शास्त्रज्ञ आहे. समाजकार्यकर्त्याला खालीलप्रकारचे विशेष ज्ञान असते.

१) सामाजिक परिस्थिती व सामाजिक प्रश्न

२) सामाजिक धोरणे व कार्यक्रम

३) सामाजिक विषय

४) समाजकार्यव्यवसाय

५) समाजकार्यात प्रत्यक्ष कृती करण्याचे ज्ञान

वरील सर्व ज्ञान हे समाजकार्यप्रशिक्षण व क्षेत्रकार्याच्या माध्यमातून समाजकार्यकर्ता अवगत करतो. या सर्व प्रकारच्या ज्ञानाला शास्त्रीय आधार असतो. किंबहुना संपूर्ण समाजकार्यअभ्यासक्रम व समाजकार्यव्यवसाय शास्त्रावरती आधारित आहे. त्या अर्थाने त्यात कार्य करणारा कार्यकर्ता हा शास्त्रज्ञ ठरतो.

३) समाजकार्यकर्ता एक वकील :

यामध्ये समाजकार्यकर्ता व्यक्ती, गट व समुदायाच्या वतीने त्यांच्या समस्या सोडविण्यासाठी स्वत: लढतो, झगडतो. अशिलाचे रक्षण करतो, समर्थन करतो, आवश्यक तिथे मध्यस्थी करतो, पाठिंबा देतो, पुढील कृती करण्यासाठी सूचना देतो, मार्गदर्शन करतो.

४) समाजकार्यकर्ता एक सल्लागार :

अशिलाच्या समस्येचे निदान करून त्यानुसार आपले ज्ञान, कौशल्य, पद्धती व तंत्राचा वापर करून मार्गदर्शन व सल्ला देण्याचे काम समाजकार्यकर्ता करतो. ताणतणावातून मुक्त करण्यासाठी मध्यस्थी करत सल्ला मार्गदर्शन करतो. अशिलामध्ये स्थिरता आणण्यासाठी प्रयत्न केले जातात. अशिलाशी संबंधित व्यक्ती व त्यांच्यातील परस्पर संबंधांचा अभ्यास करून त्या आधारेही सल्ला दिला जातो.

५) समाजकार्यकर्ता एक कार्यव्यवस्थापक :

बऱ्याच ठिकाणी समाजकार्यकर्त्याला प्रशासनशाखेत काम करावे लागते. तेव्हा कार्यालयीन कामकाजाच्या संबंधित जे जे काही आहे त्या सर्व कामांचे नियोजन करणे, वेळेचे व्यवस्थापन पाहणे, कार्यावर निरीक्षण ठेवणे व कामाची गुणवत्ता टिकवून ठेवण्यासाठी तसेच माहितीचे आदान प्रदान करण्यासाठी समाजकार्यकर्त्याला भूमिका बजावावी लागते.

६) समाजकार्यकर्ता एक प्रशासक :

समाजकार्यकर्ता हा जेव्हा एखाद्या संस्थेत काम करतो, तेव्हा तो इतर कर्मचारी आणि व्यवस्थापन मंडळातील दुवा असतो. कर्मचाऱ्यांचा विकास ही संस्थेची जबाबदारी असते. येथे समाजकार्यकर्त्याची भूमिका अत्यंत महत्त्वाची ठरते. कर्मचाऱ्यांचे उद्‌बोधन, प्रशिक्षण, कर्मचारी व्यवस्थापन, पर्यवेक्षण आदी भूमिका समाजकार्यकर्त्याने पार पाडणे अपेक्षित असते.

७) समाजकार्यकर्ता एक बदल घडवून आणणारा दूत :

समाजकार्यकर्त्याची ही मूलभूत भूमिका मानण्यात येते. यामध्ये सामाजिक प्रश्न समजून घेऊन धोरणांचे विश्लेषण करणे, समुदायाला एकत्रित करणे, समुदायाच्या विकाससंबंधित साधनांचा विकास करण्यासाठी समाजकार्यकर्त्याला आपले योगदान द्यावे लागते. ती त्याची महत्त्वाची भूमिका आहे. एकूणच व्यक्ती, गट, समुदायामध्ये व समाजजीवनात बदल घडवून आणण्यासाठी समाजकार्यकर्ता झगडत असतो.

८) समाजकार्यकर्ता एक व्यावसायिक :

समाजकार्यकर्त्याची जडणघडण समाजकार्यव्यावसायिक म्हणूनच झाल्याने तो व्यावसायिक व्यक्ती असतो. शिक्षणाच्या प्रक्रियेत असताना घेतलेले धडे हे व्यावसायिक समाजकार्यकर्ता म्हणूनच असल्याने प्रशिक्षणदरम्यान व प्रशिक्षणानंतरही स्वतःच्या विकासासंबंधित (स्वयंविकासमूल्यमापन) मूल्यमापन करून काही त्रुटी असल्यास त्यांमध्ये सुधारणा घडवून आणणे, स्वतःचा विकास, व्यवसायाचा विकास व समाजकार्य– व्यवसायाला चालना देण्याची भूमिका व्यावसायिक म्हणून पार पाडतो.

सामाजिक कार्यकर्ता प्रशिक्षित असल्याने त्याच्या कार्यकक्षा (बाउंड्रीज) ठरलेल्या असतात. त्या कार्यकक्षेतील अपेक्षित व आवश्यक तत्त्वानुसार विविध

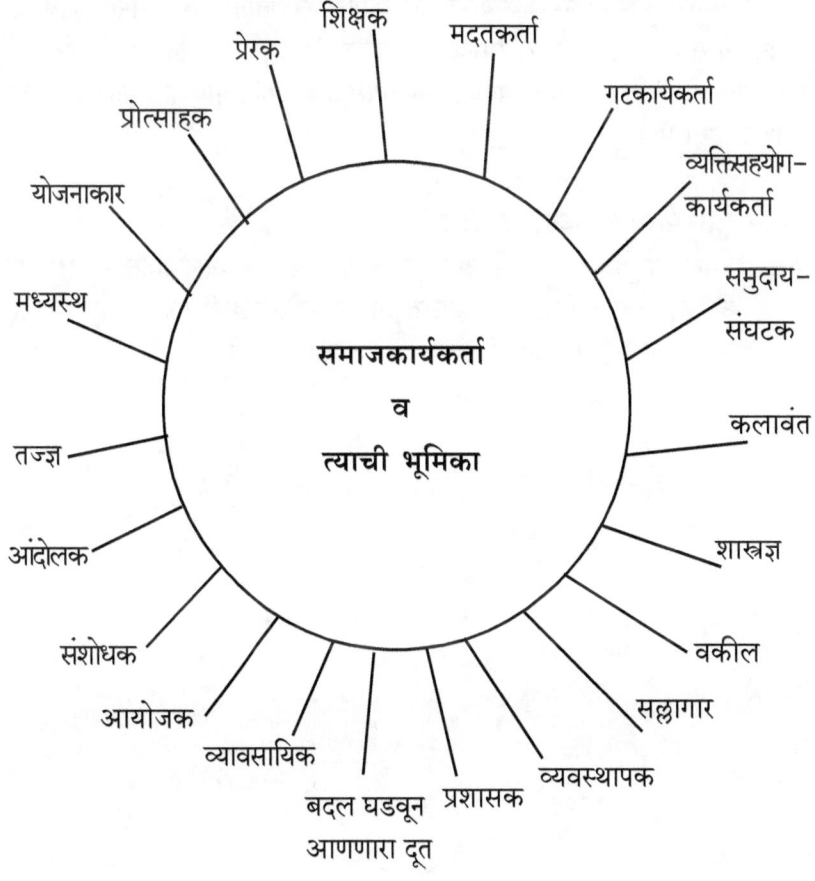

पद्धतींच्या आधारेच त्याने त्याचे कार्य करायला हवे. हा कार्यकर्ता जेव्हा कार्यकक्षेबाहेर जाऊन कार्य करतो असे वाटले किंवा कार्यकर्त्याकडून काही चुका होतात असे वाटले किंवा अशील, लाभार्थी घटकास ठेच पोहचते असे वाटल्यास अशा कार्यकर्त्यास आवर घालण्याचे काम एक तर सहकाऱ्यांनी करावे, नाही तर समाजाने.

अशा अमर्याद भूमिका समाजकार्यकर्ता पार पाडतो. त्यांत विविधता आहे. कुशल कार्यकर्ता किमान त्याच्या मूलभूत व कार्याच्या संबंधित तरी परिपूर्ण असला पाहिजे. विशेष प्रावीण्य असणाऱ्या कार्यकर्त्याने त्याच्या क्षेत्रात सखोल ज्ञान अवगत करून कोणतीही भूमिका सक्षमपणे पार पाडता येईल इतपत तयारी केली पाहिजे.

१०.३ सारांश

प्रत्येक क्षेत्रामध्ये समाजकार्यकर्त्याची गरज आहे. जसजसे प्रश्नांचे स्वरूप बदलते तसतशा भूमिका समाजकार्यकर्त्याला कराव्या लागतात. साहाय्यकर्ता, शिक्षक, प्रेरक, प्रोत्साहक, योजनाकार, पुरस्कर्ता, शोधक, तज्ज्ञ, आंदोलक, संशोधनकर्ता, गटकार्यकर्ता, व्यक्तिसहयोग कार्यकर्ता, समुदायसंघटक आदी भूमिका समाजकार्यकर्ता समर्थपणे पार पाडतो.

१०.४ पारिभाषिक शब्द, शब्दार्थ

१) **आत्मजागृती :** व्यक्तीने आपल्या कर्तव्य व जबाबदारीबाबत स्वत: दक्ष असणे, जबाबदारीबद्दल माहिती व ज्ञान असणे. एखादी गोष्ट करण्याअगोदर त्याविषयी पूर्वज्ञान असणे, म्हणजे आत्मजागृती होय.

११

समाजकार्यशिक्षणातील क्षेत्रकार्य
(Field Work in Social Work Education)

११.१ प्रस्तावना
११.२ विषयविवेचन
११.३ सारांश
११.४ पारिभाषिक शब्द, शब्दार्थ

या प्रकरणामध्ये समाविष्ट क्षेत्रकार्य, त्याची उद्दिष्टे, क्षेत्रकार्याचे विविध घटक, क्षेत्रकार्यामध्ये वापरावयाची नवीन तंत्रे, क्षेत्रकार्यामध्ये नोंदी ठेवण्याचे महत्त्व, डायरी लेखन, फील्डवर्क कार्डाचा वापर यासंबंधी माहिती मिळेल.

११.१ प्रस्तावना

समाजकार्य व्यवसाय हा असा एक व्यवसाय आहे ज्याद्वारे सामाजिक बदलासाठी पोषक वातावरण निर्माण करता येऊ शकते. मानवी संबंधांमध्ये निर्माण झालेल्या प्रश्नांची सोडवणूक करता येऊ शकते. एकूणच लोकजीवनाच्या प्रगतीच्या दृष्टीने पावले उचलता येऊ शकतात. मानवी वर्तन, सामाजिक व्यवस्था, वैयक्तिक, गटाच्या व समुदायाच्या समस्यासंबंधित सिद्धान्ताचा वापर करून योग्य तिथे मध्यस्थी करून व्यक्ती, गट तसेच समुदायाच्या प्रश्नांची सोडवणूक करता येऊ शकते.

क्षेत्रकार्य हे समाजकार्यशिक्षणाचा आत्मा असे समजण्यात येते. ज्यामध्ये मूल्य, ज्ञान, दृष्टिकोन व कौशल्य काम करत करत शिकता येतात. क्षेत्रकार्य हे समाजकार्य- कोंदणामध्ये (setting) केले जाणारे कार्य असून ते पूर्णपणे पर्यवेक्षकाच्या पर्यवेक्षणाखाली

केले जाते. नियोजनपूर्वक शिकण्याची संधी क्षेत्रकार्यामध्ये मिळते. समाजकार्याच्या विविध क्षेत्रांत घडणाऱ्या व परिस्थितीचे प्रशिक्षणार्थींना आकलन होण्यासाठी सैद्धांतिक माहितीच्या बरोबरच अनुभवकथनही वर्गामध्ये केले जाते. क्षेत्रकार्य ही एक प्रक्रिया आहे. प्रशिक्षणार्थीला विविध क्षेत्रांतील अनुभव घेण्यासाठी समाजकार्याच्या ज्ञानाच्या वापराबरोबरच विविध पद्धतींचा अवलंब करण्याची संधी मिळते. क्षेत्रकार्य हे समाजकार्य-शिक्षणातील विविध पद्धतींचा अवलंब करण्याची प्रशिक्षणार्थींना संधी देणारे माध्यम आहे.

क्षेत्रकार्य हा एक आखीव, नियोजनबद्ध, अतिशय अर्थपूर्ण, परिणामकेंद्रित तसेच प्रगतिसदृश असा कार्यक्रम होय. क्षेत्रकार्य हे नवशिका (Learner Oriented) केंद्रित कार्यक्रम आहे, ज्यामध्ये नवशिक्षितास विविध कल्याणकारी क्षेत्रांतील वास्तव जीवनाचे ज्ञान होते.

प्रशिक्षणार्थी समाजकार्यकर्त्यांना क्षेत्रकार्यासाठी अशाच संस्थांमध्ये नेमण्यात येते जिथे प्रशिक्षित वा व्यावसायिक व्यक्ती प्रशिक्षणार्थींना मार्गदर्शन करेल. संस्था, संस्थेतील कार्यक्रम, सेवा, सुविधा लाभार्थी तसेच वर्गातील ज्ञानाचा उपयोग करून व्यावसायिक कौशल्य व दृष्टिकोन विकसित करण्यासाठी क्षेत्रकार्याद्वारा प्रयत्न केले जातात. महाविद्यालयीन शिक्षक व संस्थेतील प्रशिक्षित व्यक्ती या दोन्हींच्या मार्गदर्शनाखाली व नियमित पाठपुराव्याने (वैयक्तिक व गटपरिषदेद्वारा) प्रशिक्षणार्थी विकसित होत असतो. संबंध प्रस्थापित करणे, कार्यक्रमांचे नियोजन, आयोजन व त्यांची अंमलबजावणी तसेच जबाबदारीची जाणीव करून देण्याचे कार्य क्षेत्रकार्याच्या माध्यमातून घडते. क्षमतावृद्धीसाठी प्रशिक्षणार्थीमध्ये समाजोपयोगी दृष्टिकोन, मूल्य, ज्ञान, कौशल्य व तंत्रे अवगत करण्यासाठी प्रशिक्षणार्थी समाजकार्यकर्त्यास सक्षम केले जाते. सामाजिक व्यवस्था, सामाजिक ध्येय व वास्तवता यांतील परस्पर संबंध काय हेही क्षेत्रकार्यामध्ये प्रशिक्षणार्थींनी समजून घेणे अपेक्षित असते. स्वमूल्यमापन, स्वयंमार्गदर्शन व टीकात्मक परीक्षणाची क्षमता विकसित व्हावी यासाठी क्षेत्रकार्याद्वारे प्रयत्न केले जातात.

११.२ विषयविवेचन

क्षेत्रकार्याची उद्दिष्टे (Characteristics of Field Work) :

सर्वसाधारणपणे क्षेत्रकार्य हे खालील उद्देशाने केले जाते.

१) प्रशिक्षणार्थींना सामाजिक वास्तविकतेचे निरीक्षण करता यावे व त्याचे विश्लेषण करण्याची क्षमता त्यांच्यात विकसित व्हावी.

२) सामाजिक व्यवस्थेची जाण व त्यातील अंतरंगाची माहिती व्हावी.

३) लोकांच्या गरजा व समस्या समजून घेणे व त्यासाठी आवश्यक असलेल्या लोकप्रतिसादाचे महत्त्व ओळखणे.

४) सामाजिक धोरणे, न्यायिक प्रक्रिया व कायदे लागू करण्यासंबंधी टीकात्मक समज विकसित करणे.

५) सद्य:स्थितीतील विविध कार्यक्रमांचे मूल्यमापन करण्याची क्षमता विकसित करणे व त्यामध्ये (विविध पातळींवर) सहभागी होणे.

६) नवीन कार्यक्रमाची गरज ओळखण्याची क्षमता विकसित करणे, त्यासाठी पुढाकार घेणे व त्यात सहभागी होणे.

७) लिंगभेद, मानवी हक्क आणि समतेची गरज आदीविषयी जाणून घेणे.

८) सकारात्मक दृष्टिकोन आणि व्यावसायिक नीती यांस पोषक समाजकार्ये मूल्यांना एकत्रित करून समाजकार्यव्यवसाय समृद्ध करणे.

९) कल्याणकारी व वैकासिक कार्यक्रमाच्या व्यवस्थापनातील प्रशासन, संसाधन-व्यवस्थापन, संस्थात्मक रचना व त्यांची प्रक्रिया समजून घेणे.

१०) मध्यस्थाची भूमिका बजावण्याबरोबरच ज्ञान व सैद्धांतिक माहिती एकत्र करण्याची क्षमता विकसित करणे.

११) स्वमार्गदर्शन व स्वजाणिवेतून बदल ही क्षमता विकसित करणे.

१२) अहवाललेखनासाठी आवश्यक लेखनकौशल्य विकसित करणे.

क्षेत्रकार्याचे विविध घटक :

क्षेत्रकार्य साधारणपणे खालील घटकाद्वारे केले जाते.

१) उद्‌बोधन भेटी – प्रशिक्षणार्थी समाजकार्यकर्ता शिक्षण घेण्यासाठी वेगवेगळ्या कसोट्या पूर्ण करून एखाद्या संस्थेत प्रवेश घेतो. प्रशिक्षणकाळाच्या अगदी सुरुवातीलाच समाजकार्याच्या विविध क्षेत्रांची व त्यांतील कार्याची ओझरती ओळख व्हावी म्हणून या भेटी आयोजित केल्या जातात.

२) प्रागतिक उद्‌बोधनभेटी – या भेटी प्रशिक्षणार्थी समाजकार्यकर्त्यास समाजकार्यक्षेत्राचा थोडासा अंदाज आल्यानंतर तसेच सैद्धांतिक थोडीशी माहिती झाल्यानंतर त्यांच्या विशेषीकरणानुसार विशिष्ट संस्थांचे कार्य समजून घेण्यासाठी या भेटी आयोजित केल्या जातात. या भेटी साधारण पहिल्या सत्राच्या शेवटी किंवा दुसरे सत्र सुरू होण्यापूर्वी आयोजित केल्या जातात.

३) ग्रामीण शिबिरे – ग्रामीण लोकांचे जीवन व त्यांच्या समस्यांचे विद्यार्थ्यांना जवळून आकलन व्हावे यासाठी ही शिबिरे आयोजिण्यात येतात. राष्ट्रीय

सेवा योजना- शिबिरे व विशिष्ट शिबिरे वगैरे. विद्यार्थ्यांनी ग्रहण केलेल्या ज्ञानाचा उपयोग व वापर आसपासच्या समाजाला व्हावा व त्याचे माध्यम म्हणून अशा शिबिरांचे आयोजन केले जाते. अशा शिबिरांदरम्यान शिबिरार्थींना गावातील विविध कामे देऊन ती करवून घेतली जातात. त्यांतूनच विद्यार्थी कृतीद्वारा शिक्षण घेत असतो. गावाच्या सुधारणेसाठी हातभार लावत असतो. ही व अशी शिबिरे साधारणत: १० दिवसांसाठी आयोजित केली जातात.

४) अभ्याससहल – अभ्याससहल हा कार्यक्रम समाजकार्यशिक्षणाचा महत्त्वाचा भाग मानण्यात येतो. तो सक्तीचा आहे. अभ्याससहलीमध्ये प्रशिक्षणार्थींच्या कार्यक्षेत्राबाहेर, परराज्यात समाजकार्यक्षेत्रात मोलाचे योगदान देणाऱ्या संस्था / संघटनांना भेटी देऊन ज्ञानार्जन घडवून आणले जाते. हाही सर्वसाधारण १० ते १४ -१५ दिवसांचा कार्यक्रम असतो.

५) सर्वसाधारण क्षेत्रकार्य – हे क्षेत्रकार्य समाजकार्याच्या पदवी व पदव्युत्तर अभ्यासक्रमांच्या प्रथम वर्षाच्या वा पदवी अभ्यासक्रमाच्या विद्यार्थ्यांना समाजकार्याच्या विविध क्षेत्रांचे ढोबळमानाने आकलन होण्यासाठी केले जाते.

६) विशेषीकरणानुसार क्षेत्रकार्ये – ही क्षेत्रकार्ये समाजकार्यविषयातील विशेषीकरणाचे (द्वितीय वर्ष) शिक्षण घेणाऱ्या विद्यार्थ्यांना त्यांच्या विशेषीकरणाच्या क्षेत्रात कार्य करणाऱ्या संस्थांमध्ये (उदा. मुलं, महिला, वृद्ध, युवक, अपंग, ग्रामीण, शहरी समुदाय, आरोग्य, मानवी संसाधन वगैरे) क्षेत्रकार्याद्वारा शिकण्याची संधी उपलब्ध करून दिली जाते.

७) ब्लॉकप्लेसमेंट – प्रशिक्षणार्थींनी समाजकार्यातील पदवी वा पदव्युत्तर अभ्यासक्रम पूर्ण केल्यानंतर संपूर्ण एक महिना वा ३० दिवस विद्यार्थ्यांच्या आवडीच्या क्षेत्रात संस्थेमध्ये काम करण्याची संधी उपलब्ध करून दिली जाते. या काळात विद्यार्थ्याने त्या त्या संस्थेचा भाग म्हणून काम करणे अपेक्षित असून दोन वर्षांत घेतलेल्या ज्ञानाची व क्षेत्रकार्याद्वारा आलेल्या अनुभवाची कसोटी लावून आपल्या कार्यक्षमतेची पडताळणी व खात्री करणे अपेक्षित आहे. हे क्षेत्रकार्य विनापर्यवेक्षण केले जाते.

क्षेत्रकार्य करताना प्रशिक्षणार्थींकडून अपेक्षा

१) विद्यार्थ्याने शिकण्यासाठी स्वत: पुढे येणे व त्यासाठी स्वत: जबाबदारी स्वीकारणे.

२) कार्यामध्ये पुढाकार घेणे व सृजनशीलतेचा (नवनिर्माण) वापर करणे.

३) मार्गदर्शक तत्त्वे व उद्देशपूर्तीच्या दिशेने शिकणे.

४) आवश्यक तिथे मध्यस्थी करणे.
५) आणीबाणीच्या व अडीअडचणीच्या वेळी व्यक्ती, गट वा समुदायाला मदत करणे.
६) नावीन्यपूर्व दृष्टिकोन ठेवून कार्यक्रमाची आखणी करणे.
७) कार्यामध्ये सातत्य व चिरंतनता ठेवणे.
८) अहवाल सादर करणे, क्षेत्रकार्यासाठी जाणे व येणे यांत नियमितता बाळगणे.
९) वैयक्तिक व गटसभा, परिषदांसाठी नियमित उपस्थिती.
१०) केलेल्या कार्याचा आढावा व मूल्यमापन
११) स्वतःच्या कार्याचे, प्रगतीचे सातत्याने मूल्यमापन करणे इ.

क्षेत्रकार्यातील पर्यवेक्षकाची भूमिका :

क्षेत्रकार्यामध्ये पर्यवेक्षक (महाविद्यालयीन पर्यवेक्षक व संस्थेतील पर्यवेक्षक) प्रशिक्षणार्थींच्या शिकण्याच्या प्रक्रियेमध्ये महत्त्वाचे योगदान देतो. किंबहुना पर्यवेक्षकाच्या मार्गदर्शन व त्याच्या प्रभावावरच प्रशिक्षणार्थींची जडणघडण, दृष्टिकोन व व्यावसायिक वर्तन अवलंबून असते. पर्यवेक्षक मुख्यत्वे खालील भूमिका पार पाडतो.

फॅसिलिटेटर – प्रशिक्षणार्थींस क्षेत्रकार्य करताना येणाऱ्या अडीअडचणी सोडविण्यास मदत करून त्याचे काम सुलभ करण्यास मदत करतो.

अनॅबलर – प्रशिक्षणार्थींच्यामधील उणिवा, कमतरता लक्षात घेऊन त्यांवर मात करण्यासाठी शक्ती देण्याचे तसेच कुवत देण्याचे काम पर्यवेक्षक करत असतो.

प्रेरक – क्षेत्रकार्यामध्ये प्रशिक्षणार्थींस येणाऱ्या अडीअडचणी व समस्यांना तोंड देण्यासाठी तो खचून जाऊ नये यासाठी मार्गदर्शन, भावनिक पाठिंबा देत कार्याला उभारी देण्यासाठी प्रेरणा देतो.

मार्गदर्शक – क्षेत्रकार्याच्या संबंधित सर्वच बाबींसंबंधी पर्यवेक्षक प्रशिक्षणार्थींस मार्गदर्शन करतो. उदा. संस्था, लाभार्थी घटक, समाजकार्याच्या पद्धतींचा वापर, क्षेत्रकार्यादरम्यान अपेक्षित वर्तन, शिष्टाचार वगैरे.

समंत्रक – प्रशिक्षणार्थींच्या क्षेत्रकार्यावर दैनंदिन लक्ष ठेवण्यापासून केलेल्या कार्याचा अहवाल पाहण्यापर्यंत व सुचविलेल्या दुरुस्त्या होऊन त्यांत सुधारणा होईपर्यंत पर्यवेक्षक आपले कर्तव्य बजावतो.

मूल्यमापक – प्रशिक्षणार्थींनी केलेल्या (विशिष्ट कालावधीतील) कार्याचे ठरवून दिलेल्या निकषाप्रमाणे मूल्यमापन व गुणदानाचे कामही पर्यवेक्षक करतो.

क्षेत्रकार्यामध्ये वापरावयाची नवीन तंत्रे :

कोणतेही कार्य करताना काही पद्धती, तत्त्वे व तंत्रांचा वापर करण्यात येतो

किंबहुना वापर करावाच लागतो, तेव्हाच केलेले कार्य हे शास्त्रीय (व्यावसायिक) कार्य होऊ शकते. तशा कार्यातूनच कार्याचा परिणाम (Result) दिसून येतो. क्षेत्रकार्याला शास्त्रीय ज्ञानाची जोड हे समाजकार्यशिक्षणाचे एक वेगळेपण व खास वैशिष्ट्य आहे. समाजविकासासाठी शासन, अशासकीय संस्था कार्यरत आहेतच. शासकीय व अशासकीय संस्थांच्या कामी पडण्यासाठी समाजकार्यपारंगत व्यक्तींची भूमिका महत्त्वाची आहे. समाजकार्यपारंगत व्यक्ती विविध दृष्टिकोन समोर ठेवून कार्य करते जे शासकीय यंत्रणेत घडतेच असे नाही. सर्वच अशासकीय संस्थांमध्ये समाजकार्यपारंगत कर्मचारी असतात असे नाही. अशा ठिकाणी समाजकार्याचे शिक्षण घेत असलेल्या विद्यार्थ्यांना भविष्यात परिणामकेंद्रित (result oriented) कामे करताना पद्धती, कौशल्य, तत्त्वे याबरोबरच तंत्रांचाही वापर करणे क्रमप्राप्त ठरते. पारंपरिक पद्धती, तत्त्वे व तंत्राबरोबरच खालील काही आधुनिक तंत्रांचा वापर विद्यार्थी आपल्या क्षेत्रकार्यात करू शकतात.

प्रमुख परिणामक्षेत्रे (Key Result Areas (KRA) :

क्षेत्रकार्य हे लाभार्थी घटकाच्या प्रगतिकेंद्रित, विकासकेंद्रित असल्याने व्यक्ती, गट व समुदायाच्या उन्नतीसाठी क्षेत्रकार्य म्हणून शासन, अशासकीय संस्था याही कार्य करतात. त्यांनीही काही पद्धती तंत्रे विकसित केली आहेत. इतर शिक्षणपद्धतींतही समाजविकासाच्या काही पद्धती व तंत्रे विकसित केली आहेत. ती तंत्रे समाजकार्य-शिक्षणात निश्चितच वापरता येऊ शकतात. कोणत्याही चांगल्या पद्धतीचा, तंत्राचा विकासासाठी स्वीकार व वापर हे अपेक्षितच आहे. KRA हे तंत्र बहुधा शासनामध्ये येऊ घातले आहे. किंबहुना काही अंशी तसे प्रयत्न होतानाही दिसतात. याचा तंतोतंत वापर समाजकार्यशिक्षणातील क्षेत्रकार्यात करता येतो. बहुतांशी समाजकार्य महाविद्यालयामध्ये क्षेत्रकार्य हे अनौपचारिक पद्धतीने केले जाते. त्यामुळे क्षेत्रकार्याद्वारा विद्यार्थ्यांचे होणारे अध्ययन व मिळणारा अनुभव क्षेत्रकार्याचा उद्देश सफल करेल असे नाही. विद्यार्थी जेव्हा क्षेत्रकार्यासाठी एखाद्या संस्थेत रुजू होतो तेव्हा सुरुवातीच्या २ ऱ्या, ३ ऱ्या क्षेत्रकार्याच्या दिवशी विद्यार्थी, महाविद्यालयीन पर्यवेक्षक व संस्थेतील पर्यवेक्षक एकत्र बसून चालू सेमिस्टरमध्ये प्रशिक्षणार्थी विद्यार्थ्याने कार्य क्षेत्रकार्य करायचे याची सविस्तर चर्चा करून कामाची (task) सर्वसाधारण यादी तयार करणे अपेक्षित असते. यालाच Plan of action किंवा Plan of work म्हटले जाते. कामाची यादी तयार केल्यानंतर संस्थेची गरज, विद्यार्थ्यांचे अध्ययन आणि लाभार्थी घटकांची प्रगती (विकास) हे लक्षात घेऊन, दीर्घकालीन व अल्पकालीन ध्येयाचे निकष लावून कोणत्या उपक्रमांना प्राधान्य द्यायचे हे जेव्हा स्वतंत्रपणे ठरविले जाते व ज्यातून

विशेष नियोजन तयार होते त्यास प्रमुख परिणाम क्षेत्र (KRA) म्हटले जाते.

विविध कसोट्या लावून स्वतंत्र व खास असे नियोजन तयार होऊन त्यातील उपक्रमांची १०० टक्के अंमलबजावणी होते त्यास Zero Pendency असे म्हटले जाते. Zero Pendency म्हणजे ठरलेल्या कामाचा १०० टक्के निपटा होणे – करणे होय.

क्षेत्रकार्यामध्ये प्रशिक्षणार्थी विद्यार्थी केवळ त्याच्या अध्ययनासाठी जात नसतो, जाणे अपेक्षित नाही. अध्ययनाबरोबरच त्याचा उपयोग संस्थेला व संस्थेतील लाभार्थी घटकालाही झाला पाहिजे. हे गृहीतच आहे. हे गृहीत व अपेक्षित विद्यार्थ्याकडून साध्य होण्यासाठीचे जाणीवपूर्वक प्रयत्न व्हायला हवेत. विद्यार्थी अपेक्षित परिणामापर्यंत पोहोचतो किंवा नाही याचे पर्यवेक्षण व संनियंत्रण (supervision and monitoring) दोन्हीही पर्यवेक्षकाद्वारा व्हायला हवे. सेमिस्टरच्या शेवटी स्वयंमूल्यमापनाच्या अहवालात KRA संबंधी स्वतंत्र अहवाल विद्यार्थ्यांनी आपल्या महाविद्यालयीन प्राध्यापक पर्यवेक्षाकडे सादर करणे अपेक्षित आहे. त्याआधारे प्राध्यापकांनी विद्यार्थ्यांचे मूल्यमापन व गुणदान देण्याचे काम करावे. विद्यार्थ्याने सर्वसाधारण कार्याची केलेली यादी व त्यातील अर्धवट केलेल्या कार्याचे लिहिलेले अहवाल, हे KRA मध्ये अपेक्षित नाही. KRA तंत्राच्या वापरामुळे विद्यार्थ्यांना कार्याची दिशा तर मिळतेच, त्याचबरोबर हाती घेतलेले कार्य पूर्ण करण्याची सवय व अंतर्भूत घटकांचा विकास असे तिहेरी परिणाम दर्शविण्याची संधी त्याला मिळते. यातूनच विद्यार्थ्यांचा आत्मविश्वास वाढण्यासही मदत होते.

क्षेत्रकार्यामध्ये नोंदी (Record) **ठेवण्याचे महत्त्व :**

समाजकार्यशिक्षणातील महत्त्वाचा भाग म्हणजे क्षेत्रकार्य. क्षेत्रकार्य करताना समाजकार्यकर्त्याला क्षेत्रकार्याच्या नियोजनापासून ते कार्यक्रम (उपक्रम) पार पडल्यानंतर त्याचे मूल्यमापन करेपर्यंतच्या (प्रक्रियेदरम्यान) सर्व नोंदी करणे महत्त्वाचे असते. व्यक्तिसहयोगकार्य, गटकार्य व समुदायसंघटन कार्याच्या प्रक्रियेमध्ये जे जे काही घडेल त्याच्या अचूक, वेळेवर, विचारपूर्वक नोंदी ठेवणे गरजेचे असते. अन्यत: समाजकार्यकर्त्याला अशिलाचे वर्तन, पार्श्वभूमी, गटातील सदस्यांचे वर्तन, क्रिया – आंतरक्रिया व समुदायातील हालचाली, व्यक्ती व गटाचे आंतरसंबंध या गोष्टी लक्षात राहणे / ठेवणे कठीण असते. नोंदी या समाजकार्यकर्त्याला घडलेल्या घटना व त्यातील बारकाव्याचे स्मरण करून देण्यास मदत करतात. समाजकार्यकर्त्याचे काम अचूक व प्रभावशाली होण्यासाठी केलेल्या कामाच्या वेळोवेळी नोंदी ठेवणे अत्यंत आवश्यक असते.

नोंदी ठेवणे म्हणजे व्यक्तिसहयोगकार्यात, गटकार्यात व समुदाय संघटनकार्यात

घडलेल्या घटना, व्यक्ती, गट व समुदायांनी आपसामध्ये केलेले वर्तन व समाज कार्य- कर्त्याशी केलेले वर्तन, मिळालेला प्रतिसाद, सहभाग, हालचाली, व्यक्ती, गट व समुदायामध्ये झालेला बदल आणि समाजकार्यकर्त्याची स्वत:ची भूमिका या संबंधित नोंदी ठेवणे होय.

व्यक्ती (अशील), गट व समुदाय समजण्यासाठी अशील, गटसदस्य व समुदायामध्ये झालेल्या बदलाचा पुरावा म्हणून भविष्यात परिणामकारक काम होण्यासाठी व्यक्ती, गट व समुदायाच्या मध्ये कौशल्य व दृष्टिकोनात बदल होतो किंवा कसे हे समजण्यासाठी विशेष समस्येपर्यंत पोहचण्यासाठीचे ज्ञान मिळविण्यासाठी, पर्यवेक्षण व पाठपुराव्यासाठी, भावी नियोजनासाठी नोंदी महत्त्वाची भूमिका बजावतात. सहकार्यकर्ता व कार्यालयासाठी या नोंदी कायमचे साधन ठरतात. लिंडसे यांनी नोंदी ठेवण्यासंबंधीची खालील ५ तत्त्वे सांगितली आहेत.

१) लवचिकतेचे तत्त्व – सामाजिक कार्यकर्ता हा प्रशिक्षित असल्याने एक जबाबदार व्यक्ती व शिस्तबद्ध कार्यकर्ता म्हणून तो आपल्या कार्यासंबंधित नोंदी ठेवत असतो. हे करत असताना संस्थेचे ध्येय, स्वरूप, व्यक्ती, गट व समुदायातील बदल लक्षात घेत असतो व त्यानुसारच नोंदी किती व कशा ठेवायच्या हे ठरवत असतो. त्याचे त्याला स्वातंत्र्य असते. स्वातंत्र्य असायला हवे.

२) निवडीचे तत्त्व – व्यक्तिसहयोग कार्य, गटकार्य व समुदाय संघटन कार्याच्या प्रक्रियेदरम्यान घडलेल्या सर्वच (लहान-मोठ्या) बाबींची नोंद ठेवावी असे नाही. समाजकार्यकर्त्याला ज्या घटना महत्त्वाच्या वाटतात त्याच्याच नोंदी त्याने ठेवाव्यात. उदा. विशिष्ट निरीक्षणे, गटातील आंतरक्रिया किंवा अशील व समाज कार्यकर्ता यांतील महत्त्वपूर्ण संवाद वगैरे. व्यक्ती, गट व समुदायाच्या हालचाली, वर्तनप्रकार या आधारे कोणती कौशल्ये, तंत्रे वापरायची, लागू करायची हे त्याने ठरवावे.

३) वाचनीयतेचे तत्त्व – नोंदी ठेवत असताना समाजकार्यकर्त्याने महत्त्वाची गोष्ट लक्षात ठेवणे आवश्यक आहे ती म्हणजे या नोंदी साध्या सोप्या भाषेत, सहज वाचनीय व थोडक्यात असाव्यात. नोंदी या सुवाच्य व वास्तव असाव्यात. जर नोंदी सविस्तर केल्या असतील तर त्या संक्षिप्त रूपाने लिहाव्यात (कराव्यात). नोंदी या क्रमबद्ध असाव्यात.

४) गुप्ततेचे तत्त्व – समाजकार्यामध्ये नोंदी ठेवण्याचे महत्त्वाचे तत्त्व म्हणजे लिखित नोंदी गुप्त ठेवणे. व्यावसायिक माहितीच्या आदान-प्रदानाव्यतिरिक्त अशील, गट सदस्य व एखाद्या समुदायासंबंधित मिळविलेली माहिती गुप्तच ठेवणे अपेक्षित आहे. प्रशिक्षणकाळात माहिती सादर करायची असल्यास व्यक्तीचे नाव बदलून माहिती सादर करणे योग्य. नोंदी केलेले दस्तावेज (रेकॉर्ड) शक्यतो बंदिस्त ठिकाणी ठेवावे.

५) कार्यकर्त्याच्या स्वीकाराचे तत्त्व – समाजकार्यक्षेत्रात कार्य करणाऱ्या प्रशिक्षित कार्यकर्त्याने केलेल्या कार्याच्या नोंदी ठेवणे ही स्वत:ची महत्त्वाची जबाबदारी आहे हे स्वीकारायला (मान्य करायला) हवे. इतर जबाबदाऱ्यांप्रमाणेच नोंदी ठेवणेही महत्त्वाचे आहे, हे मान्य करुन कार्य करायला हवे. या नोंदी साधारणपणे समाजकार्यकर्त्याच्या दैनंदिनीमध्ये, कार्यालयीन फाइल (नस्ती), वैयक्तिक फाइल व अहवालाच्या स्वरूपात असू शकतात.

क्षेत्रकार्यासाठी नोंदवही (डायरी) लेखन व फील्डवर्क कार्डाचा वापर :

क्षेत्रकार्यामध्ये नोंदवहीलेखनास अत्यंत महत्त्वाचे स्थान आहे. या नोंदवही-लेखनाकडे अनेक समाजकार्य महाविद्यालयांमध्ये दुर्लक्ष केले जाते. अनेक विद्यार्थी क्षेत्रकार्याच्या नोंदी नोंदवहीत करत नाहीत. प्राध्यापक वर्गाकडूनही त्याची शहानिशा होत नसल्याने क्षेत्रकार्याचे प्रशिक्षण अनौपचारिक होऊन जाते. क्षेत्रकार्यात अनौपचारिकतेला महत्त्व नाही. महत्त्व देऊ नये. अर्थातच विद्यार्थ्यांनी क्षेत्रकार्याच्या प्रत्येक दिवसाचे काम नोंदवहीत नोंदविलेच पाहिजे. जिथे या नोंदवही (डायरी) लिहिल्या जातात तेथे दोन प्रकारे नोंदी केल्या जातात. एक म्हणजे दिवसभर झालेल्या / घडलेल्या घटना व केलेले काम दिवसाच्या शेवटी नोंदवहीत नोंदविले जाते. तर दुसरे म्हणजे पुढील क्षेत्रकार्याच्या आदल्या दिवशी किंवा क्षेत्रकार्याच्या दिवशी सकाळी (कामकाज सुरू होण्यापूर्वी) नियोजन ठरविले जाते. यामध्ये दुसऱ्या प्रकारच्या नियोजनाला महत्त्व आहे. पहिल्या प्रकारात व्यावसायिकता नसून अनौपचारिकता अधिक आहे. तेव्हा क्षेत्रकार्यासाठी विशिष्ट दिवसाचे नियोजन हे आगाऊच असायला हवे. किमान कामाच्या दिवशी सुरुवातीला हे नियोजन करणे गरजेचे असते. आगाऊ नियोजनाचा फायदा अधिक मात्र काहीसा दोषही असतो. तो दोष म्हणजे नियोजनात होणारा बदल. नियोजनात बदल होऊ शकतो हे अपेक्षितच असते. मात्र नियोजनाविना क्षेत्रकार्य समाजकार्यव्यवसायात अपेक्षित नाही. साधारणपणे (१) दिनांक (२) वेळ (३) केलेले काम यांवर आधारित नोंदवहीत कामाची, उपक्रमाची नोंद केली जाते. अशा नोंदी करणे तसे वरवरचेच (superficial) म्हणावे लागेल. व्यावसायिकपणे क्षेत्रकार्याच्या नोंदी (डायरी लेखन) खालील प्रकारे करता येतील.

नोंदवही (डायरी) लिहिण्याचा नमुना

अ.क्र.	प्रस्तावित कामाची यादी	प्रस्तावित वेळ	अ. क्र.	केलेले काम	वेळ
(१)	निरीक्षणगृहात मुलांना मिळणाऱ्या सेवा सुविधांबाबत अधिक्षकांशी चर्चा	११.००	(१)	अधीक्षकांशी चर्चा केली	११.००
(२)	पालकसभेला उपस्थिती	१२.००	(२)	पालकसभेला उपस्थिती	१२.००

नोट : नियोजनात बदल झाला असल्यास प्रत्येक कामाचे स्पष्टीकरण (कारणासह) द्यावे.
१. ....
२. ....

स्वाक्षरी विद्यार्थी	स्वाक्षरी संस्थापर्यवेक्षक

विद्यार्थ्यांनी त्या त्या दिवशी केलेले काम संस्थेतील पर्यवेक्षकाला दाखवून स्वाक्षरी घेणे महत्त्वाचे. सदर नोंदवही आठवड्याला एकदा वा महिन्याच्या शेवटी प्राध्यापक पर्यवेक्षकाला दाखविणे, सादर करणे आवश्यक असते. फील्डवर्क कार्ड वापरत असल्यास ते कार्ड व डायरी एकत्रच सादर करण्याची प्रथा आहे. तसेही करता येऊ शकते. फील्डवर्क कार्ड वापरत नसल्यास नव्याने एक चांगली प्रथा पाडता येऊ शकते त्यासाठी खालीलप्रकारे field work कार्ड तयार करून घेता येईल.

फील्डवर्क कार्डाचा नमुना

महाविद्यालयाचे नाव व पत्ता ____________________

____

विद्यार्थ्याचे नाव : ____________________

कार्यरत संस्थेचे नाव : ____________________

वर्ग / सत्र : ____________________

आठवडा →	I	II	III	IV	V	महिन्यातील क्षेत्रकार्याचे एकूण दिवस	क्षेत्रकार्यास हजर असलेले एकूण दिवस	संस्था पर्यवेक्षकाची स्वाक्षरी	महाविद्यालयीन पर्यवेक्षकाची स्वाक्षरी
महिना ↓	१,२,३	१,२,३	१,२,३	१,२,३	१,२,३				
जुलै									
ऑगस्ट									
सप्टेंबर									
ऑक्टोबर		४/P ७/P	११/P १४/P	१८/P २१/P	२५/P २८/H	०८	०७	-sd-	-sd-
नोव्हेंबर									
डिसेंबर									
जानेवारी									
फेब्रुवारी									
मार्च									
एप्रिल									

P - for day Present   A - for Absent   H - for Holidays   E - for Extra

सदर नमुना फील्डवर्क कार्डामध्ये मंगळवार आणि शुक्रवार हे क्षेत्रकार्याचे दोन दिवस समजून माहे ऑक्टोबर महिन्यात येणारे क्षेत्रकार्याचे दिवस नमुन्यादाखल नोंदविण्यात आले आहेत. यामध्ये २८ दिनांकाला सुट्टी असल्याने H हे अद्याक्षर दर्शविले आहे

तर उपस्थित असलेल्या दिवशी P. क्षेत्रकार्याच्या दिवसाव्यतिरिक्त इतर दिवशी क्षेत्रकार्य केले असल्यास त्यासाठी E हे आद्याक्षर त्या त्या तारखेसाठी वापरावे.

अशा प्रकारे फील्डवर्ककार्डचा वापर करणे म्हणजे विद्यार्थ्यांना शिस्त निर्माण व त्यांच्यामध्ये व्यावसायिकता रुजविणे होय.

११.३ सारांश

समाजकार्यशिक्षणातील क्षेत्रकार्याद्वारा समाजबदलासाठीचे वातावरण निर्माण करता येऊ शकते, मानवी वर्तन, सामाजिक व्यवस्था, वैयक्तिक गट व समुदायाच्या समस्यांसंबंधित सिद्धान्ताचा वापर करून योग्य तिथं मध्यस्ती करून व्यक्ति, गट तसेच समुदायांच्या प्रश्नांची सोडवणूक करता येऊ शकते. म्हणूनच क्षेत्रकार्य हे समाजकार्य- शिक्षणाचा आत्मा समजण्यात येतो. नियोजनपूर्वक, पर्यवेक्षणाखाली केली जाणारी ही activity (उपक्रम) असून ज्यामध्ये समाजकार्यशिक्षणातील विविध पद्धती, तत्त्वे व तंत्रांचा अवलंब करण्याची प्रशिक्षणार्थी विद्यार्थ्यांस संधी देणारे माध्यम आहे. क्षेत्रकर्त्याद्वारा प्रशिक्षणार्थी विद्यार्थ्यांस विविध कल्याणकारी क्षेत्रांतील वास्तव जीवनाचे ज्ञान होते. क्षेत्रकार्यामध्ये साधारणत: उद्‌बोधनभेटी, प्रागतिक भेटी, ग्रामीण शिबिरे, अभ्यास सहली, जेनेटिक व विशेषीकरणानुसार क्षेत्रकार्य, ब्लॉकप्लेसमेंट आदी घटकांचा समावेश असतो. क्षेत्रकार्याच्या परिणामकारकतेसाठी अद्यावत तंत्रांचा वापर, प्रमुख परिणाम क्षेत्रे ठरवून वाटचाल केल्यास क्षेत्रकार्याद्वारा चांगला समाजविकास घडवून आणता येईल.

११.४ पारिभाषिक शब्द, शब्दार्थ

१) **लोकप्रतिसाद** : कल्याणकारी योजनांचा, सेवांचा फायदा घेण्यासाठी तसेच प्रबोधनकार्यक्रमांचा लाभ घेण्यासाठी लाभार्थी घटकांची त्या त्या प्रसंगी असणारी उपस्थिती, संमती व त्यांचे कायमस्वरूपी सातत्य याला लोकप्रतिसाद म्हणता येईल.

उदा. (१) अण्णा हजारे यांस त्यांच्या भ्रष्टाचारविरोधी मोहिमेस देशभरातून मिळालेला लोकांचा प्रतिसाद.

(२) पुनर्वसन योजनेस संपूर्ण गावाची संमती वगैरे.

२) **नवशिका** : प्रशिक्षणार्थी, नवीन शिक्षण घेणारा विद्यार्थी, उदा. कायद्याचे शिक्षण घेण्यासाठी नव्याने प्रवेश घेतलेला विद्यार्थी.

उदा. समाजकार्याची पदव्युत्तर पदवी, वा पदवी घेण्यासाठी प्रवेश घेतलेला विद्यार्थी.

३) **ज्ञानार्जन** : विशिष्ट विषयाची विविध मार्गांनी माहिती करून घेणे, विषय जाणून घेणे, विषयाबाबतची स्पष्टता करून घेणे. म्हणजे ज्ञानार्जन होय.
उदा. उद्‌बोधनभेटी, अभ्याससहली, मेळावे, चर्चासत्रे यांद्वारा समाजकार्य व क्षेत्रकार्यासंबंधित माहिती मिळवणे.

४) **परिणामकेंद्रित कामे** : परिणामकेंद्रित कामे म्हणजे ज्या कामात बदल घडवून आणता येतो, बदल होऊ शकतो वा जाणीवपूर्वक ठरवून बदल घडवून आणणे म्हणजे परिणामकेंद्रित कामे होत.
उदा. धरणग्रस्तांच्या पुनर्वसनासाठी २ वर्षांचे लक्ष्य ठेवून त्याप्रमाणे कार्य करणे. किंवा गाव विकासाचा आराखडा ठरवून त्याप्रमाणे त्याची अंमलबजावणी करणे व गावसुधारणा घडवून आणणे वगैरे.
थोडक्यात, केलेल्या नियोजनाची संख्यात्मक तसेच गुणात्मक अंमलबजावणी व त्यातून अपेक्षित परिणाम (Result) दिसणे, दाखविणे होय.

१२

समकालीन कालखंडातील भारतातील शोषितांच्या चळवळी
(Contemporary Movements of Oppressed in India)

'समकालीन कालखंडातील शोषितांच्या चळवळी' या प्रकरणाद्वारा दलित चळवळ, आदिवासी चळवळ, शेतकऱ्यांची चळवळ या शोषित घटकांनी त्यांच्या शोषणाविरुद्ध उभारलेल्या चळवळींचे तसेच पर्यावरणचळवळीचे अंतरंग सविस्तरपणे समजण्यास मदत होईल.

१२.१ प्रस्तावना

समाजकार्याचा पूर्वेतिहास पाहिल्यास असे लक्षात येते की समाजातील विविध प्रश्नांची सोडवणूक करण्यासाठी धर्मादाय संस्था पुढे आल्या. गरजूंना त्यांची गरज भागविण्यासाठी विविध कल्याणकारी योजनांची निर्मिती करण्यात आली. त्यांच्या आधारे लोकांना दिलासाही मिळाला मात्र खऱ्या अर्थाने अनेकजण विविध लाभांपासून वंचित राहिले, आजही काहीजण वंचितच आहेत. दुर्बलतेपोटी त्यांचा आवाज योग्य ठिकाणी पोहोचू शकत नव्हता. सामाजिक व्यवस्थेचा भाग म्हणून कोणाला ते विरोधही करू शकत नव्हते. कुचंबणा, पिळवणूक, छळवणूक सातत्याने ते सहन करत होते. सातत्याने दबक्या आवाजात व्यवहार करायचे. याच पार्श्वभूमीवर प्रगतीची

ऊब व बदलासाठी काहीतरी करण्याची मानसिकता, धाडस असणारे लोक पुढे येऊन आपल्या प्रश्नांना वाचा फोडू लागले. पुढाकार घेणाऱ्यांना प्रोत्साहन व पाठिंबा मिळत गेला आणि अशा कार्याचे रूपांतर विविध चळवळींमध्ये झाले.

भारत देशाच्या सुधारणेमध्ये सत्ताकारणाबरोबर समाजकारणाचाही तेवढाच मोठा वाटा आहे. किंबहुना समाजकारणाचाच मोठा वाटा असावा. सत्ताधाऱ्यांनी अस्तित्वात असलेली यंत्रणा, व्यवस्था चालविली मात्र समाजकारणाचा भाग असलेल्या विविध चळवळींद्वारा समाजव्यवस्था बदलण्यासाठीचे प्रयत्न झाले. काही चळवळी सार्वजनिक स्वरूपाच्या, तर काही खाजगी, विशिष्ट ध्येयाने प्रेरित होऊन पुढे आल्या. दलित चळवळींनी दलितांचे हित व विकास होईल यासाठी लढा दिला, कामगार चळवळींनी कामगारांच्या हिताच्या गोष्टींवर भर देत त्यांच्या समस्या सोडवणुकीसाठी प्रयत्न केले. आदिवासींच्या चळवळींमधून त्यांना त्यांचे न्याय हक्क मिळवून देण्याचा प्रयत्न झाला तर पर्यावरणचळवळींद्वारा पर्यावरणसंरक्षण व संवर्धन करण्याचा प्रयत्न झाला.

या चळवळीचे विषय वेगळे असले तरी शेवटचे साध्य एकच ते म्हणजे समाजविकास, सामाजिक प्रगती. देशभरामध्ये समाजातील विविध घटकांच्यामध्ये (समस्यासंबंधी) बदल घडवून आणण्यासाठी काही चळवळी झाल्या त्यांतील काही चळवळींचा आढावा या प्रकरणात घेण्याचा प्रयत्न केला आहे, तो पुढीलप्रमाणे -

१२.२ विषयविवेचन

दलित चळवळ (Dalit Movement) :

दलितांनी, दलितांच्या न्याय्य हक्कासाठी, त्यांची वंचितता घालविण्यासाठी केलेले प्रयत्न वा संघर्ष याला दलित चळवळ म्हणता येईल. पुन्हा दलित म्हणजे कोण हा सातत्याने पुढे येणारा विषय आहे. साधारणपणे सामाजिक आर्थिक, सांस्कृतिक दृष्ट्या व अलीकडे राजकीय दृष्ट्याही मागासलेला, पीडित वर्ग म्हणजे 'दलित' असे समजायला हवे. मात्र वास्तवात असे दिसत नाही. दलित म्हणजे मागास, विशेषत: आंबेडकरवादी, अण्णा भाऊ प्रेमी व मागासवर्गीय अस्मितांचे अनुयायित्व माणणारे दलित असे किमान महाराष्ट्रात तरी मानले जाते. दलित चळवळीबाबत कोणाचे काहीही विचार असले तरी डॉ. आंबेडकरांविना दलित चळवळ अपरिपूर्णच म्हणावी लागेल.

खऱ्या अर्थाने दलित चळवळीची पाळेमुळे ही ब्रिटिश काळातच रुजलेली

होती. इंग्रज सरकारने पूर्वाश्रमींच्या महारांना आपल्या सैन्यात भरती करून एकीकडे त्यांच्या उन्नतीला प्रोत्साहन दिले होते. तर दुसरीकडे त्यांच्या भरोशावर पेशवाईचा पराभव केला होता. इंग्रजी राजवटीत अनेक महारांना त्यांचा फायदा (इंग्रजी भाषेचे ज्ञान, आधुनिक कौशल्य वगैरे) झाला होता. मात्र मध्येच सैन्यातील भरती इंग्रजांनी थांबविली आणि तेथेच चळवळीचा भाग म्हणून अस्तित्वासाठी संघर्ष सुरू झाला. संधी, साधने व अधिकारापासून वंचित असलेल्या सर्वच अस्पृश्यांना त्यांच्या वंचिततेबाबत जाणीव झाली. उच्चवर्णीयांच्या वर्चस्वापोटी काही करणे अस्पृश्यांना शक्यही नव्हते. ज्यांच्या हातात अस्पृश्यांसाठी काही करणे शक्य होते त्यांनीही दुर्लक्षच केले. धर्माचा सर्वत्रच पगडा होता. त्याही परिस्थितीत लोकहितवादींची शतपत्रे, आगरकरांचा सुधारक याद्वारा विषमतेचा धिक्कार व सुधारणेचा पुरस्कार चालू होता.

पुढे महात्मा फुले, छत्रपती शाहू महाराज, सयाजीराव गायकवाड यांनी आपल्या विचार व कृतीद्वारा वंचितांना, अस्पृश्यांना अधिकाधिक न्याय देण्याचा प्रयत्न केला.

डॉ. बाबासाहेबांची (१८९१-१९५६) चळवळ सुरू असताना अनेक आव्हाने त्यांच्यासमोर होती. मात्र ते डगमगले नाहीत. त्यांचे काम व नेतृत्व याला बळकटी येणे गरजेचे होते. एकूणच डॉ. बाबासाहेब आंबेडकर सुरुवातीच्या काळात कोणताही धोका पत्करायला तयार नव्हते. धोके निर्माण झाले तर चळवळीला बाधा ठरेल असे त्यांना वाटायचे.

१९२६ साल उजाडले आणि आंबेडकरांनी दलित शोषित युवकांची 'समता सैनिक' नावाची संघटना स्थापन केली. त्याद्वारा त्या तरुणांमध्ये सामर्थ्य, आत्मनिर्भरता, रचनात्मक कार्यातील सहभाग वाढावा, त्यांची आर्थिक, शिक्षणविषयक गरज भागून त्यांचा विकास व्हावा यावर संघटनेचा भर होता. सन १९३० मध्ये त्यांनी स्वत: गोलमेज परिषदेमध्ये भारताचे प्रतिनिधित्व केल्याने परिषदेत झालेल्या चर्चेमधून त्यांना समजले होते की मुसलमान व शीख या वर्गांना स्वतंत्र मतदारसंघ (आरक्षित) देण्यात आले होते. तेव्हापासून त्यांनी अस्पृश्यांनाही स्वतंत्र मतदारसंघ असावा यासाठी आग्रह धरला. महात्मा गांधींचा विरोध वगळता अस्पृश्यांना स्वतंत्र मतदारसंघ ही मागणी मान्य झाली. यासाठीच पुणे करार प्रसिद्ध आहे.

पुढे डॉ. आंबेडकरांनी सन १९३६ मध्ये स्वतंत्र मजूर पक्षाची स्थापना केली. या पक्षाद्वारा महारवतने नष्ट करणे, शेतकऱ्यांच्या त्यांच्या हक्कांसंबंधी मोर्चे, गिरणी कामगारांचा संप असे उपक्रम राबविले. स्वतंत्र मजूर पक्षाचे मूळ धोरण आणि दलित चळवळ यांचा अत्यंत जवळचा संबंध आहे असे म्हणावे लागेल. स्वातंत्र्यापूर्वीचा

दलित समाजाचा काळ समाधानकारक नव्हता. स्वातंत्र्यप्राप्तीनंतर मात्र दलितांची कोणत्याही प्रकारची मानहानी होऊ नये, त्यांना त्यांचे हक्क, न्याय, विशेष सवलती व सर्वार्थाने संरक्षण मिळावे यासाठी डॉ. आंबेडकरांनी विशेष प्रयत्न केल्याचे इतिहास सांगतो. त्याचाच भाग म्हणून सन १९४२ मध्ये शेड्यूल्ड कास्ट फेडरेशनची त्यांनी स्थापना केली होती. यावेळी डॉ. आंबेडकरांचे नेतृत्व सर्वमान्य झाले होते. त्यांच्या शब्दाला किंमत प्राप्त झाली होती. याचा परिणाम म्हणून दलितांच्या काही महत्त्वाच्या मागण्या मान्य करून घेण्यास डॉ. आंबेडकर यशस्वी झाले होते. त्यांतील अनेक गोष्टींचा अंतर्भाव संविधानात झाला. अर्थातच हे संविधान दलित चळवळीला बळकटी देणारे महत्त्वाचे साधन ठरले.

सन १९४२ नंतर डॉ. आंबेडकरांनी शिक्षणप्रसार, धर्मांतर तसेच संघटनाबांधणी यावर अधिक लक्ष दिले. हे तीनही विषय चळवळीचा भागच होते. शैक्षणिक उपक्रमाचा भाग म्हणून १९४५ मध्ये पीपल्स एज्युकेशन सोसायटी तर १९४६ मध्ये सिद्धार्थ कॉलेजची स्थापना केली. सन १९५२ च्या निवडणुकीमध्ये शेड्युल्ड कास्ट फेडरेशनचा दारुण पराभव झाला. त्यात स्वत: डॉ. आंबेडकरांचा पराजय झाला होता तोही एका दलित उमेदवाराकडून. या पार्श्वभूमीवर आंबेडकरांनी लक्षात घेतले होते की राजकारणाच्या बाबतीत दलितांच्या केवळ संघटना उभारुन चालणार नाही तर त्यांच्यातील किमान एखाद्या बहुसंख्येने असलेल्या गटाचे सहकार्य व पाठिंबा मिळवायला हवा. सन १९५६ मध्ये त्यांचे महापरिनिर्वाण झाल्याने त्यांचा विचार त्यांच्यानंतर लगेच वा आजही कृतीत आल्याचे दिसत नाही. आपल्या निधनापूर्वी १९३५ पासून मनात घोळत असलेला धर्मांतराचा विषय मात्र १४ ऑक्टोबर १९५६ मध्ये पूर्णत्वास आणला. हे एक दलित चळवळीचे फलित म्हणता येईल. त्यांच्या पश्चात डॉ. बाबासाहेबांनी शेवटच्या काळात हाती घेतलेल्या विषयावर काम करणारा नेता चळवळीला मिळाला नाही, ही एक दलित चळवळीची मर्यादा म्हणता येईल. दलितांनी राज्यकर्ती जमात बनावी, स्वाभिमानी जीवन जगावे या आंबेडकरांच्या अपेक्षा काही अंशी पूर्णत्वास आल्या, पूर्ण अंशी नाही. याला काही कार्यकर्ते जबाबदार होते आणि आहेत.

आपलं हित आपणच करू शकतो. इतरांकडून ते शक्य नाही या विचारावर बाबासाहेब ठाम होते. ते स्पष्ट आणि जाहीररीत्या बोलायचेही. त्यांचा काँग्रेसवाल्यांना नेहमीच विरोध होता हे सर्वज्ञात आहे. कारण त्यांना वाटायचे की काँग्रेसवाले अस्पृश्यांचा, दलितांच्या प्रश्नाविषयी गांभीर्याने विचार करत नाहीत, करूही शकणार

नाहीत, ते स्वार्थी आहेत, पुरोगामित्वाच्या विचाराने वागत नाहीत वगैरे. त्याचे उदाहरण म्हणून महाडचा सत्याग्रह आणि मनुस्मृतीचे दहन हे देता येईल. या दोन्हीही उपक्रमांना डॉ. आंबेडकरांना हिंदूंचा पाठिंबा मिळाला नव्हता वा कोणी समर्थनही दिले नव्हते. महाडचा सत्याग्रह ही आंबेडकरी चळवळीची वेगळी ओळख समजली जाते. हक्कासाठी भीक न मागता स्वत:च्या बळावर ते मिळवू शकतो हा एक प्रकारे संदेश होता. अस्तित्वासाठीची लढाई हे डॉ. आंबेडकरांच्या जीवनाचे गमक म्हणावे लागेल. म्हणूनच ते सातत्याने लढत होते. पुढे नाशिक शहरातील काळाराम मंदिर प्रवेश असेल, पुण्यातील पर्वतीचा मंदिर प्रवेश असेल असे अनेक उपक्रम त्यांनी राबविले. सन १९६० नंतर काही अंशी व १९७० नंतर मात्र दलित चळवळीने खऱ्या अर्थाने वेग घेतला. तत्पूर्वी १९५७ मध्ये शेड्यूल्ड कास्ट फेडरेशनचे विसर्जन करुन रिपब्लिकन पक्षाची स्थापना करण्यात आली. सन १९५९ च्या सुमारास मा. भाऊराव गायकवाड यांच्या नेतृत्वाखाली धुळे, जळगाव, नाशिक जिल्ह्यांत पक्षाच्या वतीने निदर्शने करण्यात आली होती. तर १९६६ साली मुंबई येथील नामवंत वकील बी. सी. कांबळे यांनी भारतीय बौद्धांची कैफियत शासनाकडे मांडली होती. रिपब्लिकन पक्षाच्या प्रारंभापासूनच गटबाजीला उधाण आले असल्याने पक्षात सातत्याने फूट पडत गेली आणि शेवटी पक्षाची वाताहत झाली. एकीकडे दलितांची प्रगती होत होती तर दुसरीकडे दलितांतर्गत स्पर्धाही सुरू झाली होती. परिणामी ग्रामीण दलितांना विकासापासून वंचित राहावे लागले. दलितांतील विशेषत: महार (आताचे बौद्ध) यांना विकासाचा अधिक लाभ झाला.

रिपब्लिकन पक्षाच्या अपयशाला सामोरे जात असतानाच १९७० मध्ये दलित पँथरची स्थापना झाली, अर्थातच दलित समाजाला थोडासा दिलासा मिळाला. दलित पँथरची स्थापना करणारे साहित्यिक होते. विद्रोही साहित्यिक, नामदेव ढसाळ, राजा ढाले, ज. वि. हे आक्रमक भूमिकेतून समाजकारणाबरोबरच राजकारणातही उतरले होते. विद्रोह, आक्रमकता यांमुळे अनेक दलित तरुण पँथरकडे आकृष्ट झाले होते. अवघ्या दोन वर्षांत दलित पँथर महाराष्ट्रभर पसरला. दलित पँथरचा १८ कलमी कार्यक्रम (क्रांतिकारी कार्यक्रम) प्रसिद्ध आहे. या पँथरमध्येही नामदेव ढसाळ आणि राजा ढाले अशा दोन गटांत विभागणी झाली. अरुण कांबळे आज नसले तरी आठवलेंचा पँथरचा धागा कायम दिसतो. दलित पँथरही एकजुटीने समाजकारण व राजकारण करण्यास असमर्थ ठरले.

ढाले गटाने पुढे 'मास मुव्हमेंट' नावाने चळवळ चालवली तर ढसाळ गट

निष्क्रिय झाला. प्रा. जोगेंद्र कवाडे यांच्या नेतृत्वाखालील दलित मुक्तिसेना आजही क्रियाशील आहे. रिपब्लिकन पक्षाप्रमाणेच समता सैनिक पक्षाचेही झाले. समता सैनिक हे आज गटानुसार विभागलेले दिसतात. 'बुद्ध अँड हिज धम्म' या ग्रंथात डॉ. आंबेडकरांनी केलेली मांडणी, त्यातील विचार बौद्धापर्यंत व्यवस्थितरीत्या पोहचला नाही. किंबहुना तो विचार अर्धवटच पोहोचला आणि दलितांची अपेक्षित परिवर्तनवादी दृष्टी निर्माण होण्यास धर्मांतराची चळवळही अपयशी ठरली.

मुस्लिम, शीख, दलित, अल्पसंख्यांक वर्गाची बामसेफ ही संघटना (चळवळ) कांशिराम यांनी चालविली. त्याचीच एक शाखा म्हणून डी. एस. फोर कार्यरत आहे. बहुजन समाजपार्टी हा राजकीय पक्ष आर्थिक साधनसामग्रीची उभारणी व परिणाम-केंद्रित कार्य यांसाठी प्रसिद्ध आहे. उत्तर प्रदेशात राजकीय वर्तुळात कांशीराम व त्यांचा बसपा पक्ष केंद्रबिंदू म्हणावा लागेल.

थोडक्यात दलित चळवळ संकुचित होत चालली आहे. जातीनिहाय सर्व काही होत चालल्याने दलित चळवळीला चक्कर जातीचं स्वरूप प्राप्त झाले आहे. दलित चळवळ व त्यातील नेते - कार्यकर्त्यांनी या चळवळीला खऱ्या अर्थाने परिवर्तनवादी चळवळ बनवायला हवी.

लसाकम :

दलित चळवळीचा भाग म्हणून दलितांतील इतर काही जातींच्या संस्था संघटनांनी समाजविकासात भरीव कार्य केल्याचे दिसते, त्यांपैकी लहुजी साळवे कर्मचारी कल्याण महासंघ (लसाकम) एक.

मुळातच अल्पसंख्य, सर्वत्र विखुरलेला, सर्वच काही सोसणारा मातंग समाज सर्वार्थाने मागे आहे. राजकीय, सामाजिक समायोजनामध्येच समाजाची दमछाक होताना दिसते. वर्षानुवर्षे समाजाला लागलेली घरघर अशीच चालू राहिली तर २१ व्या शतकात पदार्पण केलेला भारतीय मातंग समाज अखेर गुलामच राहील. शाहिरी, वस्तादकीच्या माध्यमातून स्वातंत्र्यलढ्यात अनेकांना मार्गदर्शन केलेल्या, क्रांतीचे रणशिंग फुंकणाऱ्या लहूजी वस्ताद, अण्णा भाऊ साठे यांना त्यांच्या कार्याला अंधारात ठेवून त्यांचेपासून धडे घेतलेल्या अनेकांना प्रकाश मिळाला. हा नियतीचा खेळ तेव्हाही होता नि आजही चालू आहे.

स्वातंत्र्यपूर्व क्रांतिकारकांना क्रांतीचे धडे देणारे लहूजी साळवे, समाजाच्या मुक्ततेकरता इंग्रजांच्या स्वाधीन होणारा मातंग वीर फकिरा, मांगा महारांच्या दुःखाविषयी परखड निबंध लिहून सामाजिक अभिसरणाची सुरुवात करणारी मुक्ता साळवे, अण्णा

भाऊ साठे (इ.स. १९२०-१९६९), हुतात्मा पोचीराम कांबळे असे परिवर्तनाचे ऐतिहासिक संदर्भ सांगणारा मातंग समाज, सुधारणेच्या दृष्टीने मागे का? या व अशा अनेक गहन प्रश्नासंबंधी संवेदनशीलपणे विचार करण्याची गरज लक्षात घेऊन क्रांतिवीर लहुजी साळवे कर्मचारी कल्याण महासंघाची (लसाकम) सन १९८६ मध्ये स्थापना झाली. विदर्भामध्ये सुरू झालेल्या या महासंघाने १९९० च्या दशकात मराठवाड्यात विशेषत: लातूर जिल्ह्यात वेग घेतला.

कर्मचारी नि समाज एकाच नाण्याच्या दोन बाजू आहेत. कर्मचारी हा समाजाचा एक घटक असून अशा कर्मचाऱ्यांना समाजाच्या सर्वांगीण उन्नतीसाठी नियोजन, विचारमंथन, मार्गदर्शन आणि कर्मचारी वर्गाला एकत्र करून अपेक्षित कृती करता येते. कर्मचारी हा घटक स्वावलंबी असल्यामुळे पैसा, वेळ, बुद्धी समवेत श्रमाचे योगदान देऊ शकतो. अशांना एकत्र करून त्यांच्यात सामाजिक जाणिवा जागृत करुन त्यांचे योगदान लाभण्यासाठी लसाकम ही कर्मचाऱ्यांची संघटना यशस्वी वाटचाल करते आहे. समाजातील मुले, मुली शिकली पाहिजेत, निरनिराळ्या स्पर्धेत उतरली पाहिजेत, आधुनिक उद्योगधंद्यांत उतरली पाहिजेत. आदी विषय घेऊन कर्मचाऱ्यांद्वारा समाज- प्रबोधनाचे काम चालू आहे. कर्मचाऱ्यांचे प्रश्न, त्यांच्यावर होणाऱ्या अत्याचाराला वाचा फोडण्याचे कामही महासंघाने केले. समाजाचे विकासात्मक प्रबोधन आणि कर्मचाऱ्यांचे संघटन यांसाठी ही चळवळ समाज आणि कर्मचारी यांना सांधणारा दूवा म्हणून कार्यरत आहे. समाजाचे प्रबोधन व्हावे यांसाठी लसाकमने विविध सामाजिक अस्मिता व समाजसुधारक (फुले, शाहू, आंबेडकर, लहूजी, अण्णा भाऊ इ.) यांचे विचार समाजापर्यंत पोंहचावेत यासाठी व्याख्याने, परिषदा, संमेलने, अधिवेशने, मेळाव्यांचे, बैठकांचे आयोजन केले जाते. समाजविकासास पोषक साहित्यनिर्मिती करून, साहित्य समाजापर्यंत पोंहविण्यासाठी विशेष प्रयत्न होताना दिसतात. लसाकमच्या व्यासपीठामुळे विखुरलेल्या कर्मचाऱ्यांत आत्मविश्वास वाढण्यास मदत झाली आहे. त्यांच्यामध्ये सुरक्षितता निर्माण झाली आहे. म्हणूनच तो न्यायासाठी झगडत आहे.

संधी अभावी उपेक्षित राहिलेला महाविद्यालयीन विद्यार्थी पुढे यावा, स्पर्धेत उतरावा, हक्काने नोकरी मिळवावी, संघर्ष करण्याची वेळ आल्यास संघर्षाला सज्ज व्हावा यासाठी लसाकमची धडपड चालू आहे. लसाकमअंतर्गत विविध ठिकाणीं स्थापन झालेल्या दलित क्रांती दलांच्या माध्यमातून मातंग युवकांना संघटित करण्याचे प्रयत्न झाले. विज्ञाननिष्ठ दृष्टिकोन सोबत घेऊन समाजाचे प्रबोधन, प्रबोधनातून

जागृती, जागृतीतून संघटन, संघटनेतून हक्कासाठी संघर्ष व संघर्षातून न्याय मिळविण्यासाठी लसाकमनेचे प्रयत्न चालू आहेत.

लसाकमने खालील उद्दिष्टपूर्तीसाठी कार्य केले :

१) मातंग समाजातील कर्मचाऱ्यांचे प्रश्न सोडविणे, कर्मचारी कल्याण व समाज प्रबोधन करणे.

२) समाजातील अंधश्रद्धा, अज्ञान, जुन्या रूढी, परंपरा आणि अनिष्ठ प्रथा यांचे उच्चाटन करुन सुसंस्कृत समाज निर्माण करणे.

३) मातंग समाजाची स्वतंत्र जनगणना करणे.

४) मातंग समाजाच्या लोकसंख्येच्या प्रमाणात स्वतंत्र आरक्षणासाठी प्रयत्नशील राहणे.

५) शिक्षणापासून वंचितांना शैक्षणिक सुविधा उपलब्ध करून देणे.

६) कर्मचाऱ्यांसाठी सहकारी तत्त्वावर गृहनिर्माण संस्था, पतसंस्था, औद्योगिक सहकारी संस्था व शिक्षणसंस्था उभारणे.

७) खातेनिहाय कर्मचाऱ्यांची यादी प्रकाशित करणे.

८) अपघातप्रसंगी मरण पावलेल्या कर्मचाऱ्यांच्या कुटुंबीयांस मदत करणे.

९) राष्ट्रीय एकात्मता साधणे.

१०) राष्ट्रीय महापुरुष व सामाजिक अस्मितांच्या जयंत्या साजऱ्या करून त्यांचे विचार समाजापर्यंत पोहचविणे.

११) समाजाचे प्रबोधन करणारे साहित्य निर्माण करुन समाजापर्यंत पोहचविणे.

या चळवळीचा यशस्वी गाडा चालविण्यासाठी सर्वश्री नरसिंग घोडके, डॉ. माधवराव गादेकर, डॉ. शिवाजीराव जवळगेकर (लातूर) डॉ. देवानंद शिंदे (पुणे), डॉ. भगवान वाघमारे (निलंगा), श्री. विठ्ठल भंडारे व मा. खानझोडे (नांदेड) आदींनी मोठे प्रयत्न केले. चळवळ सन २००५ पर्यंत नेटाने चालली. पुढे मात्र संघटनेला विशेष कार्यक्रम देता आले नाहीत. नेतृत्वासंबंधी नाराजी, कर्मचाऱ्यांतील श्रेष्ठत्व, कनिष्ठत्व यांमुळे चळवळ धिम्या गतीने चालू आहे. योग्य नेतृत्व व समन्वयाचा अभाव हे चळवळीचे अपयश म्हणता येईल. दलित क्रांती दल तर संपुष्टातच आले. अशा अवस्थेत चळवळीची वाटचाल चालू आहे.

सन १९९४ मध्ये ढोर समाजातील काही लोकांनी एकत्र येऊन वीरशैव कक्कय्या समाज विकास मंडळ नावाचे संघटन स्थापन केले. डॉ. धनंजय कोकणे, डॉ. राहूल कटके, भीमाशंकर कटके आदींच्या पुढाकाराने सुरू झालेल्या या संघटनेचे जाळे महाराष्ट्राबरोबरच कर्नाटक, आंध्र या राज्यात या नावाची स्वतंत्र मंडळे आहेत.

ढोर (कक्कय्या समाज) समाज एकत्र यावा, त्यांच्यामध्ये विचारांची देवाणघेवाण व्हावी, या उद्देशाने सुरू झालेल्या संघटनेने आपल्या कामाची कक्षा वाढविली. आज शिकत असलेल्या विद्यार्थ्यांना आर्थिक साहाय्य केले जाते. आय. ए. एस., आय. पी. एस. अधिकाऱ्यांचा सत्कार व त्यांच्याद्वारा समाजाचे प्रबोधन केले जाते. आतापर्यंत संघटनेची ३-४ अधिवेशने झाली. वधूवर मेळाव्यांचे आयोजनही संघटनेच्या वतीने केले जाते. समाजाच्या आर्थिक विकासासाठी उद्योजकांचे समाजाला मार्गदर्शन व्हावे यासाठी प्रयत्न केले जातात. भविष्यामध्ये समाजातील विद्यार्थ्यांसाठी शैक्षणिक संस्था व वसतिगृहांची सोय करण्याचा संघटनेचा मानस आहे.

शेतकरी चळवळ (Farmer Movement) **:**

भारतीय शेतकऱ्यांचा पूर्व इतिहास लक्षात घेता. त्यांना त्यांचे अस्तित्व टिकविण्यासाठी सातत्याने संघर्ष करावा लागला आहे. भारतीय अर्थव्यवस्थेचा 'शेती' हा महत्त्वाचा भाग असताना शेतकऱ्यांना मात्र आजतागायत दुय्यम स्थानी लेखले जाते. इंग्रजी राजवटीत विविध क्षेत्रांत बदल झाले. त्यास शेतीक्षेत्र अपवाद नव्हते. नवनवीन कायद्यांमुळे शेतकऱ्यांना आपल्या जमिनी विकण्याची मुभा होती, मात्र त्यातून होणारा लाभ शेतकऱ्यांपेक्षा सावकारांना अधिक होता. इंग्रजांनी सुरू केलेल्या रयतवारी पद्धतीमुळे ग्रामीण जीवन विस्कळीत झाले होते. हजारो एकर जमिनी सावकाराकडे वर्ग झाल्या होत्या. अनेक शेतकरी स्वत:च्या शेतात शेतमजूर म्हणून काम करू लागले. कायद्याबद्दल अनभिज्ञ असलेल्या शेतकऱ्यांची दिवसेंदिवस वाताहत होत होती. एकीकडे शेतीतील उत्पादन वाढत नव्हते तर दुसरीकडे शेतीवर अवलंबून राहणाऱ्यांची संख्या मात्र वाढतच होती. दुष्काळ पडून त्यात कित्येक लोक मृत्युमुखी पडत होते. या परिस्थितीवर मात करण्यासाठी इंग्रज सरकारने गहू आणि तांदळाची आयात केली. सरकारच्या या धोरणामुळे शेतकरी व आदिवासींनी सरकारच्या विरुद्ध उठाव केला होता. ओल्या दुष्काळामुळे ओढवलेल्या परिस्थितीमुळे १८३२ साली पुण्यातील शेतकऱ्यांनी उठाव केला होता. पुणे जिल्ह्यातील रामोशांचे इंग्रजाविरोधी बंड प्रसिद्ध आहे. रामोशांचे म्होरके क्रां. उमाजी नाईक क्रांतिवीर (१८३२) यांचा उठाव इंग्रजांनी चिरडून काढला. अनेकांचा अमानुष छळ केला.

भारताच्या विविध भागात शेतकऱ्यांचे इंग्रजांविरुद्ध लढे चालू होते. मुळचे अरब असलेल्या व भारतात मोपला म्हणून ओळखल्या जाणाऱ्या मोपलांनी सन १८३४ ते १८५४ या दरम्यान साधारण २२ लढे दिल्याचे इतिहास सांगतो. बिहार

राज्यातील चंपारण्य जिल्ह्यात मळेवाल्यांकडून शेतकऱ्यांना त्रास होत असे. म्हणूनच महात्मा गांधींनी त्या मळेवाल्यांविरुद्ध सत्याग्रह करून शेतकऱ्यांना न्याय मिळवून देण्याचा प्रयत्न केला होता. महाराष्ट्राच्या निर्मितीनंतर महाराष्ट्रातील बहुतांश शेतकरी हे काँग्रेस पुढाऱ्यांबरोबर काँग्रेस पक्षात सामील झाले होते. काहीशा जातीय राजकारणामुळे शेतकऱ्यांमध्येही जातीयवादाची पाल चुकचुकली. श्रेष्ठ, कनिष्ठ, वर्चस्व यांमुळे त्यांच्यातही साम्राज्यशाही निर्माण झाली. अर्थातच एकमेकांचे शोषण चालू झाले. परिणामी १९३० नंतर महाराष्ट्रातील शेतकरी क्रांतिकारकपणे विचार आणि कृती करू लागले. नीळ पिकविणारे युरोपियन मळेवाले शेतकऱ्यांना नीळ पिकविण्यासाठी सक्ती करण्याबरोबरच त्यांची लुबाडणूक करीत होते.

सन १८६१ मध्ये ढाका येथे किसान लीगची स्थापना झाल्यानंतर त्याच काळात केशवचंद्र रॉय व शंभूलाल पाल यांच्या नेतृत्वाखाली पावना येथे आंदोलन झाले होते. सावकारांच्या घरावर हल्ले करणे, कर्जरोखे व दस्तावेज जाळून टाकणे यांसारखी आंदोलने महाराष्ट्रातील सातारा, सोलापूर, नगर, पुणे जिल्ह्यांतील शेतकऱ्यांनी केली. सन १८७५ साली डेक्कन अॅग्रिकल्चरिस्ट रिलिफ अॅक्ट (कायदा) अस्तित्वात आला. बंगालमध्ये सन १८८२-८३ मध्ये शेतकऱ्यांनी त्यांच्यावर होणाऱ्या अन्याय, अत्याचाराविरुद्धचा लढा म्हणून कर वसूल करणाऱ्या अधिकाऱ्यांना पकडून मारले. हे आंदोलनही इंग्रजांनी चिरडून टाकले होते. पुढे २० व्या शतकाच्या दुसऱ्या दशकात मुंबई, गुजरात या भागात दुष्काळ पडला असताना इंग्रज सरकारने जबरदस्तीने शेतसारा वसूल केला होता. या जबरदस्तीच्या विरोधात गांधीजींनी लढा दिला होता. जागतिक मंदीमुळे (१९२१) शेतकऱ्यांच्या मालाचे भाव घसरले होते म्हणूनच १९१९ ते २१ सालादरम्यान महाराष्ट्रातील सातारा जिल्ह्यातील शेतकऱ्यांनी जमीनमालकांविरुद्ध आंदोलन केले होते. हे सर्व चालू असताना शेतसारा मात्र कमी झाला नव्हता. याच काळात सेनापती बापट (१८८० - १९६७) यांच्या नेतृत्वाखाली पुणे जिल्ह्यात मोठा सत्याग्रह केला होता. कारण जिल्ह्यातील अनेक गावांच्या जमिनी धरणाखाली जाणार होत्या आणि त्याचा मोबदलाही अतिशय कमी मिळणार होता. या सत्याग्रहाचा परिणाम म्हणून शेतकऱ्यांना पुढे योग्य मोबदला मिळाला होता. सरदार वल्लभभाई पटेल यांच्या नेतृत्वाखालील बारडोलीचा सत्याग्रह महत्त्वपूर्णच आहे.

- पंडित नेहरूंच्या नेतृत्वाखालील अयोध्येमध्ये झालेले आंदोलन,
- १९३० ची कायदेभंगाची चळवळ,
- १९३६ साली बिहारमध्ये भारतीय किसान सभेच्या अधिवेशनात नरेंद्र देव

यांच्या नेतृत्वाखाली झालेली शेतकऱ्यांची सभा,

– राम मनोहर लोहिया यांच्या नेतृत्वाखाली समाजवादी पार्टी आणि किसान पंचायत यांच्या संयुक्त विद्यमाने पार पडलेली लखनौ येथील शेतकऱ्यांची विशाल सभा वगैरे.

ही आंदोलने चळवळी या शेतकऱ्यांच्या दृष्टीने महत्त्वाच्याच म्हणता येतील. विदर्भातील डॉ. पंजाबराव देशमुखांचे (१८९७ – १९६५) माल गुजारी सभेच्या माध्यमातून केलेले आंदोलन व त्यातून झालेला उठाव याची दखल शासनाला घ्यावी लागली आणि त्या वेळच्या दुष्काळावर मात करण्यासाठी सरकारने महत्त्वाची पावले उचलली होती. त्यांनी शेतकऱ्यांवरील कर्ज निवारण्यासंदर्भात विधेयक मांडले होते. त्याचे पुढे कायद्यात रूपांतर होऊन त्याचा फायदा शेतकऱ्यांच्या सावकाराकडे असलेल्या जमिनी पैसे देऊन का होईना सोडवून घेता आल्या.

कोकणातील खोतांनी कुळांनी चालविलेल्या शोषणाविरुद्ध कायदे मंडळातील सदस्यांनी उठविलेला आवाज, सीताराम केशवराव तथा बाबासाहेब बोते. यांच्या नेतृत्वाखालील झालेली रत्नागिरीतील कुणब्यांची सभा, ५ जानेवारी १९३६ रोजी रायगड जिल्ह्यातील पालु येथे भरलेल्या सभेत जमीनदारांनी शेतसारा कमी करावा यासाठीची मागणी या चळवळीच्या प्रभावातून निश्चितच शेतकऱ्यांना फायदा झाला आहे.

कॉ. परुळेकर व गोदूताई यांनी अखिल भारतीय किसान सभेद्वारा कार्याला सुरुवात केली ती १९४२ मध्ये. पुढे १९४५ मध्ये ठाणे जिल्ह्यात महाराष्ट्र राज्य किसान सभेची स्थापनाच झाली. याच वर्षी सभेच्या झालेल्या अधिवेशनात वेठबिगारी नष्ट करण्यापासून कुळकायद्यासारखे अनेक ठराव सम्मत करण्यात आले होते.

भारतीय जनता अधिकतर शेतीवर अवलंबून असल्याने व त्यांचे वास्तव्य ग्रामीण भागातच असल्याने त्यांची पिछेहाट रोखण्यासाठी भारतीय स्वातंत्र्यानंतर सरकारने ग्रामीण भागाच्या विकासासाठी खास धोरणे आखली. पंचवार्षिक योजना राबवायला सुरुवात झाली. शेतीविकासविषयक खास विचार करून त्याचेही धोरण ठरले. मात्र शेतकऱ्यांना प्रस्थापितांच्या वर्चस्वाखालीच वावरावे लागते आहे. सत्तेविरुद्ध हक्कासाठी संघर्ष करावा लागतो आहे. सन १९८३ मध्ये महाराष्ट्रात शरद जोशी यांनी शेतकरी संघटनेची स्थापना केली. शेतकऱ्यांच्या मालाला भाव मिळावा यासाठी त्यांनी विशेष प्रयत्न केला. पुढे १९८८ मध्ये उत्तर प्रदेशात महेंद्रसिंग टिकैत यांनी शेतकऱ्यांचे नेतृत्व केले. हिंदू-मुस्लिम ऐक्य व शेतकऱ्यांच्या महत्त्वाच्या समस्या

सोडविल्या हे टिकैत यांच्या आंदोलनाचे महत्त्वाचे वैशिष्ट्य म्हणता येईल.

साधारण २००१ पासून पुढे विदर्भात शेतकऱ्यांच्या आत्महत्यांचे सत्र मोठ्या प्रमाणात चालू होते. कर्जबाजारीपणामुळे शेतकरी गांगरून गेले होते. शेतकऱ्यांची चळवळ करणारे नेते या दरम्यान अधिक आक्रमक झाले. शेतकऱ्यांच्या शेतमालाला योग्य भाव मिळाला पाहिजे ही मागणी करत शेतकऱ्यांच्या आत्महत्येचा प्रश्न उचलून धरला. सरकारला धारेवर धरले, याची परिणती म्हणून विदर्भातील सहा जिल्ह्यांसाठी एक हजार पंचाहत्तर कोटी रुपयांचे पॅकेज जाहीर केले. त्या मदतीतूनही आत्महत्या थांबल्या नसल्याने २००८ साली शेतकऱ्यांचे कर्ज माफ केले. हा सर्व परिणाम शेतकरीचळवळीचाच म्हणता येईल.

सेझ (SEZ) अंतर्गत येणाऱ्या शेतकऱ्यांच्या जमिनींना योग्य भाव मिळावा यासाठी नंदिग्राम, महाराष्ट्रात सिंधुदुर्ग, रायगड आदी ठिकाणच्या प्रकल्पग्रस्त शेतकऱ्यांनी अनेक वेळा आंदोलने केली. पुढे पुण्याजवळील चाकण येथे होऊ घातलेल्या डाऊ प्रकल्पाविरोधात हभप बाबामहाराज कराडकर यांच्या नेतृत्वाखालील आंदोलन शेतकऱ्यांच्या ठळक आंदोलनांपैकी एक होते. उसाला योग्य भाव, उस गाळण्यासाठी त्वरित न्यावा यासाठीची आंदोलने, कापूस खरेदी संदर्भातील आंदोलने सातत्याने चालूच आहेत. नुकतेच पुण्याजवळील मुळशी तालुक्यात झालेले (पवना नदीचे पाणी पाइपलाइनद्वारे वाहून नेऊन पिंपरी चिंचवड शहराला पुरवठा करण्यासाठी विरोध करणाऱ्या शेतकऱ्यांनी केलेले) आंदोलन हे अविस्मरणीय व दुर्दैवी आंदोलन ठरले. वाटेल ते झाले तरी चालेल मात्र गावचे पाणी जाऊ द्यायचे नाही यासाठी शेतकऱ्यांनी आपले आंदोलन तीव्र केले. पोलिसांच्या गोळीबारामध्ये त्यात ३ शेतकऱ्यांना आपले प्राण गमवावे लागले.

शेतकरी चळवळ वरचेवर तीव्र होत चालली आहे. ते हक्कासाठी आपले प्राणही द्यायला तयार झाले आहेत. मात्र न मागता मिळायला हवे असताना त्यासाठी संघर्ष करावा लागतो ही शेतकऱ्यांच्या दृष्टीने दुर्दैवाची गोष्ट म्हणावी लागेल. शासनाने याचा विचार करायला हवा.

पर्यावरण चळवळ (Environment Movement) :

मानवाचा विकास तथा समाजाचा विकास बऱ्याच अंशी नैसर्गिक साधन-संपत्तीच्या कमीअधिक उपलब्धतेवर अवलंबून असतो. विशेषत: नैसर्गिक साधन-संपत्तीचा संबंध आर्थिक विकासाशी अधिक असतो. नैसर्गिक साधनसंपत्तीचा माफक वापर यात मानवी समाजाचे हित असते. नैसर्गिक साधनसंपत्तीचा अनिर्बंध वापर

झाल्यास पर्यावरणामध्ये असमतोल निर्माण होतो आणि पर्यावरणविषयक समस्यांना मानवाला तोंड द्यावे लागते. वनस्पती, पाणी (जल), जंगल, आदी नैसर्गिक संपत्तीवर मानवाचे सातत्याने आक्रमण होत आले आहे. सुरुवातीच्या काळात मानव पूर्णत: नैसर्गिक साधनसंपत्तीवरच जगत होता. जंगल हेच त्याचे सर्वस्व होते. आज मानव याला मुकला आहे. जंगलतोड सर्वत्र दिसते, दुर्मिळ प्राण्यांची व पशुपक्षांची संख्या कमी होते आहे. पाण्याच्या पातळीत घट व त्याच्या अवास्तव वापरामुळे सातत्याने पाण्याचा तुटवडा जाणवतो. पिकाऊ जमिनीवर बांधकामे यातून पर्यावरणाचा ऱ्हास होतो आहे हे स्पष्ट होते. यालाच पर्यावरणामध्ये असमतोल निर्माण झाला आहे असेही म्हणता येईल. म्हणून नैसर्गिक साधनसंपत्तीचे जतन करणे समाजातील प्रत्येक व्यक्तीचे आद्यकर्तव्य आहे. पर्यावरणसंवर्धनासाठी शासन व समाजाला जाणिवा निर्माण करून देण्यासाठी प्रयत्न व्हायला हवेत. त्यासाठी शासकीय अशासकीय संस्था, व्यक्ती यांनी पुढाकार घ्यायला हवा, तसे प्रयत्न काही संस्थांनी चालवले आहेत. समाजविकासासाठी पोषक विविध चळवळींप्रमाणेच पर्यावरण चळवळही अत्यंत महत्त्वाची चळवळ आहे.

स्टॉकहोम (स्वीडन) येथे 'मानव आणि पर्यावरण' या विषयावर झालेल्या (१९७२) परिषदेची प्रेरणा घेऊन भारतात National Committee on Environmental Planning and Coordination (NCEPC) या राष्ट्रीय संस्थेची स्थापना करण्यात आली. लोकसंख्यावाढ, आर्थिक विकास, तंत्रज्ञानाचा वापर या संदर्भात जीवनाच्या गुणवत्तेवर परिणाम करणारे विविध प्रश्न तपासून, शोधून त्यांवर प्रभावी उपाय सुचविणे यांसाठी ही संस्था कार्यरत आहे. पर्यावरणविभागही स्थापन झाला. पर्यावरणाकडे अधिक संवेदनशीलतेने पाहणे व त्याचे संरक्षण, संवर्धन, विकास करण्यासाठी म्हणून भारतीय राज्यघटनेमध्ये कलम ४८ चा समावेश करण्यात आला. पर्यावरणीय संशोधन समिती, मानवी वसाहतीकरण समिती, औद्योगिकीकरण आणि पर्यावरण समिती, ग्रामीण पर्यावरण समिती, निसर्ग आणि नैसर्गिक स्रोत समिती आदी समित्या पर्यावरणाच्या विकासासाठी व संवर्धनासाठी काम करताना दिसतात. पर्यावरण चळवळीचा भाग म्हणून काही कायदे झाले. उदा : Prevention and control of power pollution Act - 1974 and Wild life Protection Act - 1972. पुढे वनविकास महामंडळ व जलप्रदूषण नियंत्रण मंडळही स्थापण्यात आले व ते सध्या कार्यरत आहे. जंगलांचा ऱ्हास थांबविणे व वनक्षेत्र (जंगल) वाढविणे या उद्देशाने वनविकास महामंडळाची स्थापना झाली. पर्यावरणसंरक्षण व सार्वजनिक आरोग्याच्या दृष्टीने देशातील जल प्रदूषण नियंत्रित करण्यासाठी सन १९७४ साली जल कायदा केला. या कायद्याचा भाग म्हणून राज्यात जलप्रदूषण बोर्डाची स्थापना करण्यात आली.

पर्यावरणसंरक्षण व संवर्धनाचे कार्य करणाऱ्या बोटॅनिकल सर्व्हे ऑफ इंडिया, झुऑलॉजिकल सर्वे ऑफ इंडिया आणि शासकीय संस्थांबरोबरच काही अशासकीय संस्थाही कार्यरत आहेत. त्यांमध्ये बॉम्बे नॅचरल हिस्ट्री सोसायटी, WWF - भारत या संस्थांचा प्रामुख्याने समावेश होतो. शिकाऱ्यांची संस्था म्हणून ओळखली जाणारी बॉम्बे नॅचरल हिस्ट्री सोसायटी ही आज निसर्गशिक्षण, संवर्धन व संशोधन करणारी संस्था म्हणून ओळखली जाते. देशाच्या निसर्गसंवर्धनविषयक धोरण ठरविण्यामध्येही या संस्थेचा मोलाचा वाटा आहे. वर्ल्ड वाइल्ड लाइफ फंड-भारत या दिल्लीस्थित संस्थेची सुरुवात खरी मुंबईतूनच झाली. ही संस्था आज देशातील शाळा व महाविद्यालयांतून 'नेचर क्लब' च्या माध्यमातून विद्यार्थ्यांमध्ये पर्यावरणसंवर्धन, संरक्षण व विकासासंबंधी जागृती निर्माण करण्याचा प्रयत्न करते. पर्यावरणविषयक प्रश्नांवर विचारमंथन घडवून आणते. सेंटर फॉर सायन्स अँड एन्व्हॉरनमेंट नवी दिल्ली या केंद्राद्वारे चर्चासत्रे, परिषदा, मोहिमा आयोजित केल्या जातात. पर्यावरणविषयक वाचनसाहित्य प्रकाशित करण्याचे काम संस्था करते. 'डाउन टू अर्थ' हे विज्ञान व पर्यावरणावर दृष्टिक्षेप टाकणारे पाक्षिक प्रकाशित करण्यात येते. स्त्रिया, युवक व बालकांसाठी निसर्ग आणि नैसर्गिक साधनसंपत्तीचे रक्षण करणे व त्यासंबंधित जनजागृती करण्यासंबंधी विशेष कार्यक्रम राबविण्याच्या उद्देशाने सी. पी. आर, एन्व्हॉर्नमेंट एज्युकेशन सेंटरची १९८८ साली चेन्नई येथे स्थापना करण्यात आली. सेंटर फॉर एन्व्हॉर्नमेंट एज्युकेशन (CEE) अहमदाबाद व याच नावाने पुण्यातही एक संस्था कार्यरत आहे. भारती विद्यापीठ संचलित इन्स्टिट्यूट ऑफ एन्व्हॉर्नमेंट एज्युकेशन ॲन्ड रिसर्च, पुणे या संस्थेत पर्यावरणविषयात पीएच. डी. पर्यंतचे शिक्षण घेण्याची सोय आहे. कल्पवृक्ष, पुणे या संस्थेत संशोधन, पर्यावरणसंवर्धन व संरक्षणासंबंधित जनमत निर्मिती करण्याचे काम चालते. या संस्थेद्वारा विविध शाळा महाविद्यालयांतून व्याख्याने, निसर्गभ्रमण, पर्यावरणशिबिरे यांसारखे कार्यक्रम आयोजित करून विद्यार्थ्यांमध्ये पर्यावरणांविषयी रुची निर्माण करण्याचा प्रयत्न केला जातो. सन १९७९ मध्ये स्थापन झालेली देवराई ही संस्था देशभर कार्य करते. गुजरातमध्ये युवा संघटन वाहिनी ही पर्यावरणविषय काम करणारी संस्था आहे. डब्ल्यू. डब्ल्यू. एफ या संस्थेचे महाराष्ट्रातील काही जिल्ह्यांत (विशेषत: सांगली, सातारा, कोल्हापूर, रत्नागिरी, सिंधुदुर्ग) पर्यावरणविषयक काम उल्लेखनीय आहे. निसर्गविज्ञान संस्था, नागपूर ही संस्थाही पर्यावरणक्षेत्रात कार्यरत आहे.

भारतामध्ये पर्यावरणसंवर्धन व संरक्षणासंदर्भात काही आंदोलनेही झाली आहेत, त्यांपैकी ''चिपको आंदोलन'' हे प्रमुख म्हणता येईल. राजस्थानमधील जोधपूरच्या

महाराजांच्या आदेशाप्रमाणे सुरू होणारी जंगलतोड थांबविण्यासाठी अमृतादेवी या महिलेच्या नेतृत्वाखाली एकत्र येऊन चिपको आंदोलन केले अर्थातच झाडांचे रक्षण होऊ शकले. या आंदोलनानंतर महाराजांनी आपला आदेश मागे घेऊन जंगलतोडीस बंदी घातली. या चळवळीत गांधीवादी नेते सुंदरलाल बहुगुणा यांचा मोलाचा वाटा आहे. या आंदोलनामुळे भारतीय महिलांना पर्यावरणसंवर्धन व संरक्षण करण्याची प्रेरणा मिळाली तसेच त्यांच्यातील आंतरिक शक्तीची जाणीव होऊन न्यायासाठी लढा देण्याची हिंमत बळावली. चिपको आंदोलनाच्या धर्तीवर कर्नाटकातही अप्पीको आंदोलन झाले. सन १९८३ मध्ये हे आंदोलन सातत्याने १ महिना ८ दिवस चालले. महाराष्ट्रातील मंचर गावाजवळील माळरानावर पश्चिम घाट बचाव मोहिमेअंतर्गत वृक्षारोपण करून वनराईचे संवर्धन करण्यात आले. पुण्याजवळील भोर येथे वन विभागाने स्थानिक संस्थांच्या मदतीने जवळपास ३५० हेक्टरवर नीलगिरी वृक्षांची झाडे लावली व त्यांचे संवर्धन केले. वनशेतीमुळे शेतकऱ्यांच्या उत्पन्नवाढीसाठी मदत झाली. सर्वश्री अण्णासाहेब शिंदे व भाऊसाहेब थोरात यांची संगमनेर (जि. अहमदनगर) येथील 'दंडकारण्य चळवळ' वैशिष्ट्यपूर्ण ठरली. यामध्ये शाळकरी मुला-मुलींपासून वृद्धांपर्यंत जवळपास पाच हजार लोकांनी वृक्षारोपण करून या चळवळीला आरंभ केला. नगर जिल्ह्यामध्येच पारनेर तालुक्यातील राळेगण सिद्धी येथे मा. अण्णासाहेब हजारे यांनी 'पाणी आडवा पाणी जिरवा' हा प्रयोग यशस्वी केला. यामुळे गाव व परिसरातील वनराई फुलली, पसरली. याच धरतीवर हिवरे बाजारच्या पोपटराव पवारांनी आपले गाव स्वयंपूर्ण बनविले. नर्मदा बचाव आंदोलन, पाणी पंचायत या संस्था, संघटनांचे कार्य मोलाचेच. पर्यावरणसंरक्षण व संवर्धनाबाबत काम करण्यासाठी अजूनही मोठा वाव आहे. त्यात मोठ्या संख्येने सर्वांनी सामील होऊन आपले कर्तव्य बजावणे ही काळाची गरज आहे.

आदिवासी चळवळ (Adivasi Movement) :

समान संस्कृती, समान बोलीभाषा, फारशी अक्षरओळख नसलेला, मर्यादित अपेक्षा व त्याप्रमाणे मर्यादित जीवन समजणारा, ही आदिवासींची ओळख. निसर्गाशी एकरूप, बाह्य संपर्कापासून काहीसा दूर असल्याने अर्थात विकासापासूनही वंचित. उपजीविकेपुरते उत्पादन व त्यातच गुजराण ही आदिवासींची खासीयत. भारतामध्ये साधारणत: ६.८ कोटी एवढी लोकसंख्या असलेल्या आदिवासींमध्ये गोंड व संथाल जमातींचा मोठ्या प्रमाणात समावेश आहे. मध्यप्रदेश, आंध्रप्रदेश, बिहार व महाराष्ट्र राज्यांत गोंड जमात आढळून येते तर संथाल ही जमात ओडिशा, बिहार व बंगाल

प्रांतात अधिक संख्येने आढळते. आदिवासी जमात देशामध्ये विविध प्रांतांत विविध नावांनी ओळखली जाते. आदिवासी जमातीची वैशिष्ट्ये काही जरी असली तरी धनिकांनी, सावकारांनी तथा प्रगत समाजाने आदिवासींचे शोषण केले, त्यांचा वापर केला हे मात्र निश्चित. या असंतोषातूनच आदिवासींच्या चळवळी उभ्या राहिल्या. स्वत:वर होणाऱ्या अत्याचाराविरोधात आवाज उठविण्यासाठी संघटितपणे लढा दिल्याची अनेक उदाहरणे दिसून येतात. त्यांच्या अडचणी व दारिद्र्याचा गैरफायदा घेत व्याजाने दिलेल्या पैशावर भरमसाठ व्याज आकारून आदिवासींच्या जमिनीवर ताबा मिळविणे व त्यांना वेठबिगार म्हणून वर्षानुवर्षे झुलवत राहणे यात आदिवासींच्या कित्येक पिढ्या बरबाद झाल्या. देशातील तीनचतुर्थांश आदिवासी कमी अधिक प्रमाणात मजूर म्हणूनच कार्यरत आहेत. चहाचे मळे, कोळसाखाणी, शेती या सर्वच ठिकाणीं त्यांची पिळवणूक होते. जंगल हेच आदिवासींचे जगण्याचे साधन असल्याने ब्रिटिश काळापासून अंमलात असलेला जंगल कायदा त्यांच्यासाठी जीवघेणा ठरला. अर्थातच आदिवासी हतबल झाले. या हतबलतेपोटी जंगल अधिकारी, कायदा व एकूणच जंगल व्यवस्थापनाबाबत त्यांच्यात चीड निर्माण झाली. विविध विकासात्मक योजनांच्या आगमनामुळे आजवर जवळपास ४० टक्के (१९५१ पासून) आदिवासी विस्थापित झाले आहेत. अर्थातच त्यांच्या पुनर्वसनाचा प्रश्न उपस्थित झाला. महाराष्ट्र व गुजरातमधील विस्थापित आदिवासींपैकी केवळ १५ टक्के आदिवासींना त्यांच्या जमिनींच्या मोबदल्यात जमिनी मिळाल्या. इतरांच्या दारिद्र्यात भरच पडत गेली. विस्थापित आदिवासींचा संबंध योगायोगाने सुधारलेल्या, पुढारलेल्या समाजाशी आला मात्र मागास आणि पुढारलेले यातील पोकळीमुळे त्यांच्या समायोजनाचा प्रश्न निर्माण झाला. किमान स्वातंत्र्यप्राप्तीनंतर तरी आदिवासींच्या समस्या दूर होतील असे वाटत होते मात्र शासनाची उदासीनता, राजकीय नेतृत्वाची कमतरता व उदासिनता, विविध समित्यांचा काम करण्यातील निरुत्साह व त्यांना मिळणारा अल्प प्रतिसाद अशा अनेक कारणांमुळे आदिवासींच्या जीवनमानात फारशी सुधारणा होऊ शकली नाही, याची जाणीव आदिवासी समाजाला झाली. परिणामी त्यांना त्यांच्या चळवळी उभाराव्या लागल्या. त्यांनी त्यांच्या चळवळींच्या माध्यमातून देशातील आदिवासींचे प्रमाण अधिक असलेल्या प्रदेशात स्वतंत्र राज्याची मागणी केली. मिझोराम, नागालँड, मेघालय, मणिपूर, अरुणाचल प्रदेश, त्रिपुरा आदी राज्यांच्या प्रगतीस आदिवासी चळवळ कारणीभूत ठरली आहे. देशामध्ये सर्वप्रथम आदिवासी चळवळ झाली ती १९७२ मध्ये बिहार राज्यात. त्यानंतर चळवळीने वेग घेतला आणि आज आंध्रप्रदेश, अंदमान निकोबार, अरुणाचल प्रदेश, आसाम, मिझोराम, नागालँड या राज्यात

आदिवासी चळवळींचे वर्चस्व असल्याचे दिसते. आदिवासी चळवळींचे अस्तित्व स्वातंत्र्यानंतरच निर्माण झाले असे नाही. ब्रिटिश काळातही आदिवासींनी ब्रिटिशांविरोधात भूमिका घेतल्याची काही उदाहरणे आहेत. उदा. मिझो जमातीने १८१० साली, मुंडा जमातीने १८८९ साली, कोंद जमातीने १८१७ साली, नागा जमातीने १८४४ तर १८५५ मध्ये संथाल जमातीने ब्रिटिशांच्या वसाहतीविरोधी रक्तरंजित चळवळी केल्या. संथाल जमातीने त्यांच्या जमिनी बळकावल्याने शासकीय अधिकारी, जमीनदार, सावकार यांच्या विरोधात एकत्रित येऊन लढा दिला होता.

भारताच्या स्वातंत्र्यप्राप्तीनंतर आदिवासींच्या ज्या चळवळी झाल्या त्यांत प्रामुख्याने स्वतंत्र राज्याच्या मागणीसाठी; सामाजिक, धार्मिक कारणासाठी; पिकाऊ जमिनी परत मिळविण्यासाठी व जंगल कायद्याविरोधात मध्यप्रदेश व महाराष्ट्रातील १९४१ ची गोंड जमातीची चळवळ, १९४८ मधील नागा जमातीची चळवळ व १९७० मधील मिझो जमातीची चळवळ या सर्व चळवळी उल्लेखनीय म्हणाव्या लागतील. महाराष्ट्र, आंध्रप्रदेश व गुजरात राज्यांतील जवळपास ७५ हजार आदिवासींचे सरदार सरोवर प्रकल्पामुळे विस्थापन होणार, लाखो हेक्टर जमीन, जंगल उद्ध्वस्त होणार हे लक्षात येताच मेधा पाटकर यांच्या नेतृत्वाखाली 'नर्मदा बचाव आंदोलन' उभे राहिले. आदिवासींना सोबत घेऊन सरदार सरोवर प्रकल्पाची उंची वाढविण्यास विरोध व आदिवासींच्या पुनर्वसनाची तरतूद यांसाठी आवाज उठविला गेला. दरम्यान पद्मश्री बाबा आमटे यांच्या नेतृत्वाखाली माडीया - गोंड आदिवासींचे संघटन झाले. या चळवळी आदिवासींच्या हितरक्षणासाठी निश्चितच कारणीभूत ठरल्या. आदिवासींच्या काही चळवळी या नक्षलवादी चळवळीचा भागही बनल्याचे दिसून येते. या चळवळींपैकी काही चळवळी व लोक विशेषत: महाराष्ट्रातील वारली व आंध्रातील कोंड कम्युनिस्ट विचाराने प्रेरित होऊन त्यांनी त्यांच्या संघटना चालविल्या. आदिवासीमधील तीव्र असंतोषाचा फायदा घेत काही आदिवासी तरुणांना नक्षलवादी चळवळीकडे खेचण्याचे प्रयत्न होताना दिसतात. असे न करता आदिवासींना सुधारलेल्या जगात घेऊन जाण्यासाठी त्यांच्या मागण्या मान्य करणे व न्याय देणे हेच सर्वांचे कर्तव्य ठरते.

१२.३ सारांश

समाजव्यवस्थेचा गाडा चालविण्यासाठी जेवढ्या प्रमाणात सत्ताकारणाची गरज असते तेवढीच समाजकारणाची असते. उलट सत्ताकारण करणाऱ्यांची नाळ समाजकारणांशी अधिक जोडलेली असणे गरजेचे असते. भारतीय स्वातंत्र्यानंतर

समाजाची प्रगती दिसत असली तरी खरा न्याय अजूनही अनेकांना मिळत नाही. कित्येकजण असंतुष्ट आहेत. अपुरा निवारा, अपुरे जेवण, अपुरे कपडे ही अनेकांची वैशिष्ट्ये आहेत. याकडे शासन कधी गांभीर्याने पाहते तर कधी दुर्लक्ष करते. मात्र सर्वांनीच शासनावरती अवलंबून राहता कामा नये. हे मात्र निश्चित की होणाऱ्या अन्यायाविरुद्ध आवाज उठवायला हवा. हक्कासाठी न्यायासाठी संघर्ष करायला हवा. यासाठी वैयक्तिकरीत्या लढण्याऐवजी चळवळी उभ्या करायला हव्यात. चळवळीद्वारा निश्चितच बदल घडवून आणता येऊ शकतात.

१२.४ पारिभाषिक शब्द, शब्दार्थ

१) **पँथर :** चित्ता, वाघ या अर्थाने.

२) **अल्पसंख्याक :** संख्येने कमी असलेले. उदा. ख्रिश्चन, मुस्लिम यांचा समावेश अल्पसंख्याकांमध्ये होतो.

३) **सामग्री :** आवश्यक साधने (resources), वस्तू, पैसा वगैरे.

४) **विचार-मंथन :** एखाद्या विषयावर गहन विचार करणे, सांगोपांग चर्चा करणे.

५) **शेतसारा :** शेतीवर आकारण्यात येणारा कर. (tax).

१३

समाजकार्यव्यवसायातील आव्हाने व संधी
(Challenges and Opportunities in Social Work Profession)

१३.१ **प्रस्तावना**

१३.२ **विषयविवेचन**

१३.३ **सारांश**

१३.४ **पारिभाषिक शब्द, शब्दार्थ**

व्यावसायिक समाजकार्यातील आव्हाने व संधी या घटकाचा अभ्यास केल्यास समाजकार्यातील आव्हाने व संधी या दोन्ही बाबींचे आकलन होईल. भविष्यात समाजकार्यक्षेत्रात काम करताना अनेक आव्हानांना सामोरे जाता येईल तसेच संधीचा योग्य रीतीने फायदा घेता येईल.

१३.१ प्रस्तावना

समाजकार्यव्यवसायामध्ये पाऊल टाकत असताना समाजकार्यव्यवसाय म्हणजे काय, ते नीट समजावून घेणे गरजेचे आहे. समाजकार्यव्यवसायामध्ये काळानुरूप पुढे येणारी आव्हाने व समाजकार्य करण्यासाठी नव्याने येऊ घातलेली वाढती क्षेत्रे (संधी) समजून घेणे गरजेचे आहे. नेमके हेच या घटकामध्ये समाविष्ट आहे.

१३.२ विषयविवेचन

व्यावसायिक समाजकार्यातील आव्हाने व संधी

(Challenges and Opportunities in Social Work Profession) :

समाजकार्याच्या रूपाने समाजामधील अनेक प्रश्नांची सोडवणूक करण्याचे काम कित्येक वर्षांपासून चालू आहे. बदलत्या काळाप्रमाणे गरजेवर आधारित समाजकार्यव्यवसाय आपली भूमिका बजावते. व्यक्ती, गट, कुटुंब व समुदाय यांना आवश्यक त्या सेवा सुविधा उपलब्ध करून देण्यासाठी समाजकार्याने आपली स्वतंत्र क्षेत्रे उभारली आहेत. जसे कुटुंब व बालकल्याण सेवा, वैद्यकीय तथा मनोचिकित्सा सेवा, पुनर्वसन केंद्रे, समुदाय विकास प्रकल्प, आपत्कालीन सेवा, व्यसनमुक्ती, आपद्ग्रस्तांना सेवा पुरविणे इत्यादी. या सेवा पुरवून समाजात बदल घडवून आणण्याबरोबर समाजात स्थिरता निर्माण करून समाजाला बळकटी देण्याचे कार्य या समाजकार्याच्या माध्यमातून होत आहे. तरीही अजून बरेच काही करण्यासारखे आहे. नवीन काही हाती घेणे, चालू असलेल्या कार्यपद्धतीमध्ये बदल करणे व बदल टिकवून ठेवणे या पातळीवर समाजकार्याने पर्यायाने समाजकार्यकर्त्याने काम करणे गरजेचे आहे.

समाज बदलासाठी समाजानेच बदलायला हवे. मूल्याधारित समाजरचनेचा होत चाललेला ऱ्हास थांबायला हवा. समाजाचा शैक्षणिक स्तर वाढत चालला असला तरी त्यातील गुणात्मकता कमी होत चालली आहे. यासाठी चांगले व वाईट हे समाजाला पुन्हा शिकविण्याची वेळ आली आहे. स्वातंत्र्य, समता व बंधुता या तत्त्वांची रुजवात पुन्हा एकदा नव्याने होण्याची गरज आहे. स्वातंत्र्य, समता, बंधुता हे शब्द वैचारिक पातळीवर अधिक वापरले जातात. आचरण मात्र होत नाही. समाजातील प्रत्येक व्यक्ती स्वावलंबी होण्याची, समाजात रहाण्यास लायक होण्याची, त्यांच्यामध्ये लोकशाही पद्धतीने व्यवहार होण्याची आज समाजाची गरज आहे. ही गरज समाजकार्य भागवू शकते. मात्र पुन्हा एकदा समाजकार्याला आपला चेहरा बदलावा लागेल.

'बोले तैसा चाले त्याची वंदावी पाऊले' या संत जगद्गुरू तुकाराम महाराजांच्या अभंगाचा कित्ता गिरविणारी पिढी निर्माण व्हायला हवी. समस्यांना तोंड देण्यासाठी शास्त्रशुद्ध पद्धतीने मार्ग शोधण्याचे कार्य समाजकार्य करते. बदलत्या काळात, गरजेनुसार समाजकार्यकर्त्याला खालील प्रकारची काही कार्ये पार पाडावी लागणार आहेत. एक व्यवसाय म्हणून समाजकार्याचे अस्तित्व टिकवण्यासाठी खालील आव्हानांना सामोरे जावे लागणार आहे.

१) निर्माण झालेल्या समस्येवर मात करत करत समस्या निर्माण होणार नाहीत याकडे अधिक लक्ष देण्याची आज गरज आहे. समस्या निर्माण करणाऱ्या मानवी संस्थांतील घटकांत व मानवी व्यक्तिमत्त्वात परिवर्तन घडवून आणण्याची गरज आहे. यातूनच सामाजिक समस्यांचे निराकरण होते. म्हणून त्या परिवर्तनाकरिता पोषक परिस्थिती व संधी उपलब्ध करून देणे महत्त्वाचे आहे.

२) लोकांचे वैयक्तिक व सामाजिक जीवनमान उंचावण्यासाठी खास योजना तयार करून त्यांच्या अंमलबजावणीमध्ये सहभाग घ्यावा लागणार आहे. आता अलीकडेच अधिक भेडसावणाऱ्या समस्यांना प्राधान्याने तोंड देण्यासाठी विशेष कार्यक्रमाची आखणी करावी लागणार आहे. उदा: प्रदूषण, भ्रष्टाचार, तसेच मूल्यशिक्षणाची अमंलबाजवणी करण्यात लक्ष घालावे लागणार आहे. मागे पडणाऱ्या विषयांकडे लक्ष देणे अगत्याचे आहे.

३) समाजकल्याणासाठी निर्माण झालेल्या समाजकल्याण विभागाची पुनर्रचना करून विभागातील योजना थेट लाभार्थ्यांपर्यंत पोहोचविण्यासाठी प्रयत्न करायला हवेत. सध्याच्या समाजकल्याणाच्या योजना या लाभार्थ्यांसाठी नसून कर्मचारीच त्याचा लाभार्थी झाल्याचे वातावरण निर्माण झाले आहे. ते वातावरण बदलण्याची गरज आहे. समाजकार्यकर्त्याचा यात हस्तक्षेप गरजेचा आहे.

४) समाजाला भेडसावणाऱ्या समस्यांची सर्वसाधारण आणि तीव्र समस्या याप्रमाणे वर्गवारी करून तीव्र समस्यांची प्राधान्याने दखल घेत, सर्वसाधारण समस्याही तेवढ्याच प्राधान्याने सोडविण्याचे कार्य समाजकार्याच्या माध्यमातून करावे लागणार आहे. उदा : कुपोषण, शेतकऱ्यांच्या आत्महत्या, स्त्रीअत्याचार, बेरोजगारी, विस्थापितांचे प्रश्न वगैरे.

५) मानवी समाजाचा पाया सहसंबंधावर आधारित आहे ते व तसे संबंध निर्माण होण्यास व टिकविण्यास ज्या क्षमतांची व गुणांची गरज असते त्या योजना आखणे व राबविणे गरजेचे आहे.

६) मानवविकास, सामाजिक विकास, पर्यावरणसंवर्धन, स्त्री-पुरुष, न्याय आदी क्षेत्रांत समाजकार्याने शिरकाव केलेला आहेच. मात्र अपेक्षित परिणामही घडवून आणायला हवा. ती परिणामकारकता सिद्ध करायला हवी.

७) आज सर्वत्र हाहाकार, अशांतता, दंगे, बॉम्बस्फोट चालू आहेत. यामुळे एकूणच समाजजीवन विस्कळीत झाले आहे. कधी काय होईल याची कोणालाही खात्री देता येत नाही. प्रगती की अधोगती, म्हणायची ही वेळ आहे. अलीकडे

निर्माण झालेल्या या समस्यांना तोंड देण्यासाठी समाजकार्यकर्त्याने व्यवसाय व त्यातील आघाडी घेतली पाहिजे. या नव्याने निर्माण झालेल्या समस्यांवर मात करण्यासाठी नव्या पद्धती व तंत्राचा शोध घेतला पाहिजे.

८) घटस्फोटासारख्या समस्येवरती समाजकार्यकर्ता अनेक वर्षांपासून आपल्या पद्धतीचा व कौशल्याचा उपयोग करून घटस्फोटाची समस्या शिथिल करतो आहे. तरीही घटस्फोटाची समस्या वाढतेच आहे. या कामी समाजकार्यकर्ता मार्गदर्शन (सल्ला) देण्यासाठी कमी पडतो का काय ? यासंबंधी विचार करून सल्ला व मार्गदर्शनाच्या पद्धतीत काही बदल करण्याची गरज आहे का? याचा विचार करून प्रभावी पद्धत शोधून काढण्याचा प्रयत्न होण्याची गरज आहे.

९) समाजात येणाऱ्या आणीबाणीच्या स्थितीत आपले अस्तित्व जाणवेल अशा रीतीने समाजकार्यकर्त्याला कार्य करायचे आहे. उदा. भूकंप, अपघात, महापूर, हिंसाचार वगैरे.

१०) विस्कळीत होत चाललेल्या समाजाला एकत्र आणणे, त्यांना संघटित करणे, जागृत करणे व त्यांना कार्यप्रवण करणे ही आव्हाने समाजकार्यव्यवसायाला पेलावी लागणार आहेत.

११) वाढत्या महागाईचे सामान्य माणसावर होणारे परिणाम, कोलमडलेली व भ्रष्टाचारी सार्वजनिक वितरणव्यवस्था यांकडेही समाजकार्यकर्त्याचे लक्ष वेधले पाहिजे.

१२) समाजकार्यव्यवसायाला दृढ करण्याचे कामही समाजकार्यकर्त्याला करावे लागणार आहे. त्यासाठी दर्जेदार प्रशिक्षण व क्षेत्रकार्यावर अधिक लक्ष केंद्रित करायला पाहिजे.

१३) समाजात लोकशाही अस्तित्वात राहावी, युद्धाची शक्यता गृहीत धरून त्याची तयारी करणे, लोकांना नागरी हक्क व समान संधी कशी मिळेल या प्रश्नांची उत्तरे शोधण्यासाठी समाजकार्यकर्त्याला परिश्रम करावे लागणार आहेत. यासाठी नवी दृष्टी घेऊन त्याला पुढे यावे लागणार आहे.

१४) लोकांचा सेवक असलेल्या समाजकार्यकर्त्याची उदारीकरण, खाजगीकरण, जागतिकीकरणाच्या काळात गरज वाढली आहे. महत्त्वही वाढले आहे हे लक्षात घेऊन त्याने येणाऱ्या परिस्थितीला तोंड देण्यासाठी स्वतःला सक्षम बनविले पाहिजे.

१५) मागासलेल्या, अविकसित, दुर्गम भागात समाजकार्यकर्त्याला अजूनही काम

करण्याची मोठी संधी आहे.

१६) सूक्ष्मापासून विस्तारित स्वरूपाच्या गरजांवर लक्ष केंद्रित करावे लागणार आहे. खेड्यांचा विकास, आदिवासींचा विकास, महिलाविकास, अनाथ, अपंग अशांसाठी समाजकार्यकर्ता कार्य करत असला तरी या लाभार्थ्यांची शारीरिक भूक भागविण्याचेच खरे तर प्रयत्न होतात पण खरे पुनर्वसन बाकी आहे. लाभार्थींना समाजात पुन्हा स्थिर करणे बाकी आहे. संख्यात्मक दृष्ट्या अनेक सामाजिक घटक या समाजकार्याच्या प्रतीक्षेत आहेत. तिथपर्यंत समाजकार्य पोहोचायला हवे.

१७) समाजकार्यकर्ता आपल्या ताकदीनिशी कार्य करण्यासाठी शिक्षण, प्रशिक्षणा- बरोबरच त्याला कामाचा योग्य मोबदला दिला पाहिजे. इतर सेवासवलती देऊन त्याला प्रत्यक्ष कार्याला पाठविण्याची जबाबदारी समाजकार्याची आहे. समाजकार्य- व्यवसायामध्ये योग्य मोबदल्याविना काम करणे किंवा करवून घेणे योग्य नाही. हे समजून समाजकार्यकर्त्याचा आदर ठेवून त्याच्या गरजा अगोदर पूर्ण केल्या पाहिजेत. तरच तो अपेक्षित ध्येय साध्य करू शकेल.

१८) जिथे काही अनैतिक आहे, समाजाला पोषक वातावरण नाही अशा बाबींना विरोध करण्याची आवश्यकता असेल तेथे विरोध करणारे कार्यकर्ते तयार करायला हवेत. सर्वच पातळ्यांवर समाजकार्यकर्त्याला योग्य ती बाजू घ्यावी लागेल. संघर्ष व वाद समाजकार्यकर्त्याला टाळता येणार नाही.

१९) अलीकडे समाजकार्य करणाऱ्या व्यक्तींचा, संस्थांचा, विशिष्ट प्रांत, विशिष्ट लाभार्थी व गट निर्माण झालेत. अशा मर्यादित प्रांतात, विशिष्ट लोकांसाठी चाललेले काम, या समाजकार्याने ठरविलेल्या आपल्या संरक्षक भिंती तोडून त्याबाहेरील समाजाकडे, व्यक्तीकडे, गटाकडेही डोकावले पाहिजे. समाजकार्याच्या उद्देशाला सीमित न ठेवता व्यापक अर्थाने सर्वसमावेशक समाजकार्य घडेल यासाठी प्रयत्न करायला हवा.

२०) समाजकार्यकर्ते व इतर व्यावसायिक यांच्यात संघर्ष होणे, वाद होणे, समन्वय साधणे, अडचणीतून मार्ग काढणे हे समाजकार्यासाठी त्यातील काम करणाऱ्या सर्वांसाठी आव्हान असणार आहे. ते आव्हानही पेलावे लागणार यात शंका नाही. समाजकार्याच्या नावावर गैरव्यवहार करणारे व कागदोपत्री संस्था चालवून पैसे लाटणारे काही संस्थाचालक आहेत. अशा संस्थांमुळे प्रामाणिक कार्य करणाऱ्या संस्थाही भरडल्या जाण्याची शक्यता असते. अशापासून सावध

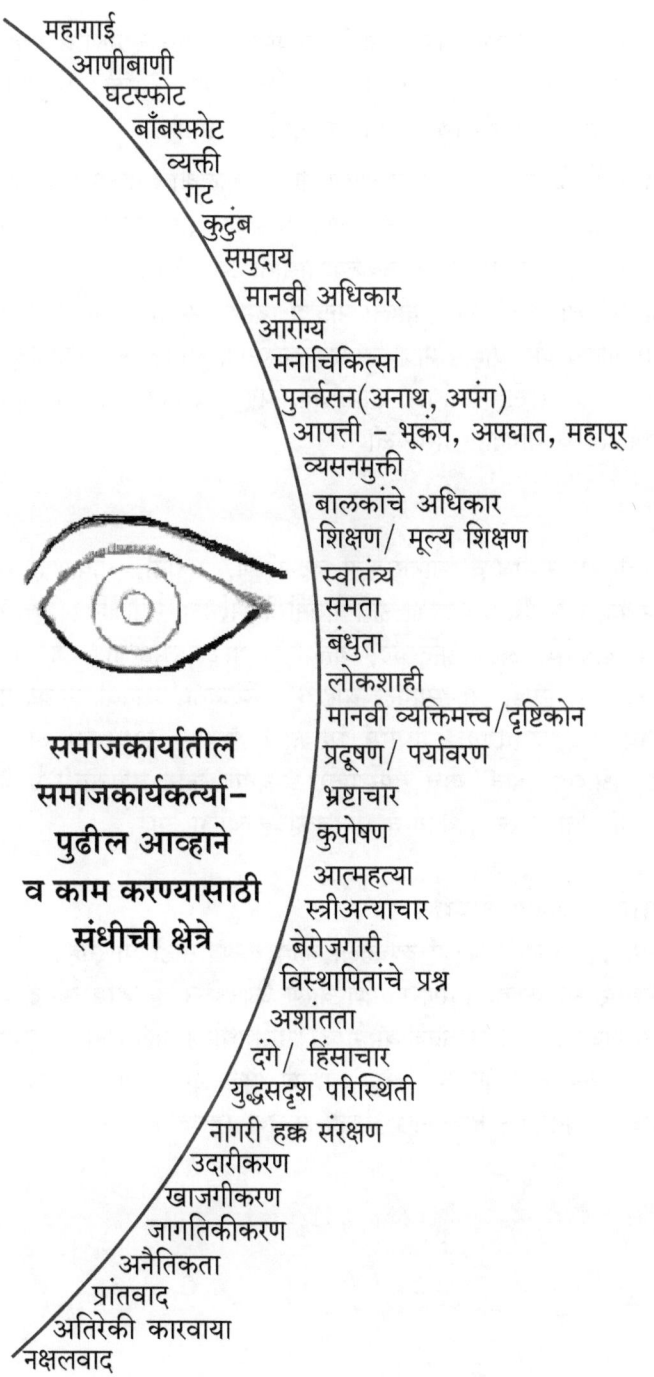

महागाई
आणीबाणी
घटस्फोट
बाँबस्फोट
व्यक्ती
गट
कुटुंब
समुदाय
मानवी अधिकार
आरोग्य
मनोचिकित्सा
पुनर्वसन(अनाथ, अपंग)
आपत्ती - भूकंप, अपघात, महापूर
व्यसनमुक्ती
बालकांचे अधिकार
शिक्षण/ मूल्य शिक्षण
स्वातंत्र्य
समता
बंधुता
लोकशाही
मानवी व्यक्तिमत्त्व/दृष्टिकोन
प्रदूषण/ पर्यावरण
भ्रष्टाचार
कुपोषण
आत्महत्या
स्त्रीअत्याचार
बेरोजगारी
विस्थापितांचे प्रश्न
अशांतता
दंगे/ हिंसाचार
युद्धसदृश परिस्थिती
नागरी हक्क संरक्षण
उदारीकरण
खाजगीकरण
जागतिकीकरण
अनैतिकता
प्रांतवाद
अतिरेकी कारवाया
नक्षलवाद

समाजकार्यातील समाजकार्यकर्त्या- पुढील आव्हाने व काम करण्यासाठी संधीची क्षेत्रे

राहून आपले स्थान भक्कम करण्यासाठी संस्थांना झगडावे लागणार आहे. कारण नसताना कधी कधी अन्याय सहन करावा लागणार आहे. हेही एक प्रकारचे आव्हानच समजून त्यातून मार्ग काढायचे असतात.

२१) अलीकडे अतिरेकी कारवाया, वृद्धकल्याण, विशेष बालकांचे कल्याण यांकडे विशेष लक्ष देऊन जे जे योग्य ते ते करण्याचा प्रयत्न समाजकार्याद्वारा होणे अपेक्षित आहे. समाजकार्य हे समाजकल्याणासाठी आहे हे सिद्ध करण्यासाठी समाजकार्याची वाटचाल चालू राहिली पाहिजे. अशा अनेक आव्हानांबरोबर समाजकार्य करण्याची संधीही समाजकार्यकर्त्याला आहे. आवश्यक तेथे पोहोचून त्या त्या क्षेत्रात बदल, पर्यायाने सामाजिक बदल घडवून आणण्यासाठी समाजकार्यकर्त्याचे योगदान असायला हवे.

१३.३ सारांश

सद्य:स्थितीनुसार समाजाची मानसिकता बदलविणे, अनीती, लोकशाहीची होत चाललेली पायमल्ली, भ्रष्टाचार, कल्याणकारी योजनांची पुनर्रचना, समाजविकासाच्या कामी मिळणारा लोकांचा अल्प प्रतिसाद, शेतकऱ्यांच्या आत्महत्या, खालवत चाललेली संस्कृती, महागाई, माणसातील वाढती निष्क्रियता, मानवी हक्कांची पायमल्ली, आतंकवाद, जातीयता, मागास घटकांचे शोषण, अंधश्रद्धा आदी समाजकार्यापुढील आव्हाने होत. याच समस्यांवर आधारित कार्य करण्याची मोठी संधी समाजकार्य क्षेत्राला व त्यात कार्यरत समाजकार्यकर्त्याला आहे.

१३.४ पारिभाषिक शब्द, शब्दार्थ

१) **कार्यप्रवण :** एखाद्या नाकर्त्या व्यक्तीला काम करण्यासाठी प्रोत्साहन देणे, काम करण्यास पोषक वातावरण निर्माण करणे जेणेकरून तो काम करेल.

२) **विशेष बालक :** ज्या बालकांच्या गरजा सर्वसाधारण मुलांपेक्षा वेगळ्या आहेत. ज्यांच्याकडे विशेष लक्ष देवून त्यांच्या गरजा पूर्ण करण्याची स्थिती आहे, अशा स्थितीतील बालकांस विशेष बालक म्हणतात.

१४

भारतातील व महाराष्ट्रातील समाजकार्यव्यावसायिकांच्या संघटना

(Organisations of Social Work Professionals in India and Maharashtra)

१४.१ प्रस्तावना
१४.२ विषयविवेचन
१४.३ सारांश
१४.४ पारिभाषिक शब्द, शब्दार्थ

सदर घटकाच्या अध्ययनामुळे भारतातील व महाराष्ट्रातील समाजकार्य–व्यावसायिकांच्या प्रमुख संघटना, त्यांची उद्दिष्टे, सदस्यत्व, व्यवस्थापन व त्यांनी केलेल्या (आत्तापर्यंतच्या) कार्याचे आकलन होणार आहे.

१४.१ प्रस्तावना

भारतामध्ये व महाराष्ट्रामध्ये समाजकार्याचे शिक्षण देणाऱ्या अनेक संस्था (महाविद्यालये) असल्या तरी संघटना अतिशय कमी आहेत. त्यांत प्रमुख म्हटले तर देशामध्ये आस्वी (अखिल भारतीय समाजकार्य महाविद्यालय संघटना) व महाराष्ट्रामध्ये मास्वे (महाराष्ट्र समाजकार्य शिक्षक संघटना) या दोन प्रमुख संघटना असल्याचे दिसून येते. या दोन संघटनांसंबंधी सविस्तर माहिती या प्रकरणामध्ये दिली आहे.

१४.२ विषयविवेचन

भारतातील व महाराष्ट्रातील समाजकार्याच्या संघटना

(Organisations of Social Work in India and Maharashtra) :

भारतामध्ये समाजकार्याशी संबंधित एकच प्रमुख संघटना असल्याने दिसून येते, ती म्हणजे अखिल भारतीय समाजकार्य महाविद्यालय संघटना. यालाच इंग्रजी मध्ये Association of Schools of Social Work in India (ASSWI) असे नाव आहे. महाराष्ट्रामध्ये महाराष्ट्र समाजकार्य शिक्षक संघटना आहे. या संघटना आपापल्या परीने आपली भूमिका बजावताना दिसतात. या संघटनांसंबधी अधिक माहिती घेऊ या.

१) अखिल भारतीय समाजकार्य महाविद्यालय संघटना (आस्वी)

Association of Schools of Social Work in India (ASSWI) :

अखिल भारतीय समाजकार्य महाविद्यालय संघटनेची स्थापना ५ नोव्हेंबर १९६० रोजी बडोदा येथे झाली. मा. ए. आर. वाडिया यांच्या अध्यक्षतेखाली दि. ५ व ६ नोव्हेंबर रोजी संघटनेची सभा झाली. त्यात समाजकार्य महाविद्यालयांचे २८ प्रतिनिधी, दोन कामगार संस्था आणि अन्य निमंत्रित उपस्थित होते. दिनांक ६ नोव्हेंबर १९६० रोजी एकूण ११ संस्थांच्या सभासदाद्वारा मतदान होऊन पहिले कार्यकारीमंडळ अस्तित्वात आले. त्यात ए.आर. वाडिया अध्यक्ष झाले, तर निर्मला निकेतनचे दोरोथी एम. बेकर हे सचिव म्हणून निवडून आले होते. पुढे ही संघटना नोंदणी कायदा १८६० नुसार १९६१ मध्ये नोंदणीकृत झाली. माहे ३१ जुलै १९६४ ला मुंबई सार्वजनिक विश्वस्त कायद्यानुसार नोंदविण्यात आली. तेव्हा किमान दोन उद्देशांवर ही संघटना कार्य करेल असे ठरले.

१) समाजकार्य शिक्षणाचा दर्जा वाढविणे व तो टिकवून ठेवणे.

२) देशातील विविध समाजकार्य महाविद्यालयांत कार्यरत असणाऱ्या प्राध्यापकांच्यामध्ये विचारांचे आदान प्रदान घडवून आणणे.

समाजकार्य शिक्षणाचा किमान दर्जा राखणे हा संघटनेचा महत्त्वाचा उद्देश असल्याने म्हैसूर नवनील उटी येथे मे १९६१ ला झालेल्या सभेत संघटनेने समाजकार्य-शिक्षणाचा किमान दर्जा असावा हे ठरविले आणि तो किमान दर्जा दिल्लीमध्ये (१९६१) झालेल्या सभेत सर्वानुमते मान्य करण्यात आला. दिल्लीच्या सभेमध्ये समाजकार्य- शिक्षणाच्या किमान दर्जाला मान्यता देण्यासाठी मान्यता आयोगाची नेमूणकही केली होती. सर्वानुमते संमत करण्यात आलेला अहवाल उपस्थित सर्व महाविद्यालयांच्या (१३ महाविद्यालय) प्रतिनिधींना पाठविण्यात आला होता. पुढे

मात्र अनेक महाविद्यालयांचा प्रतिसाद मिळाला नाही.

संघटनेची ध्येये आणि उद्दिष्टे पुढीलप्रमाणे :

१) व्यावसायिक समाजकार्य शिक्षणामध्ये किमान दर्जा निर्माण करणे व तो टिकवून ठेवणे. तसेच व्यावसायिक समाजकार्याला शासकीय आधार आहे हे स्पष्ट करून त्यास चालना देणे.

२) समाजकार्य महाविद्यालयातील शिक्षकांना त्यांच्या आवडीच्या विषयातील ज्ञानाचे आदान प्रदान करण्यासाठी एक व्यासपीठ निर्माण करून देणे.

३) शिक्षकांसाठी शिबिरे, चर्चासत्रांचे आयोजन करणे, तसेच उद्बोधन आदींसारखे कार्यक्रम हाती घेणे.

४) शिक्षकांचे लिखाण प्रकाशित करणे, संशोधनाला चालना देणे.

५) समाजाला आवश्यक तेव्हा, आवश्यक तेथे समाजकार्याशी संबंधित माहिती गोळा करणे व ती आवश्यक ठिकाणी पोहोचविणे.

६) राष्ट्रीय संस्था म्हणून समाजकार्याशी संबंधित जे जे काही विषय असतील त्या त्या विषयांसंबंधी अपेक्षित कार्यवाही करणे, इत्यादी.

सभासदत्व आणि व्यवस्थापन :

समाजकार्य शिक्षण देणाऱ्या सर्व संस्था, विभाग व विद्यापीठांना संघटनेचे सभासदत्व बहाल केले जाते. समाजकार्य महाविद्यालयातील पूर्ण वेळ शिक्षकांनाही वैयक्तिक सभासद होता येते. जे महाविद्यालय किमान २ वर्षे पूर्ण वेळ पदव्युत्तर पदवी अभ्यासक्रम राबविते किंवा तत्सम पदविका अभ्यासक्रम राबविते किंवा किमान ३ वर्षे पूर्ण वेळ पदविका अभ्यासक्रम राबविते अशा संस्थांस संघटनेचे सभासदत्व मिळते. पुढे जेव्हा संघटनेची घटना बदलण्याची वेळ आली आणि सदस्यांनी निवडणुकांवर अधिकार सांगितला तेव्हा संघटनेच्या रचनेत डिसेंबर १९७४ मध्ये मोठे आणि महत्त्वपूर्ण बदल झाले. दरम्यानच्या काळात अनेक सदस्यांनी समाजकार्यातील पदविका व प्रमाणपत्र अभ्यासक्रम सुरू करण्याचा मानस दाखविला आणि आंतरप्रणालीसारखे अभ्यासक्रम राबवण्यास सुरुवात केली. यातून समाजकार्यशिक्षणाला एक वेगळेच वळण लागले. या एकूणच विषयासंदर्भात अभ्यास करून अहवाल सादर करण्यासाठी संघटनेने एक उपसमितीही नेमली होती.

संघटनेची सर्वसाधारण समिती असून कार्यकारी समिती म्हणून ८ सदस्य संघटनेचे कामकाज पाहतात. इतर दोन सभासद संमीलित केले जातात. त्यांतील एक मागील संघटनेचा अध्यक्ष असावा असे अपेक्षित आहे. इतर देशपातळीवर कार्यरत

समाजकार्यसंघटनेचा प्रतिनिधी कार्यकारी मंडळावर घेण्याची तरतूद आहे.

संघटनेचा प्रशासकीय कक्षही सन १९७५ साली स्थापन झाला. त्याला केंद्रीय समाजकल्याण विभागाचे अनुदान मिळते. प्रशासकीय कक्षासाठी एक कार्यक्रमअधिकारी व एक कार्यालयसाहाय्यक कार्य करतात. सन १९७८ पर्यंत संघटनेसाठी कार्यकारी सचिवही होता.

संघटनेचे साध्य :

समाजकार्य महाविद्यालये व त्यांतील शिक्षकांना एकत्र आणून समाजकार्य व्यवसायाचा विकास करणे याकडे संघटनेने अधिक लक्ष दिले व ते साध्यही होऊ शकले. शिक्षकांचा विकास व त्यांच्याद्वारा वाचनसाहित्यनिर्मिती या दोन्हीही बाबी संघटनेस साध्य करता आल्या. संघटनेच्या कार्यक्रमाचा भाग म्हणून आत्तापर्यंत अनेक विषयांवर प्रकाश टाकला. त्यामध्ये समाजकार्य अभ्यासक्रम विकास, शिकविण्याच्या पद्धतींचा विकास, शिकविण्याचे साहित्य व त्याचा वापर, तसेच क्षेत्रकार्य, पर्यवेक्षण, सामाजिक विकास, कुटुंबनियोजन, युवा विकास, सामाजिक धोरण आणि सामाजिक कृती या समाजकार्याच्या सर्वच क्षेत्रांत सुधारणा घडवून आणण्यासाठी संघटनेने अनेक प्रयत्न केले. व्यष्टी अभ्यास, शोधनिबंध व इतर तयार केलेले साहित्य समाजकार्य- व्यवसायास चालना देणारे ठरले. चर्चासत्रे व कार्यशाळांच्या निमित्ताने तयार करण्यात आलेले साहित्य समाजकार्यव्यवसायास व त्यात कार्य करणाऱ्या संस्था यांना व्यक्तिश: आधारभूत ठरले. समाजकार्याचे शिक्षण देणाऱ्या प्राध्यापकांना त्यांच्या ज्ञानाच्या कक्षा वाढविण्यासाठी व ज्ञानाचे आदान प्रदान करण्यासाठी निर्माण करून दिलेले हे व्यासपीठ मोलाचे ठरले. देशातील समाजकार्याची माहिती त्या निमित्ताने आंतरराष्ट्रीय पातळीपर्यंत पोहोचविण्यासाठी मदत झाली. संघटनेने अनेक गोष्टी साध्य केल्या असल्या तरी अजून बरेच काही साध्य करायचे आहे. हेही तेवढेच खरे.

२) महाराष्ट्र समाजकार्य शिक्षक संघटना (मास्वे)

Maharashtra Association of Social Work Educators (MASWE) **:**

नागपूर येथे ४,५ सप्टेंबर १९९३ रोजी आयोजित मा. मनोहर गोलपेलवार यांच्या अध्यक्षतेखाली आयोजित परिषदेमध्ये संघटनेची स्थापना (५ सप्टेंबर) झाली. समाजकार्यशिक्षण, कार्यालयीन कर्मचारी व ग्रंथालयीन कर्मचाऱ्यांची असलेली ही संघटना महाराष्ट्रामधील एकमेव संघटना आहे. मास्वे ही एक सक्रिय व्यावसायिकांची संघटना असून त्याद्वारा समाजकार्यव्यवसायास बळकटी देण्यासाठी समाजकार्य शिक्षक,

कार्यालयीन कर्मचारी व विद्यार्थ्यांस एक महत्त्वपूर्ण व्यासपीठ निर्माण करून देण्याचा प्रयत्न केला जातो. मास्वेच्या वतीने नियतकालिक व मास्वे वार्तापत्र काढण्यात येते. सामाजिक बांधीलकीच्या नात्याने कुपोषण, महिला सबलीकरण, बालहक्क, एच.आय. व्ही./एड्स प्रतिबंध, आदिवासींच्या सामाजिक, आर्थिक प्रश्नांवर चर्चा, या प्रश्नांवर मात करण्यासाठी लोकांमध्ये जाणीवजागृती केली जाते. या व अशाच विषयांवर राज्यस्तरीय व राष्ट्रीय स्तरावरील मेळावे, परिषदा, चर्चासत्रे व कार्यशाळा आयोजित करून विचारांची देवाण घेवाण केली जाते.

सर्वात महत्त्वाचे म्हणजे राज्यातील समाजकार्यशिक्षणाचा दर्जा उंचावणे व तो टिकवून ठेवण्यासाठी व राज्यातील समाजकार्य महाविद्यालयाच्या शिक्षक व कर्मचाऱ्यांच्या प्रश्नांना वाचा फोडण्याचे महत्वाचे कार्यही संघटना प्राधान्याने करते.

संघटनेची उद्दिष्टे :

१) समाजकार्यव्यवसायाला योग्य दर्जा मिळण्यासाठी चालना देणे.

२) राज्याचे समाजकार्य शिक्षणाचे धोरण व इतर संबंधित धोरणांमध्ये सहभागी होणे व विविध धोरणांवर समाजकार्यशिक्षणाचा प्रभाव निर्माण करणे.

३) प्रशिक्षित समाजकार्यकर्त्यांना शासन व स्वंयसेवी संस्थांमध्ये रोजगाराची संधी उपलब्ध करून देणे.

४) समाजकार्य महाविद्यालयातील कर्मचाऱ्यांच्या हिताचे रक्षण करणे, त्यांच्या संबंधित विषय हाताळणे व त्यांच्या क्षमता वृद्धी, कल्याणासाठी प्रयत्न करणे.

५) समाजाच्या ज्वलंत प्रश्नांची सोडवणूक करण्याच्या दृष्टीने समाजकार्यव्यवसायाला सुसज्ज करणे व बळकटी आणणे.

संघटनेचा शैक्षणिक व व्यावसायिक विकासातील पुढाकार आणि कार्य :

शैक्षणिक विकासाचा भाग म्हणून संघटनेने आत्तापर्यंत जवळपास २२ राज्यस्तरीय व राष्ट्रीय स्तरावरील विविध विषयांवरील चर्चासत्रे, शिबिरे, कार्यशाळा आयोजित केल्या आहेत. या चर्चासत्रांत व कार्यशाळांत हाती घेतलेले विषय व ठिकाणे खालीलप्रमाणे:

- राष्ट्रीय एकात्मता (नागपूर).
- महिला सबलीकरण (अमरावती).
- समाजकार्यव्यवसायातील महात्मा गांधींचे योगदान (सोलापूर).
- सहभाग, संशोधन व विकास (नवी दिल्ली).
- बालक आणि मानवी हक्क (मुंबई).
- क्षेत्रकार्य (अमरावती).

- खाजगीकरणाच्या प्रक्रियेमधील समाजकार्यशिक्षण (पुणे).
- मुलांची संस्थात्मक काळजी आणि पर्याय (मुंबई).
- प्रकल्पग्रस्त व्यक्ती व समाजविकास (नागपूर).
- सामाजिक संशोधन (जळगाव).
- समाजकार्यातील क्षेत्रकार्य (वर्धा).
- लैंगिक पिळवणूक व मानवी व्यापार (सातारा).
- पर्यावरणसंरक्षण व चिरंतन विकास (चंद्रपूर).
- मानवी विकासपद्धती समाजकार्याची मध्यस्थी (नागपूर).
- नॅक-अर्थ, प्रक्रिया व पद्धती (मुंबई).
- समाजकार्य महाविद्यालयांच्या समस्या (पुणे).
- समाजकार्यातील संधी (मुंबई).
- नेट सेट (नागपूर).
- सामाजिक संशोधन आणि शासकीय योजनांचे मूल्यमापन (पुणे).
- महिला सबलीकरण व आरोग्य (नागपूर).
- महाराष्ट्र समाजकार्य शिक्षण परिषद बिल (पुणे).

आदी विषयांवर चर्चा घडवून आणून संघटनेने समाजकार्यव्यवसायाला एक प्रकारे चालना देण्याचे काम चालू ठेवले आहे. या शैक्षणिक उपक्रमाबरोबरच समाजकार्य-शिक्षक व कर्मचाऱ्यांच्या सेवासंदर्भातील अडीअडचणी सोडविण्यासाठी महाविद्यालयीन, समाजकल्याण मंत्रालय पातळीवर अनेक प्रकारचे परिश्रम घेतले आहेत. विविध प्रकरणांचा पाठपुरावा करून अनेक प्रकरणांचा निपटारा करण्याचा प्रयत्न केला आहे. मंत्रिमंडळाच्या वेळोवेळी झालेल्या अधिवेशनांमध्ये पंचतारांकित प्रश्न म्हणूनही संघटनेने प्रश्न उपस्थित केले आहेत. घेराव, धरणे, आंदोलने, आमरण उपोषणे केली आहेत. कर्मचाऱ्यांच्या निवृत्तीवेतन व ग्रॅच्युइटीसाठी मुंबई उच्च न्यायालयात दावा दाखल करून या विषयाला वाचा फोडण्याचे काम केले. याबरोबरच निवृत्त होणाऱ्या समाजकार्य महाविद्यालयातील शिक्षक-शिक्षकेतर कर्मचाऱ्यांचे सत्कारसमारंभही संघटनेच्या वतीने आयोजित केले जातात. सर्वात महत्त्वाची बाब म्हणजे राज्य पात्रता चाचणी (सेट) या परीक्षेमध्ये समाजकार्य शिक्षण हा विषय समाविष्ट करावा म्हणून संघटनेच्या वतीने औरंगाबाद उच्च न्यायालयात याचिका दाखल केली होती. परिणामी समाजकार्य हा विषय सेट परीक्षेसाठी समाविष्ट करण्यात आला. संशोधन, भूकंपग्रस्तांना आर्थिक मदत, समाजकार्याविषयीच्या माहितीचे प्रसारण आणि महत्त्वाचे उपक्रम संघटनेच्या वतीने हाती घेण्यात येतात.

संघटनेच्या उपक्रमांना आलेले यश :

१) समाजकार्य महाविद्यालयांच्या ग्रंथपालांसंदर्भात सुधारित वेतनश्रेणीसंबंधी शासनाने आदेश काढले.

२) रजा, प्रवास सवलती, वैद्यकीय परतावा या संदर्भात शासनाने परिपत्रक काढले.

३) बऱ्याचशा नवीन व विना अनुदानित समाजकार्य महाविद्यालयांना अनुदान मंजूर केले.

४) शिक्षक व शिक्षकेतर कर्मचाऱ्यांच्या नेमणुकीला शासनाने मंजुरी दिली.

५) पन्नास टक्के दैनिक भत्त्याचा प्रश्न मार्गी लागला.

६) भविष्यनिर्वाह निधी योजना पुन्हा सुरू केली.

७) पाचव्या वेतन आयोगाची अंमलबजावणी वेळेत करवून घेतली.

८) अनेक कर्मचाऱ्यांची वेतननिश्चिती व फरकाची रक्कम शासनाने पारित केली.

मास्वे ही संघटना असली तरी संघटनेने अनेक शासकीय, अशासकीय संस्था, संघटनांचा सहभाग मिळवून आपले कार्य नेटाने चालू ठेवले आहे. विशेषत: समाजकल्याण संचालनालय महाराष्ट्र शासन, स्वयंसेवी संस्था व इतर संस्थांच्या संपर्कात राहून संघटनेने ध्येयपूर्तीसाठी प्रयत्न चालू ठेवले आहेत.

१४.३ सारांश

अखिल भारतीय समाजकार्य महाविद्यालय संघटना (आस्वी) व महाराष्ट्र समाजकार्य महाविद्यालय शिक्षक संघटना (मास्वे) या दोन्ही संघटना ज्या उद्देशाने प्रेरित होऊन स्थापन झाल्या, त्या उद्देशाच्या पूर्ततेच्या दिशेने संघटनांची वाटचाल चालू आहे. समाजकार्य प्राध्यापकांच्या विचारांची देवाण घेवाण, प्राध्यापक व कर्मचारी यांच्यामधील समन्वय ही संघटनेची साध्ये आहेत.

१४.४ पारिभाषिक शब्द, शब्दार्थ

१) **प्रकल्पग्रस्त व्यक्ती :** शासकीय किंवा अशासकीय संस्थेच्या द्वारा राबविण्यात येणाऱ्या किंवा होऊ घातलेल्या प्रकल्पामुळे ज्या व्यक्तीचे भरून न निघणारे नुकसान होते ती व्यक्ती प्रकल्पग्रस्त व्यक्ती होय. उदा. सरदार सरोवर प्रकल्पामुळे उद्ध्वस्त झालेली कुटुंबे, (व्यक्ती).

१५

समाजकार्य शिक्षण व व्यवसाय : टीकात्मक परीक्षण
(Social Work Education and Profession : A Critical Review)

१५.१ प्रस्तावना
१५.२ विषयविवेचन
१५.३ सारांश
१५.४ पारिभाषिक शब्द, शब्दार्थ

या प्रकरणामध्ये समाजकार्यशिक्षण व व्यवसायासंबंधित विविध घटकांवर केलेले टीकात्मक परीक्षण जसे समाजकार्यशिक्षण व व्यवसायात काय घडते, काय घडायला हवे याचे सविस्तर विवेचन व त्यातील वास्तविकता समजण्यास मदत होणार आहे.

१५.१ प्रस्तावना

समाजकार्यव्यवसाय, शिक्षण ही काही नवीन बाब नाही. त्यातील पद्धती कौशल्य, तत्त्वे, तंत्रे, दृष्टिकोन, क्षेत्रकार्य हे कित्येक वर्षांपासून वापरण्यात येतात. तरीही त्यात नावन्यता दिसत नाही. इतर व्यवसायांप्रमाणे हा व्यवसाय अजूनही लोकांनी खऱ्या अर्थाने स्वीकारलेला नाही म्हटले तर वावगे ठरू नये. या पार्श्वभूमीवर कुठंतरी थांबून समाजकार्याच्या क्षेत्रात कार्यरत व्यक्ती व संस्थांनी आत्मप्रशिक्षण करणे गरजेचे होते, आजही गरज आहे. म्हणूनच शिक्षण व व्यवसायामध्ये ज्या विसंगती व कमतरता दिसतात त्यांवर प्रकाश टाकण्याचा प्रयत्न या निमित्ताने झाला हे एका दृष्टीने चांगलेच झाले. मात्र त्याप्रमाणे कार्यवाही करण्याची जबाबदारी समाजकार्य महाविद्यालये, प्राध्यापक व विद्यार्थ्यांची आहे. प्रकरणातील समाविष्ट सूचनांचे पालन होईल हीच अपेक्षा.

१५.२ विषयविवेचन

विषय	असे घडते	असे घडावे.
समाजकार्याची उद्दिष्टे	• गरजूंच्या गरजांची पूर्तता, प्रश्नांची सोडवणूक, समुदायामध्ये स्वयंपूर्णता निर्माण करणे, सामाजिक संबंध दृढ करणे, लोकशाही मूल्यांचा विकास, सेवांची तरतूद करणे, आवश्यक तेथे सल्ला व मार्गदर्शन करणे, गरजूंना विकासाची संधी निर्माण करून देणे, समुदायाचे संरक्षण करणे, विकासासाठी पोषक वातावरण निर्माण करणे व सामाजिक व्यवस्थेमध्ये बदल घडवून आणणे ही समाजकार्याची उद्दिष्टे आहेत. या उद्दिष्टांच्या पूर्ततेच्या (पूर्णपणे) दृष्टीने समाज-कार्यकर्ता व त्याचा व्यवसाय विकासामध्ये आपले योगदान देतो आहे असे क्वचितच घडते.	• समाजविकासाच्या बहुतांशी क्षेत्रांमध्ये होणाऱ्या बदलासाठी समाजकार्यकर्ता जबाबदार ठरला पाहिजे या दृष्टीने विद्यार्थ्यांचे उद्‌बोधन व्हावे. केवळ सल्ला व मार्गदर्शन एवढ्यापुरती मर्यादित भूमिका न बजावता विकासाच्या सर्वच पातळ्यांवर समाज-कार्यकर्त्याची मध्यस्थी (intervention) घडेल अशी व्यवस्था निर्माण करण्यासाठी त्याला सक्षम करणे गरजेचे.
	• सामाजिक विकासामध्ये समाजकार्यव्यवसायाची (कार्य-कर्त्याची) भूमिका महत्वाची ठरायला हवी. मात्र आजपर्यंत दुय्यम भूमिकेतच कार्य चालू आहे. समाजकार्याद्वाराच समाज- विकास शक्य आहे असे म्हणण्यास कोणी धजावत नाही. अर्थातच ही समाजकार्य	• समाजकार्य व्यवसायाच्या मर्यादा तसेच समाजकार्य-कर्त्याच्या पातळीवरील सर्व मर्यादांवर मात करता येईल. अशा मार्गांचा अवलंब व्हावा. प्रत्येक समाजविकासाच्या उपक्रमामध्ये समाजकार्य-कर्त्याची गरज भासावी, असे वातावरण निर्माण होण्यासाठी त्या

विषय	असे घडते	असे घडावे
	व्यवसायाची मर्यादा म्हणायला हवी.	प्रकारचे मार्गदर्शन विद्यार्थ्यांना व्हावे.
समाजकार्याची व्याप्ती	• कुटुंब व बालकल्याण, वैद्यकीय व मानसरोग चिकित्सा, कामगार कल्याण, अपराध व सुधारात्मक सेवा व समुदायविकास या मर्यादित व पारंपरिक क्षेत्रासंबंधी अनेक समाजकार्य महाविद्यालयात विद्यार्थ्यांना मार्गदर्शन केले जाते. सदर क्षेत्रे मर्यादित असून त्यांत बदल झाले आहेत. त्या बदलासंदर्भातही (अद्ययावत माहिती) फारशी चर्चा होत नाही. अर्थात यास काही महाविद्यालये अपवाद म्हणता येतील.	• समाजकार्याच्या व्याप्तीमध्ये महागाईमुळे होरपळून निघणारा समाज, भ्रष्टाचारी व्यवस्था, समाजविरोधी (घातक) कृती करणाऱ्या व्यक्ती संघटना, मानवी हक्क व नागरी संरक्षण, नक्षलवाद, विस्थापितांचे जीवन व समस्या, सी. एस. आर आदी विषय समाविष्ट करता येतील. • पारंपारिक क्षेत्र, सद्यःस्थितीत चालू असलेले (भेडसावणारे) प्रश्न व येऊ घातलेले प्रश्न अशांचा मिलाप साधून विद्यार्थ्यांना मार्गदर्शन करण्याची गरज.
समाजकार्य-शिक्षण व व्यवसायामध्ये वापरण्यात येणारे विविध दृष्टिकोन.	• समाजकार्यशिक्षण व व्यवसायामध्ये साधारणतः कल्याणकारी, एकात्मिक, चिकित्सालयीन व पुनर्वसनात्मक दृष्टिकोनाचा उपयोग केला जातो. वैकासिक दृष्टिकोनासंबंधी अलीकडे चर्चा होऊ लागली आहे. या दृष्टिकोनाच्या वापरासाठी अनेक	• शिकविण्यात येणाऱ्या दृष्टिकोनाबरोबरच सामाजिक कृतिविषयक, अधिकारा-विषयक, सर्वसमावेशक, रचनाबद्ध, सैद्धांतिक व प्रायोगिक, कौटुंबिक उपचार पद्धती असे अनेक दृष्टिकोन शिकविता येतील. सबली-

विषय	असे घडते	असे घडावे
	विद्यार्थी, कार्यकर्ते स्पष्टतेसह तयार असतात, असे दिसत नाही. कार्य करताना दृष्टिकोनाच्या वापराचे भानही विद्यार्थी ठेवत नाही असे दिसून येते.	करणाचा दृष्टिकोनही यात समाविष्ट करता येईल. • सर्व दृष्टिकोन स्किल लॅब द्वारा उदाहरणासह शिकविण्याचा प्रयत्न करायला हवा, तरच विद्यार्थ्यांना समजेल व ते त्याचा अचूक वापर करू शकतील.
क्षेत्रकार्ये	• क्षेत्रकार्य हे समाजकार्यशिक्षण व व्यवसायाचा 'आत्मा' समजण्यात येत असताना त्यात औपचारिक कामापेक्षा अनौपचारिक काम अधिक होताना दिसते. • क्षेत्रकार्य हे 'Learning by doing' या संकल्पनेवर आधारित असताना शिकवण्याच्या व कार्य करण्याच्या (दोन्हीही) पातळीवर अपुरेपणा जाणवतो. • क्षेत्रकार्यात काम करणे व केलेले काम दिसणे, दाखवता येणे या दोन्हींचा समन्वय विद्यार्थ्यांना क्वचितच साधता येतो. • क्षेत्रकार्याद्वारा केलेले कार्य परिणामकेंद्रित असण्याऐवजी अधिक वरवरचे व औपचारिकता म्हणून होत असल्याचे दिसते. • क्षेत्रकार्यातील अहवाललेखन शिकण्याचे महत्त्वाचे माध्यम आहे, असे अनेक विद्यार्थ्यांना	• क्षेत्रकार्यामध्ये अधिक औपचारिकपणा आणण्याची गरज. अनौपचारिकता घालविण्यासाठी KRA / Zero Pendency अशी तत्त्वे वापरावीत. • परिपूर्ण शिक्षण व परिणाम-केंद्रित कार्य या दोन्हींचा समन्वय ठेवूनच क्षेत्रकार्य घडेल अशी व्यवस्था निर्माण व्हायला हवी. • प्रत्येक विद्यार्थ्याला थिअरीप्रमाणे क्षेत्रकार्य करताच आले पाहिजे व केलेल्या कामाचे विश्लेषण करता आले पाहिजे. हे जाणीवपूर्वक करून घेता येऊ शकते. • क्षेत्रकार्याद्वारा विद्यार्थी भरपूर काही शिकतो तेव्हा वरवरच्या दृष्टीने त्याकडे पाहून चालणार नाही.

विषय	असे घडते	असे घडावे
	वाटतच नाही. म्हणून Documentation मध्ये विद्यार्थी मागे पडतो असे सातत्याने म्हटले जाते. • अनेक समाजकार्य महाविद्यालयांत क्षेत्रकार्य नावालाच आहे. या संदर्भात Group conferences, Individual conferences होतच नाहीत.	• Documentation हा महत्त्वाचा भाग असल्याने त्याकडे प्राधान्याने लक्ष द्यावे. शिक्षकांनीही याकडे लक्ष द्यावे. सर्वच पातळ्यांवर विद्यार्थी परिपूर्ण झाला पाहिजे याकडे शिक्षकांनी लक्ष द्यावे. • विद्यार्थ्यांनी क्षेत्रकार्य तर प्राधान्याने करावेच. GC/IC याचेही वारंवार आयोजन करून विद्यार्थ्यांना मार्गदर्शन करावे.
सामाजिक चळवळी	• समाजकार्य शिकविताना सामाजिक चळवळींचा संदर्भ घेणे अपरिहार्य असते. या चळवळींच्या माध्यमातून अनेक समाजविकासाची कामे होतात. मात्र विविध सामाजिक चळवळी-संदर्भात जे साहित्य उपलब्ध आहे ते साहित्य एकांगी लिहिले गेल्याचे दिसते. ते साहित्य सर्वव्यापी व अद्यावतपण दिसत नाही. अर्थातच विद्यार्थ्यांचे शिक्षणही अर्धवट वा अपरिपूर्ण होण्याची शक्यता असते. • उदाहरणच द्यायचे झाले तर दलित चळवळ बऱ्याच अंशी आंबेडकरी चळवळीपुरती मर्यादित व बौद्ध नेत्यांची चळवळ	• विद्यार्थ्यांचे परिपूर्ण शिक्षण व्हावे त्यासाठी सर्वस्पर्शी, बहूअंगी व अद्यावत अशाच संदर्भाचा आधार घेऊन शिक्षकांनी विद्यार्थ्यांना शिकवावे. तसे संदर्भ पुस्तकात उपलब्ध नसतील तर, संदर्भांचा शोध घेऊन, अनुभवाच्या आधारे सर्वंकष ज्ञान विद्यार्थ्यांना देण्याचा प्रयत्न व्हावा. • मांग, ढोर, चांभार जातीतील पुढारी व कार्यकर्त्यांनी त्यांच्या उन्नतीसाठी वेगवेगळ्या संस्था, संघटना चालविल्या त्यांचे कार्य म्हणजे चळवळीचाच भाग ठरतो. अशा कार्याची

विषय	असे घडते	असे घडावे
	समजली जाते. तसेच संदर्भ पुस्तकातही आढळतात. त्या-पलीकडेही दलितांतील इतर जातींनी (मांग, ढोर, चांभार वगैरे) आपल्या स्वतंत्र चळवळी चालविल्या त्याचा फारसा संदर्भ त्यात नसतो वगैरे. • विद्यार्थी चळवळी जाणून घेत असले तरी चळवळीत सहभाग नोंदवत नाहीत, त्यामुळे चळवळीचे ज्ञान अपरिपूर्णच राहते.	विद्यार्थ्यां- समोर चर्चा करण्यास हरकत नाही. • परिपूर्ण कार्यकर्ता घडण्यासाठी काही काळ तरी चळवळीत सहभागी होऊन चळवळीचा अनुभव घेता येऊ शकेल अशी व्यवस्था करावी.
समाजकार्याची तंत्रे	• निरीक्षण, मुलाखत, प्रश्न विचारणे, सल्ला देणे, विशद करणे एवढ्यापर्यंत विद्यार्थी कार्य करताना दिसतात. त्यांची एकूण घेण्याची क्षमता विकसित होत नाही, लाभार्थी घटकाला काय व कोणती मदत करावी इथपर्यंत त्यांना विचार करता येत नाही. त्यामुळे त्यांचा उपयोग लाभार्थ्यासाठी फार काही होत नाही. • समोरच्या व्यक्ती, गट वा समुदायाला मार्गदर्शन करता येईल इतपत ज्ञानसाठा त्यांच्याकडे तयार होत नाही.	• विद्यार्थ्यांमध्ये ऐकून घेण्याची क्षमता विकसित होण्याची गरज, लाभार्थी घटकांची गरज लक्षात घेऊन त्यांच्या गरजा पूर्ण होण्यासाठी विविध पर्यायांचा विचार करून प्रत्यक्ष मदत करणे व त्यातून बदल घडवून आणण्या- पर्यंत विद्यार्थ्यांना विचार करता आला पाहिजे. याची त्यांची तयारी हवी. • ज्ञानपिपासू वृत्ती हळूहळू कमी होत चालल्याने तोकडे ज्ञान असणारी पिढी आज कार्यरत आहे. वाचनवृत्ती वाढीस लावण्याची गरज.

विषय	असे घडते	असे घडावे
	• केलेल्या कार्याचा आढावा घेण्याचे कष्ट विद्यार्थी घेत नाही, पुन्हा पुन्हा आठवून कार्य तडीस नेण्यासाठीचे प्रयत्न फार कमी प्रमाणात होतात, एखाद्या गोष्टीची खातरजमा होईपर्यंत, विषयाला न्याय मिळेपर्यंत काम चालू ठेवणे यासाठी आवश्यक सहनशक्ती (Patience) विद्यार्थ्यांमध्ये दिसत नाहीत. • एखाद्या गोष्टीची खात्री (अशील, गट व समुदाया-संबंधित) विद्यार्थ्यांना देता येत नाही. एखाद्या समस्येवर तोडगा वा निश्चित मार्ग सांगता येत नाही. तिथपत त्यांची तयारी होत नाही.	• हाती घेतलेले कार्य (उपक्रम) तडीस नेण्यासाठी विद्यार्थ्यांमध्ये कामाच्या प्रति बांधीलकी निर्माण होणे, करणे गरजेचे आहे. तसे करावे. त्यांच्यामध्ये सहनशक्ती वाढीस लावण्यासाठी खास प्रयत्न व्हावेत. एखादे काम सोपवून ते करवून घेता येईल, ज्यात बांधीलकी, सहनशक्ती दिसून येईल. • इतर व्यावसायिकांप्रमाणे समाजकार्यकर्ताही तेवढाच सक्षम असायला हवा. त्यासाठी कार्यकर्त्यांचे सर्वार्थाने सक्षमी-करण करण्यावर भर हवा.
समाजकार्याची साधने	• समाजकार्यकर्त्याने लाभार्थी घटकाच्या उन्नतीसाठी स्वत:चा पुरेपूर वापर करणे, विविध कार्यक्रमाची (उपक्रमाची) अंमल-बजावणी करणे, संबंध प्रस्थापित करणे व लोकांसोबतच्या आंतरक्रिया वाढविणे या साधनांचा वापर करणे अपेक्षित आहे. मात्र अनेक कार्यकर्ते स्वत:ला कामात झोकून देताना दिसत नाहीत. कार्यक्रम व त्यातील सातत्य टिकवून ठेवता येत नाही, संबंधाच्या	• कामात झोकून देणाऱ्या कार्यकर्त्यांची फळी निर्माण करण्याची गरज आहे. लाभार्थी घटकाच्या विकासासाठी व त्यांच्याशी संबंध प्रस्थापित करण्यासाठी सातत्याने कार्यक्रम देता आला पाहिजे. अति-व्यावसायिक संबंधाऐवजी अर्थपूर्ण संबंध प्रस्थापित करण्यासाठी त्यांना मार्गदर्शन करण्याची गरज.

विषय	असे घडते	असे घडावे
	पातळीवर अधिक व्यावसायिकपणे संबंध, आंतरक्रियेतील सातत्याचा अभाव दिसतो.	
थिअरी अँड प्रॅक्टिस	• समाजकार्यशिक्षण मुळातच 'Learning by doing' या संकल्पनेवर आधारित असल्याने थिअरी प्रथम व नंतर प्रॅक्टिस असे घडायला हवे. काही काळ असे घडतेही, मात्र अनेक वेळा प्रॅक्टिस पुढे जाते थिअरी मागे राहते. असे घडू नये. यामुळे विद्यार्थ्यांच्यामध्ये संभ्रमाची अवस्था निर्माण होऊ शकते. प्रॅक्टिस अचूक होऊ शकत नाही.	• अचूक प्रॅक्टिस होण्यासाठी, परिणामकेंद्रित कार्यासाठी थिअरी अत्यंत महत्त्वाची असल्याने थिअरीचे प्रथम ज्ञान होणे विद्यार्थ्यांसाठी आवश्यक आहे. यावर कटाक्ष हवा. चुकीच्या वा अर्धवट कामाचा फायदा समाज बदलासाठी होऊच शकत नाही.
समाजकार्याच्या पद्धती	• समाजकार्यपद्धती या समाज-कार्याचा मुख्याधार असताना बहुतांशी समाजकार्य महा-विद्यालयात शिक्षणाचा भाग म्हणून व्यक्तिसहयोगकार्य, गटकार्य, समुदायसंघटन व समाजकार्यसंशोधन या चार पद्धतींवर अधिक भर देतात. • समाजकल्याण प्रशासन व सामाजिक कृती यांकडे अर्थातच दुर्लक्ष होते.	• सर्वच पद्धती वापरण्याचे कौशल्य विद्यार्थ्यामध्ये विकसित व्हावे यासाठी प्राधान्याने प्रयत्न व्हावेत. • प्रशासनाचा संबंध सर्वत्रच व सामाजिक कृती केल्याशिवाय बदल शक्य नाही तेव्हा याकडे दुर्लक्ष करून चालणार नाही. • चर्चा व कृतीच्या पातळीवर सर्व पद्धतींना समान न्याय देण्याचा प्रयत्न व्हावा. जेणेकरून विद्यार्थी कोठेही

विषय	असे घडते	असे घडावे
	• सर्वच पद्धतींना समान न्याय मिळत नाही. त्या दृष्टीने विद्यार्थ्यांचे उद्‌बोधन होत नाही. म्हणून तर अनेक विद्यार्थी कृती व प्रशासनाच्या पातळीवर कार्य करताना कमी पडतात. • विद्यार्थी संशोधन करतात मात्र संशोधन पद्धतीबाबत अनेकांच्या-मध्ये स्पष्टता नसते. • समाजकार्यपद्धतींचा वापर करण्यापूर्वी सैद्धांतिक माहिती आठवणे व त्याप्रमाणे पद्धती लागू करणे अपेक्षित असताना अनेक विद्यार्थी सैद्धांतिक माहितीचा संबंध न लावताच मोघमपणे वापर करतात.	कमी पडणार नाही. विद्यार्थ्यांचा सर्वस्पर्शी विकास हेच अपेक्षित आहे. • प्रकल्पअहवाल पूर्ण करणे महत्त्वाचे असले तरी त्यासंबंधी स्पष्टताही तेवढीच महत्त्वाची असल्याने स्पष्टतेकडे प्राध्यापक व विद्यार्थ्यांनी (दोघांनीही) लक्ष द्यावे. • कोणत्याही पद्धतीचा वापर करताना प्रत्येकवेळा सैद्धांतिक माहिती (Theory) आठवावी व मगच पद्धत वापरावी यासाठी आग्रह.
समाजकार्याची तत्त्वे	• समाजकार्याच्या सर्वसाधारण तत्त्वांचा विचार करता बरीच तत्त्वे चर्चेच्या पातळीवरच राहतात. स्वीकाराचे तत्त्व, व्यक्तीकरणाचे तत्त्व, स्वयंनिर्णयाचे तत्त्व, अर्थपूर्ण संबंधाचे तत्त्व, गुप्ततेचे तत्त्व, अनिर्णयात्मक दृष्टिकोनाचे तत्त्व व भावनांच्या अर्थपूर्ण अभिव्यक्तीचे तत्त्व, ही तत्त्वे व्यवसायामध्ये वेगवेगळ्या प्रसंगी वापरायची असतात.	• समाजकार्यव्यवसाय मुळातच Learning by doing स्वरुपाचा असल्याने त्यात वापरण्यात येणारी तत्त्वे केवळ समजुतीच्या पातळीवर वा चर्चेच्या पातळीवर मर्यादित ठेवणे उचित नाही. जोपर्यंत तत्त्वांचा वापर प्रत्यक्षात होत नाही, जोपर्यंत विद्यार्थी कार्यानुभव घेत नाही तोपर्यंत विद्यार्थ्यांचे समाजकार्याचे शिक्षण (प्रशिक्षण) अपूर्णच म्हणावे लागेल. परिपूर्ण

विषय	असे घडते	असे घडावे
	• या तत्त्वांचा वापर कसा करावा हे शिकविले जाते, तसा वापर विद्यार्थी करतातही मात्र अचूक वापर अनेक विद्यार्थ्यांना करता येत नाही. त्याबाबत त्यांना स्पष्टताच नसते. • व्यक्तीचा आहे तशा अवस्थेत स्वीकार करणे, अशिलाने स्वत:चे निर्णय स्वत: घेणे, गुप्तता पाळणे इथपर्यंत विद्यार्थ्यांची समज बऱ्यापैकी असते. मात्र अर्थपूर्ण संबंधाचे तत्त्व, अनिर्णयात्मक दृष्टिकोनाचे तत्त्व व भावनांच्या अर्थपूर्ण अभिव्यक्तिचे तत्त्व या तत्त्वांचा फारसा वापर केला जातो असे नाही. वापर होत असला तरी विद्यार्थ्यांना ते सांगता येत नाही. Theory and Practice ची सांगड घालता येत नाही.	प्रशिक्षणाकडे लक्ष द्यायला हवे. • समाजकार्याच्या सर्व तत्त्वांचा सहज वापर करता येईल इतपत विद्यार्थ्यांचे उद्बोधन व्हायला हवे. • समाजकार्यव्यवसायात सर्वच तत्त्वांचा वेगवेगळ्या परिस्थितीत वापर करणे गरजेचे असल्याने काही तत्त्वांकडे दुर्लक्ष करून चालणार नाही. Theory and Practice ची सांगड विद्यार्थ्यांना घालता आली पाहिजे इतपत त्यांची तयारी करून घेता येऊ शकते.
समाजकार्याचे तत्त्वज्ञान	• मानवता हा समाजकार्याचा पाया समजला जातो. मानवाच्या समस्यांची सोडवणूक करून मानवता टिकवून ठेवण्यास मदत केली जाते, असे म्हटले जाते मात्र समाजकार्यव्यवसाय अजूनही परिणामकेंद्रित (Result oriented) होऊ शकला नाही. व्यक्तिस्वातंत्र्य व व्यक्तीच्या	• व्यक्तिस्वातंत्र्य व व्यक्तीला त्याचा दर्जा प्राप्त करून देण्यासाठी विद्यार्थ्यांच्या प्रबोधनावर भर द्यावा • समाजातील प्रत्येक व्यक्ती एकमेकांची कदर करेल यासाठी वातावरणनिर्माण व विद्यार्थ्यांचे प्रबोधन होणे गरजेचे.

विषय	असे घडते	असे घडावे
	मोठेपणावर विश्वास ठेवणाऱ्या समाजकार्यतत्त्वज्ञानाद्वारे व्यक्तीचे मोठेपण व त्याचे स्वातंत्र्य अबाधित ठेवण्यात समाजकार्य क्षेत्र फार काही करू शकले नाही म्हणूनच कोण कोणास मानायला तयार नाही. व्यक्तिस्वातंत्र्य याबाबत अजूनही खऱ्या अर्थाने समाधानाची परिस्थिती नाही. • सामूहिक जबाबदारी पार पाडण्यासाठी लोक एकत्र येत नाहीत. कमालीची अलिप्तता वाढते आहे. • सामाजिक संबंधावर सबंध समाज उभा असताना संबंधाविना समाज अशी उलट अवस्था समाजाची झाली आहे. • समाजकार्य व्यवसाय कल्याणकारी राज्याच्या संकल्पनेला मान्यता देत असला तरी विकासाच्या अनुषंगाने विचार करता लोकांच्या गरजा कल्याणापलीकडे गेल्या आहेत. • लाभार्थी घटकाला केवळ आनंदी व खूष करून आज चालणार नाही, बदलत्या काळा-प्रमाणे त्यांच्या गरजा वाढल्या आहेत.	• अलिप्तता घालविणे व लोकसहभाग वाढविण्यासाठी मार्गदर्शनावर भर देणे गरजेचे. • समाज टिकविण्यासाठी परस्पर संबंध महत्त्वाची भूमिका बजावतात याची जाणीवपूर्वक विद्यार्थ्यांना आठवण करून देणे. • कल्याणाच्या पलीकडे व्यक्तीचा विकास, सक्षमीकरण, न्याय यांवर अधिक विचार व आवश्यक कृतीवर भर. • केवळ कल्याण नाही विकास साधणे, झालेला विकास टिकवून ठेवण्यास साहाय्य करणे ही विद्यार्थ्यामध्ये समज वाढविणे.

विषय	असे घडते	असे घडावे
समाजकार्या– संबंधित संकल्पना	• समाजकार्यासंबंधित विविध संकल्पना स्पष्ट करताना साधारणतः समाजसेवा, समाज– कल्याण, सामाजिक सुरक्षा, सामाजिक सुधारणा, सामाजिक विकास, सामाजिक न्याय आदी संकल्पनांविषयी विश्लेषण केले जाते. तरीही सामाजिक न्याय, चिरंतन विकास, विविध घटकांचे सबलीकरण, मानवी हक्क, सामाजिक परिवर्तन आणि संकल्पनांसंबंधी फार काही चर्चा होत नाही. किंबहुना प्राध्यापकच त्याबाबत अनभिज्ञ असण्याची शक्यता असते. विद्यार्थिदशेत अभ्यासलेल्या संकल्पनावर अधिक भर देऊन शिकविताना दिसतात.	• काळाच्या बदलाप्रमाणे, सद्यःस्थितीत लागू पडणाऱ्या सर्व संकल्पनांबाबत वर्गात चर्चा करण्यास हरकत नाही. • इतर अभ्यासक्रमातील संकल्पनाही समाजकार्य संकल्पनांशी सुसंगत असतात, तशा संकल्पनासंबंधी चर्चा करण्याचा प्रयत्न व्हावा. • सबलीकरण, मानवी हक्क, सामाजिक न्याय, आदि संकल्पना अधिक स्पष्ट होण्याची गरज. • प्राध्यापकांनी यासंबंधातील आपली व्यापकता वाढवावी.
जागतिक व स्थानिक पातळींवरील समाजकार्ये	• समाजकार्याच्या क्षेत्रात जागतिक पातळीवर व स्थानिक पातळीवर कार्य घडते याचा फारसा ताळमेळ नसतो. समाज– कार्याची पार्श्वभूमी सांगतानाच जागतिक संदर्भ सांगितला जातो. अन्यथा घडणाऱ्या अद्यावत घडामोडींची चर्चा वर्गात होत नाही.समाजकार्यव्यावसायिकांच्या काही परिषदा होतात त्याबाबतही कधी चर्चा नसते. ते अनेक वेळा	• विद्यार्थ्यांच्या अद्यावत ज्ञानामध्ये भर पडावी यासाठी स्थानिक संदर्भाबरोबरच जागतिक संदर्भ अवश्य द्यावेत. • राज्याबाहेर, देशाबाहेर जेव्हा प्राध्यापक विविध परिषदांना उपस्थित राहतात त्याचीही माहिती विद्यार्थ्यांना देण्यास हरकत नाही.

विषय	असे घडते	असे घडावे
	शिक्षकापुरते मर्यादित असते. • विद्यार्थ्यांचे उद्‌बोधन समाजकार्य भारतीय संदर्भ असेच काहीतरी (मर्यादित) होते.	• विद्यार्थ्यांना परिपूर्ण बनविणे हाच उद्देश महाविद्यालये व शिक्षकांचा असल्याने याकडे अधिक लक्ष द्यावे.
ऐच्छिक समाजकार्य व व्यावसायिक समाजकार्ये	• ऐच्छिक व व्यावसायिक समाजकार्यांतील फरक विद्यार्थी व कार्यकर्त्यांना माहिती असला तरी अव्यावसायिक व स्वयंसेवी क्षेत्रात कार्य करणाऱ्या अनेकांना यांतील फरक माहीत नाही. त्यामुळे व्यावसायिक समाजकार्याचे महत्त्व त्यांना वाटत नाही. ही एक व्यावसायिक समाजकार्याची मर्यादा म्हणता येईल.	• व्यावसायिक समाज-कार्याच्या काही मर्यादा जरूर आहेत मात्र केवळ गैरसमजुती-पोटी समाजकार्यव्यवसायाचे महत्त्व कोणाला वाटत नसेल तर लोकांचा गैरसमज दूर करण्याचा प्रयत्न व्हावा. हे लक्षात घेऊन विद्यार्थ्यांचेही उद्‌बोधन व्हावे. ऐच्छिक समाजकार्य करणाऱ्यांना मार्ग मोकळा आहे मात्र व्यावसायिक समाजकार्याचा आधार घेण्यासाठी त्यांचे मन वळवावे.
व्यावसायिक समाजकार्यकर्ता व त्याची भूमिका	• व्यावसायिक समाजकार्य-कर्त्याच्या भूमिकेला मर्यादा असण्याचे कारण नाही, तरीही त्याच्या काही भूमिका ठरलेल्या आहेत. जसे साहाय्यकर्ता, गटकार्यकर्ता, व्यक्तिसहयोग-कार्यकर्ता, समुदायसंघटक कलावंत / कलाकार, शास्त्रज्ञ, वकील, सल्लागार, व्यवस्थापक प्रशासक,	• जिथे समस्या तिथे समाजकार्यकर्ता हे सूत्र म्हणूनच पुढे यायला हवे. यासाठी सामाजिक कार्यकर्त्याने आपल्या भूमिकेची व्याप्ती वाढवायला हवी. प्रत्येक भूमिकेमध्ये असताना त्या भूमिकेस पूर्ण न्याय देता येईल यासाठीचे अपेक्षित कौशल्य त्याने अवगत

विषय	असे घडते	असे घडावे
	बदल घडवून आणणारा दूत, आयोजक, संशोधक, आंदोलक, तज्ज्ञ, मध्यस्थ, योजनाकार, प्रोत्साहक, प्रेरक व शिक्षक वगैरे. • व्यावसायिक समाज-कार्यकर्त्याच्या भूमिकेची यादी मोठी व सर्वस्पर्शी असली तरी त्याच्या भूमिका त्याने काहीशा मर्यादित केल्या असल्याचे दिसते, जसे गटकार्यकर्ता, सल्लागार, व्यक्तिसहयोगकार्यकर्ता, समुदाय संघटक, काहीसा प्रशासक, आयोजक, संशोधक, मध्यस्थ आदी भूमिका तो बजावतो. योजनाकार, शिक्षक, प्रोत्साहक, प्रेरक, व्यवस्थापक, वकील, बदल घडवून आणणारा दूत आदी भूमिका समाजकार्यकर्त्याकडून फारशा घडत नाहीत. यामुळेच कदाचित सर्वस्पर्शी बदल घडवून आणण्यात तो अयशस्वी ठरला आहे.	करावे. केवळ वर्गातील शिकविण्यात येणाऱ्या ज्ञानावर अवलंबून न राहता अवांतर वाचन व अनुभवाद्वारे ज्ञान व कौशल्य प्राप्त करावे. • विशेषत: योजनाकार, प्रशासक, संशोधक, वकील व बदलासाठीचा 'दूत' या भूमिकेक्कडे अधिक (प्राधान्याने) लक्ष देऊन त्यात आपला सहभाग नोंदविण्यासाठी प्रयत्न करायला हवेत ही बाब वर्गामध्ये शिक्षकांनी विद्यार्थ्यांच्या निदर्शनास आणून द्यावी.

१५.३ सारांश

समाजकार्यशिक्षण व व्यवसायाचा विचार करता समाजकार्यव्यवसायातील अनौपचारिकता घालवून त्यास अधिक औपचारिक बनविण्यासाठी प्रयत्न होण्याची गरज आहे. समाजकार्याच्या पद्धती, तंत्रे, कौशल्य, तत्त्वे यांमध्ये पारंपरिक पद्धतीबरोबरच अद्यावत पद्धती, तंत्रे याची भर घालून सर्वसमावेशक व सर्वस्पर्शी वाचनसाहित्य विद्यार्थ्यांना देण्याचा प्रयत्न करणे गरजेचे वाटते. प्रशिक्षित समाजकार्यकर्त्याने आपल्या भूमिकेचा गरजेनुसार आवाका वाढविला पाहिजे, जिथं समस्या तिथं सामाजिक कार्यकर्त्याची गरज असे समीकरण निर्माण होईल यासाठी त्याने झटले पाहिजे. अर्थात याची जबाबदारी प्रथमत: समाजकार्याचे शिक्षण देणाऱ्या संस्थांनी उचलायला हवी.

१५.४ पारिभाषिक शब्द, शब्दार्थ

१) **योजनाकार :** समाज विकासाच्या योजना तयार करणारा.

२) **मध्यस्थी :** लाभार्थी घटकांच्या विकासाच्या प्रक्रिये दरम्यान आवश्यक व अपेक्षित ठिकाणी थांबून लाभार्थी घटकास त्याची बंद असलेली विकासाची प्रक्रिया सुरळीतपणे चालू करण्यासाठी केलेली मदत, लावलेला हातभार म्हणजे मध्यस्थी होय.

३) **अनभिज्ञ :** एखाद्या गोष्टीबाबत काहीच माहित नसणे, काहीच अंदाज, कल्पना नसणे.

१६
समाजकार्य : एका दृष्टिक्षेपात
(Social Work : At a Glance)

१६.१ प्रस्तावना
१६.२ विषयविवेचन
१६.३ सारांश
१६.४ पारिभाषिक शब्द, शब्दार्थ

'समाजकार्य : एका दृष्टिक्षेपात' हे प्रकरण समाजकार्याचे क्षेत्र थोडक्यात जाणून घेणाऱ्या वाचकांसाठी जाणीवपूर्वक या ग्रंथात समाविष्ट करण्यात आले आहे. तेव्हा समाजकार्याची तंत्रे, साधने, पद्धती, सेवा, व्यावसायिकता व अव्यावसायिकता यांतील फरक, सामाजिक कृतीची प्रक्रिया, समाजकार्याचे मूल्य, ज्ञान व कौशल्य, समाजकार्यातील मध्यस्थीच्या विविध पातळ्या, समाजकार्याची क्षेत्रे, समाजकार्याचा हुकूमनामा, समाजकार्यांतर्गत अपेक्षित घटकांतील समन्वय, समाजकार्यकर्त्याकडे अपेक्षित असणारे ज्ञान व कौशल्य यांचे थोडक्यात मात्र सर्वस्पर्शी आकलन होईल.

१६.१ प्रस्तावना

समाजकार्यशिक्षण व व्यवसाय समजून घेण्यास तसा सोपा नाही. व्यवसायामध्ये त्याचा अंगीकार करणे तर त्याहून अवघड. समाजकार्याचे शास्त्रशुद्ध ज्ञान, कौशल्य, तंत्रे, पद्धती, तत्त्वे इ. चे शिक्षण घेण्यासाठी पदवीच्या पातळीवर २ वर्षांचा काळ अपेक्षित आहे. या दोन-तीन वर्षाच्या काळात समाजकार्याचे शिक्षण घेणाऱ्या प्रशिक्षणार्थींत सैद्धांतिक ज्ञानाच्या आधारे क्षेत्रकार्य करणे अनिवार्य असते. हे सर्व

काही करणे सर्वांना शक्य असते असे नाही, मात्र विविध विषयांचे ज्ञान मिळविणारे अनेक लोक आहेत. केवळ ज्ञान मिळविणाऱ्या ज्ञानपिपासूंना समाजकार्याशी संबंधित विविध घटकांचे आकलन व्हावे यासाठी जाणीवपूर्वक केलेला हा प्रपंच.

१६.२ विषयविवेचन

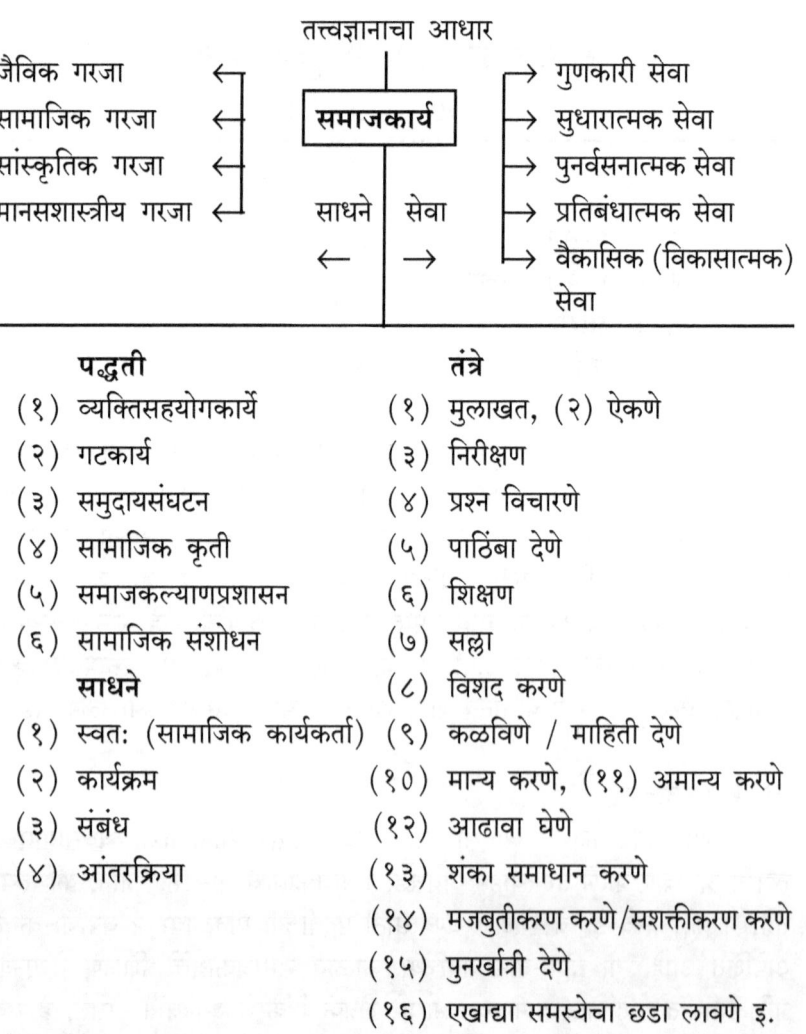

समाजकार्य : साधने, सेवा, पद्धती व तंत्रे

मानवता आणि लोकशाही

तत्त्वज्ञानाचा आधार

जैविक गरजा ←		→ गुणकारी सेवा
सामाजिक गरजा ←	**समाजकार्य**	→ सुधारात्मक सेवा
सांस्कृतिक गरजा ←		→ पुनर्वसनात्मक सेवा
मानसशास्त्रीय गरजा ←	साधने | सेवा	→ प्रतिबंधात्मक सेवा
	← | →	→ वैकासिक (विकासात्मक) सेवा

पद्धती

(१) व्यक्तिसहयोगकार्ये

(२) गटकार्य

(३) समुदायसंघटन

(४) सामाजिक कृती

(५) समाजकल्याणप्रशासन

(६) सामाजिक संशोधन

साधने

(१) स्वत: (सामाजिक कार्यकर्ता)

(२) कार्यक्रम

(३) संबंध

(४) आंतरक्रिया

तंत्रे

(१) मुलाखत, (२) ऐकणे

(३) निरीक्षण

(४) प्रश्न विचारणे

(५) पाठिंबा देणे

(६) शिक्षण

(७) सल्ला

(८) विशद करणे

(९) कळविणे / माहिती देणे

(१०) मान्य करणे, (११) अमान्य करणे

(१२) आढावा घेणे

(१३) शंका समाधान करणे

(१४) मजबुतीकरण करणे/सशक्तीकरण करणे

(१५) पुनर्खात्री देणे

(१६) एखाद्या समस्येचा छडा लावणे इ.

एलिएट यांच्या म्हणण्याप्रमाणे व्यावसायिक (Professional) आणि अव्यावसायिक (Non-Professional) यांतील फरकाची वैशिष्ट्ये.

अव्यावसायिक	विषय	व्यावसायिक
तांत्रिक, हस्तकौशल्य, कौशल्य	ज्ञान Knowledge	विस्तृत, सैद्धांतिक ज्ञानाचा वापर
तेच तेच काम	नेमून दिलेले काम Task	कामात नावीन्य, परिस्थिती/गरजेप्रमाणे काम
निश्चित	निर्णय Decision making	अनिश्चित गरज व परिस्थितीनुसार निर्णय
शेवटी समाज ठरवू शकतो	अधिकार Authority	काम ज्ञानाच्या आधारे असल्याने, सर्व काही समाजासाठी असते, अर्थातच समाजाचा त्यास पाठिंबा असतो.
इतर व कामविरहित	ओळख Identity	व्यावसायिक गट म्हणून (काम आणि व्यवसायामुळे)
काम थांबू शकते	कार्य Work	व्यक्ती व समाजाच्या जीवन-केंद्रित काम असते ते काम मुख्य आधार असतो.

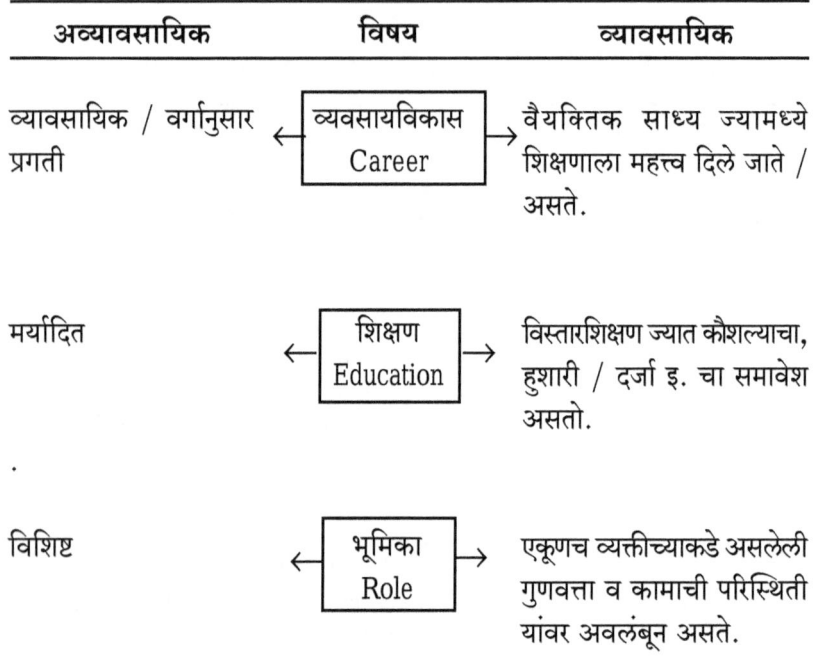

अव्यावसायिक	विषय	व्यावसायिक
व्यावसायिक / वर्गानुसार प्रगती	व्यवसायविकास Career	वैयक्तिक साध्य ज्यामध्ये शिक्षणाला महत्त्व दिले जाते / असते.
मर्यादित	शिक्षण Education	विस्तारशिक्षण ज्यात कौशल्याचा, हुशारी / दर्जा इ. चा समावेश असतो.
विशिष्ट	भूमिका Role	एकूणच व्यक्तीच्याकडे असलेली गुणवत्ता व कामाची परिस्थिती यांवर अवलंबून असते.

व्यावसायिक संबंध व सामाजिक संबंध यांतील फरक

अ.क्र.	घटक	सामाजिक संबंध	व्यावसायिक संबंध
१)	कालावधी	खुले संबंध संबंधाचे सातत्य चालू राहू शकते किंवा मध्येच हे संबंध संपुष्टातही येऊ शकतात.	प्रश्नांची सोडवणूक होताच संबंध संपुष्टात येतात.
२)	वेळ	अमर्याद	मर्यादित, समस्येच्या स्वरूपानुसार
३)	ठिकाण	घर, मंडळ, निमंत्रण, सिनेमा इ.	कार्यालय किंवा संस्था
४)	केंद्रस्थान (भर)	गरजेनुसार समजुतीतून समाधान मिळविणे, उदा. भावनिक, सामाजिक, बौद्धिक	अशिलाच्या गरजेनुसार समस्या सोडविणे हे येथे महत्त्वाचे असते.
५)	भूमिका	परस्पर संबंध समझोतापूर्ण संबंध	– मदतकर्ता म्हणून – साहाय्यकर्ता म्हणून

‘सामाजिक कृती’ची प्रक्रिया

लिस यांनी सुचविलेल्या ‘सामाजिक कृती’च्या युक्ती

युक्ती (Tacties)	**अवस्था** (Stages)
१) संशोधन २) शिक्षण	जाणीवजागृती निर्माण (विकसित) करणे
३) सहकार्य ४) जुळणी करणे	संघटन
५) लवाद (लवादाचा निकाल) ६) बोलणी करणे ७) हलकीशी जबरदस्ती	रणनीती
८) कायद्याचे बंधन, नियम झुगारणे ९) संयुक्त कृती	प्रत्यक्ष कृती

समाजकार्य : मूल्य, ज्ञान आणि कौशल्य

अ) मूलभूत मूल्ये आणि तत्त्वे

- विविधतेचा स्वीकार व आदर
- गुप्तता
- व्यावसायिक म्हणून वर्तन
  (व्यवसायाशी सुसंगत वर्तन)
- दर्जा व योग्यता
- सामाजिक न्याय

- अनिर्णयात्मकता
- नैतिकतेला धरून वर्तणूक
- विविध साधनांची सुविधा
  व वापर
- स्वयंनिर्णय

ब) मूलभूत ज्ञान

- समाजकार्याचे तत्त्वज्ञान
- मानवी वर्तनाचे सिद्धान्त
- सांस्कृतिक विविधता
- समाजकल्याणाचा इतिहास
- कौटुंबिक चलनवलन

- सेवा प्रदान व्यवस्था
- मानवी व्यवस्था
- समाजकल्याण धोरण
- कार्याची क्षेत्रे
- स्वतःचे ज्ञान

क) आवश्यक (अपेक्षित) कौशल्य

- टीकात्मक विचार
- संबंध प्रस्थापित करणे
- प्रक्रिया सबल करणे
- विविध पद्धतींचा वापर करणे
- विविध कल्याणकारी धोरणांचे
  विश्लेषण करणे
- प्रभावी संवादकौशल्य

- मानववंशासंबंधीचा अभ्यास
- संगणकसाक्षरता
- संशोधन
- सामाजिक नियोजन
- आणीबाणीच्या (गरजेच्या)
  वेळी मध्यस्थी करणे
- वेळेचे व्यवस्थापन

समाजकार्य : मध्यस्थी (Intervention) व त्यातील विविध पातळ्या

१)

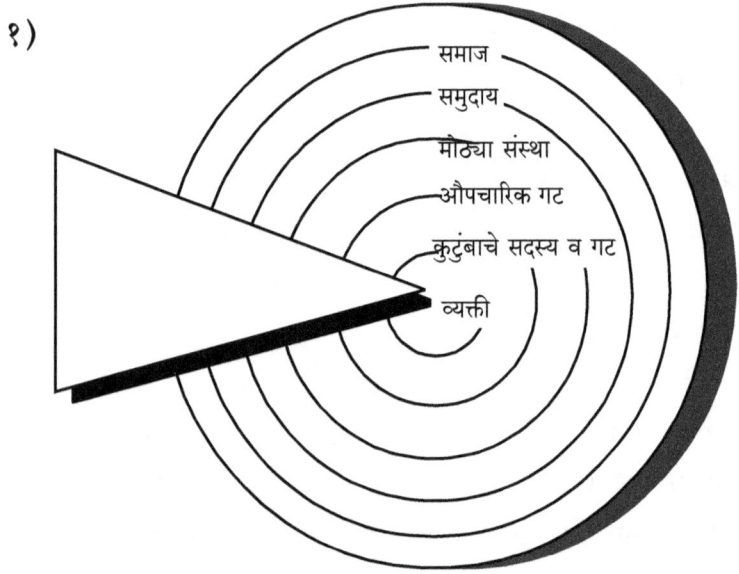

समाज
समुदाय
मोठ्या संस्था
औपचारिक गट
कुटुंबाचे सदस्य व गट
व्यक्ती

सामाजिक व्यवस्थेच्या पातळीवरील मध्यस्थी

२)

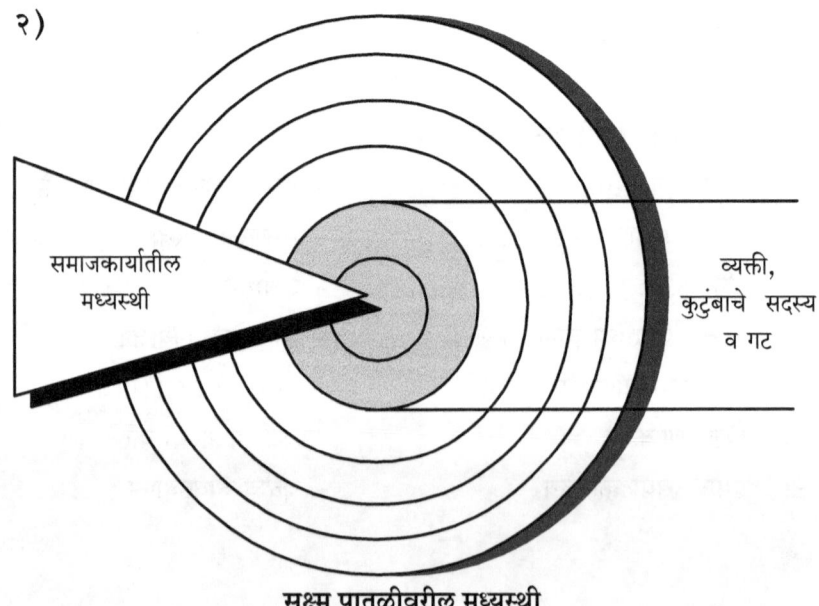

समाजकार्यातील
मध्यस्थी

व्यक्ती,
कुटुंबाचे सदस्य
व गट

सूक्ष्म पातळीवरील मध्यस्थी

३)

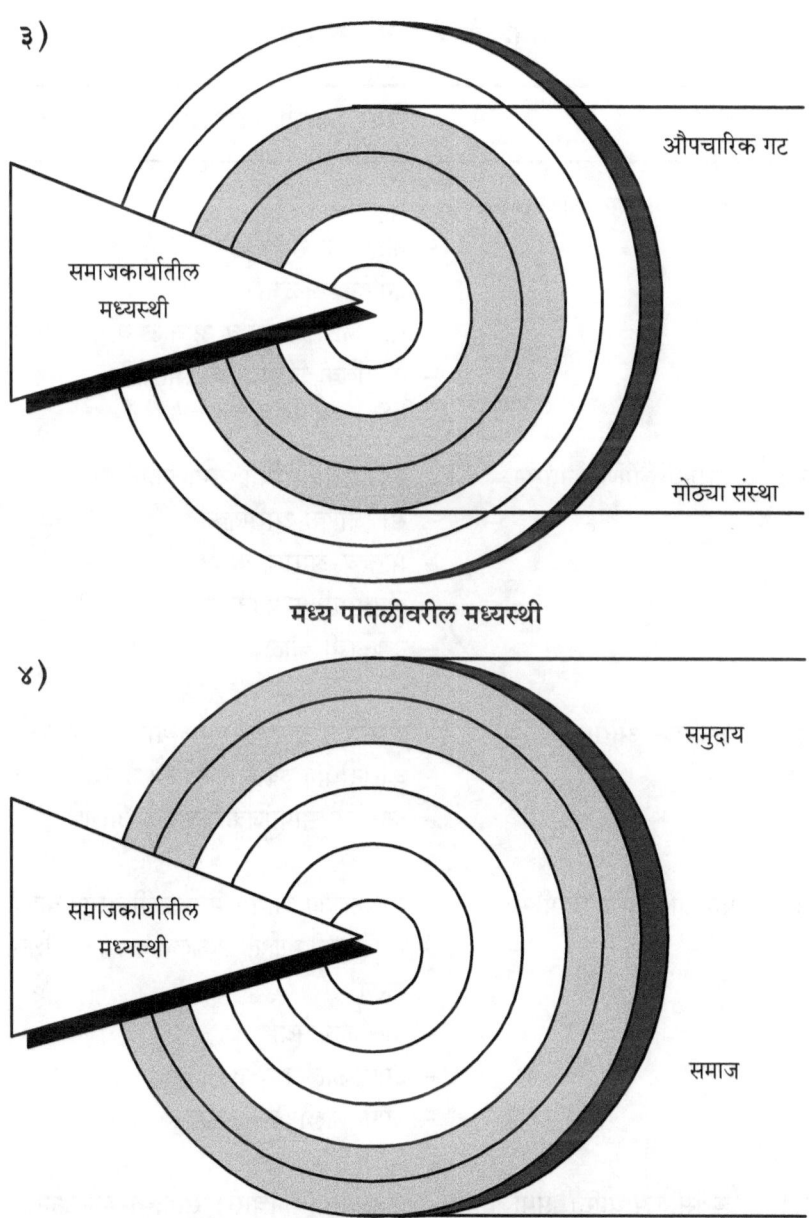

औपचारिक गट
समाजकार्यातील
मध्यस्थी
मोठ्या संस्था

मध्य पातळीवरील मध्यस्थी

४)

समुदाय
समाजकार्यातील
मध्यस्थी
समाज

विस्तृत पातळीवरील मध्यस्थी

समाजकार्य : क्षेत्रे व सेवा

क्षेत्रे	सेवा (काही उदाहरणे)
१) कुटुंब आणि बालकांच्या सेवा	– कुटुंबाचे संवर्धन – कौटुंबिक समुपदेशन – दैनंदिन काळजी – बालकांचे शोषण व आबाळ यांस प्रतिबंध – कौटुंबिक हिंसाचारास प्रतिबंध – प्रतिपालकत्व व दत्तक
२) आरोग्य आणि पुनर्वसन	– रुग्णालयासंबंधित समाजकार्ये – सार्वजनिक आरोग्यकार्य – मातृत्व आरोग्य कार्य – व्यावसायिक पुनर्वसन – दुर्बलांची काळजी
३) मानसिक आरोग्य	– मानसिक आरोग्य (मनोरुग्णालये) रुग्णालये – व्यसनाधीन व्यक्तीस दैनंदिन उपचार – व्यक्तींना सामाजिक प्रवाहात आणणे.
४) माहिती आणि संदर्भ सेवा	– साधनांच्या आधारे माहितीची तरतूद करणे – समुदायाची माहिती संकलित करून प्रकाशित करणे – तात्काळ सेवा – आपत्कालीन मदत – आपत्कालीन व्यवस्थापन
५) व्यवसायआधारित समाजकार्य	– कामगार (कर्मचारी) साहाय्य कार्यक्रम – कामासंबंधित ताणावर उपचार – कामाची जागा बदली कार्यक्रम – सेवानिवृत्ती नियोजन

६)	बालगुन्हेगारी व प्रौढ गुन्हेगारी सुधारणा	- पोलिस खात्याची सेवा (कार्य) - सुविधांवर नियंत्रण व बंधन ठेवणे - प्रशिक्षणसेवा - कारागृह सेवा कार्य - अवगुण सुधार कार्य सेवा
७)	वार्धक्य / वृद्धत्व	- घरगुती पाठिंबा - विश्रांतीच्या काळात काळजी घेणाऱ्यांना मार्गदर्शन - प्रौढ काळजी केंद्रे - पूर्णकालीन काळजी - घरपोच सुश्रूषा सेवा
८)	शालेय समाजकार्ये	- शालेय समायोजन सल्ला - शैक्षणिक विकासासाठी सराव - कौटुंबिक सल्ला - वर्तणूक व्यवस्थापन
९)	गृह	- अल्पभाडे - निवारा - अपंग सुधार कार्यक्रम
१०)	उत्पन्न व निर्वाह	- सामाजिक विमा कार्यक्रम - अन्न वितरण/वाटप
११)	समुदायविकास	- सामाजिक नियोजन - समुदाय संघटन - शेजारधर्मामध्ये नवचैतन्य निर्माण करणे.

सामाजिक न्यायासाठी समाजकार्याचा हुकूमनामा

सामाजिक, आर्थिक न्यायासाठी काम करणारे; व्यक्तिस्वातंत्र्य व मानवी हक्कांच्या संरक्षणासाठी कार्यरत असणारे सामाजिक सलोखा टिकवून ठेवण्यासाठी, व्यक्तीला दर्जा, त्याचे मूल्य मिळवून देण्यासाठी वाहून घेतलेल्या सर्वच सामाजिक कार्यकर्त्यांना समाजकार्याच्या हुकूमनाम्याचे पालन करणे बंधनकारक असते. समाजाच्या आदरापोटी ही काही नीतितत्त्वे समाजकार्यकर्त्यांनी पाळावीत, ती त्याची जबाबदारीच आहे. आचारसंहितेच्याप्रमाणे, सामाजिक कार्यकर्त्याने खालील गोष्टींसाठी परिश्रम घेतले पाहिजेत.

- व्यक्तिगत व संस्थांच्या पातळीवरील भेदाभेद संपुष्टात आणणे.

- समाजातील प्रत्येक व्यक्तीस आवश्यक साधनांची उपलब्धी व संधी मिळेल, दिली जाईल याची खात्री करणे.

- संधी, सेवा सुविधा कमी असतील तर त्यांची व्याप्ती वाढविणे, पर्याय उभे करणे. विशेषत: वंचित, मागास, दुर्बल घटकांच्यासाठी संधी उपलब्ध करून देणे व पर्यायी मार्ग सुचविणे यांकडे लक्ष देणे.

- सांस्कृतिक विविधतेचा आदर करणे.

- सामाजिक सुधारणा व सामाजिक न्यायासाठी कारणीभूत ठरलेल्या – ठरणाऱ्या घटकांना प्रोत्साहन देणे, त्याची वकालत समर्थन करणे.

- लोकशाही प्रक्रियेतील सहभागाला प्रोत्साहन देणे.

समाजकार्य : अपेक्षित घटकांतील समन्वय व्यवस्था

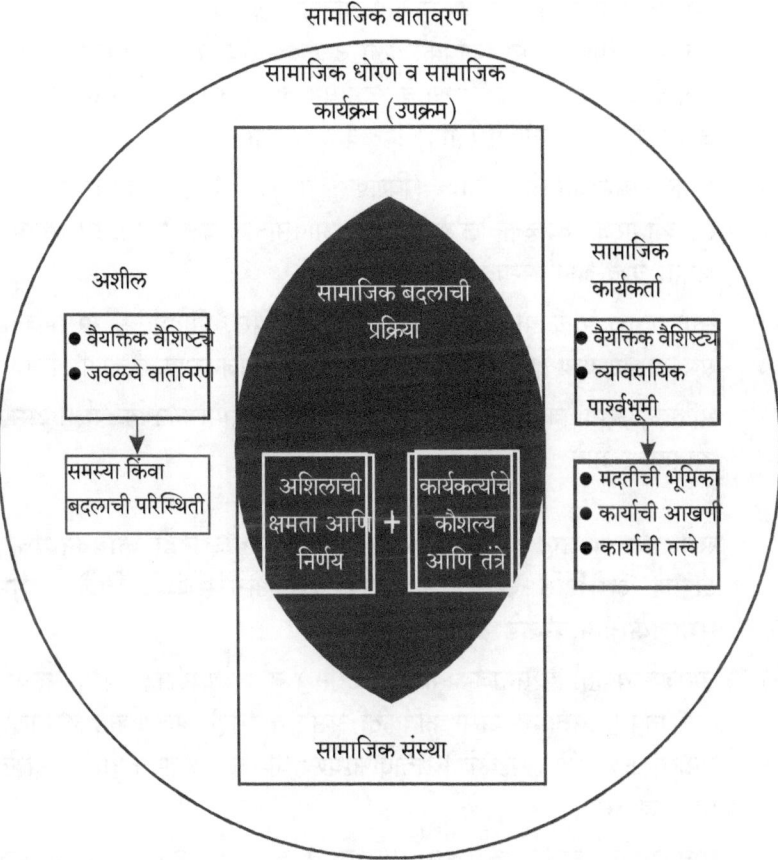

समाजकार्यकर्त्याकडे अपेक्षित असणारे ज्ञान (२)

खालील चार प्रकारे समाजकार्यकर्ता ज्ञानाने युक्त असावा.

१) प्रत्येक प्रशिक्षित समाजकार्यकर्त्याला उपलब्ध सेवा सुविधांसंबंधी सविस्तर माहिती असावी. त्या दृष्टीने त्याचे उद्‌बोधन व्हावे. तसे घडले नसेल तर त्याने जाणीवपूर्वक ती माहिती (ज्ञान) मिळवायला हवी.

२) समाज, समाजामधील लोक (विशेषत: गरजू), त्यांच्या संबंधीची जाण, त्यांच्या गरजा, त्यांच्यातील प्रेरणास्थान, आपसातील चलनवलन, त्यांच्यातील क्षमता याचे ज्ञान असावे.

३) समाजातील पाळल्या जाणाऱ्या चालीरीती, परंपरा, नीतिमूल्ये, गैरसमजुती, समस्या, प्राधान्य देण्याजोगे विषय या संदर्भात समाजकार्यकर्ता ज्ञानी असावा.

४) भौतिक, अभौतिक साधने, मनुष्यबळ यांचेही ज्ञान समाजकार्यकर्त्याला असणे आवश्यक आहे.

सर्वसाधारण ज्ञान व कौशल्याबरोबरच विशेष ज्ञानही कार्यकर्त्याकडे असणे अपेक्षित आहे. खालील चार क्षेत्रांसंबंधी विशेष ज्ञान समाजकार्यकर्त्याकडे असावे.

१) समाजकार्यकर्ता हा समाजकार्यातील पदवीधर व पदव्युत्तर पदवीधर असल्याने तो स्वतंत्र गुणवत्तायुक्त असा कार्यकर्ता असतोच तरीही त्याच्याकडे लोकांशी, समाजातील विविध घटकांशी संवाद साधण्याची कला अवगत असणे अत्यंत महत्त्वाचे असते.

२) समाजातील व्यक्ती, त्यांच्या समस्या व त्यांना लागणाऱ्या आवश्यक साधनांविषयी समाजकार्यकर्त्याला सखोल ज्ञान आवश्यक असते.

३) लोकांशी संबंध प्रस्थापित करणे, लोकांच्या गरजा ओळखून त्यांच्या गरजा भागविणे व विविध प्रकारे मदत करणे यांचे विशेष ज्ञान समाजकार्यकर्त्याकडे हवे.

४) विविध प्रश्नांवर काम करण्यासाठी, प्रश्नांवर तोडगा काढण्यासाठी व्यूहरचना ठरविणे व त्याप्रमाणे अंमलबजावणी करणे यात समाजकार्यकर्ता तरबेज असायला हवा, त्यावर त्याची हुकमत (प्रभुत्व), स्वामित्व असायला हवे.

समाजकार्यकर्त्याकडे अपेक्षित असलेली कौशल्ये (२)

समाजकार्यकर्त्याने खालील कौशल्ये अवगत करणे अपेक्षित आहे.

१) समोर येणाऱ्या व्यक्ती, गट व समुदायाशी व्यवस्थित संभाषण करता यावे, अशिलाची मुलाखत घेता आली पाहिजे. मुलाखतीद्वारा अपेक्षित माहिती गोळा करता आली पाहिजे आणि योग्य वेळी योग्य तो सल्ला देता आला पाहिजे ज्याद्वारा समोरील व्यक्तीच्या प्रश्नांना उत्तरे मिळतील, पर्यायाने समस्या सोडवणुकीस मदत होईल.

२) व्यक्ती, गट व समुदायाशी जुळवून घेण्याचे कौशल्य समाजकार्यकर्त्याकडे असायला हवे.

३) स्वत:तील कमतरतांवर मात करत लाभार्थी घटकाच्या उन्नतीसाठी समाजकार्यकर्ता 'दूत' ठरायला हवा. त्याच्यामुळे व्यक्तीच्या पातळीवर, गटाच्या पातळीवर बदल घडून आणता येईल याचे कौशल्य त्याच्याकडे असायला हवे.

४) स्वत:च्या जाणिवा वाढविणे (वृद्धिंगत करणे) व स्वत:कडील व्यावसायिक ज्ञान व कौशल्याचा वापर करण्याची क्षमता व कौशल्य त्याच्याकडे असावे.

५) समाजकार्यकर्ता संबंध प्रस्थापित करून ते टिकविण्यास सक्षम असावा. यासंबंधी तो स्वत: स्थिरपणे विचार करणारा असावा.

६) समस्यांची सोडवणूक करणे, गरजेवर आधारित विविध कार्यक्रमांचे नियोजन-आयोजन करणे आणि त्यांचे मूल्यमापन करण्याचे कौशल्य समाजकार्यकर्त्याकडे असायला हवे.

१६.३ सारांश

समाजकार्याचे शास्त्रशुद्ध शिक्षण, प्रशिक्षण शेतकऱ्यांना स्थानिक पातळीवर, देशपातळीवर (सर्वत्र) विविध संस्था प्रशिक्षण देण्याचे कार्य करीत आहेत. अनेक कार्यकर्ते, प्रशिक्षण घेऊन समाजबदलासाठी आपले योगदान देताना दिसतात. मात्र सर्वांनी विशिष्ट संस्थांमध्ये जानच ज्ञानार्जन करावे असे नाही. कमी वेळात अधिक ज्ञान मिळविण्याची साधने (साहित्य) उपलब्ध हवे. त्याचाच हा भाग.

१६.४ पारिभाषिक शब्द, शब्दार्थ

१) **गुणकारी सेवा :** व्यक्तीच्या आजारपणावर केलेले उपचार ज्याद्वारा आजार बरा होतो. व्यक्तीच्या वा समुदायाच्या गरजेवर आधारित त्यांना पुरविण्यात आलेल्या सेवा (व्यक्तीसाठी रोजगार प्रशिक्षण, आर्थिक साहाय्य व समुदायासाठी उपलब्ध करून देण्यात येणारी, आरोग्य सेवा, पिण्याच्या पाण्याची सुविधा वगैरे) ज्याद्वारे व्यक्तिविकास व समुदायाचा विकास साधला जातो.

२) **चलनवलन :** गटामध्ये वा समुदायामध्ये घडणाऱ्या लहान-मोठ्या घडामोडी. ज्याचा गट व समुदायाच्या विकासावर कधी सकारात्मक तर अनेक वेळा नकारात्मक परिणाम होतो. जसे जातिअंतर्गत, जातिबाह्य झगडे, एकमेकांवर वर्चस्व गाजविणे, पक्षपात करणे, कधी स्वीकार तर कधी नकार इत्यादी.

सरावासाठी प्रश्न

प्रकरण १

१. समाजकार्याच्या विविध संकल्पना स्पष्ट करा.

२. समाजकल्याणाची संकल्पना सोदाहरण स्पष्ट करा.

३. 'सामाजिक न्यायासाठी समाजकार्य' यावर टिप्पणी लिहा.

४. 'समाजसेवा ते चिरंतन विकास' यातील वैकासिक प्रक्रियेचे वर्णन करा.

प्रकरण २

१. समाजकार्याची कोणतीही दोन वैशिष्ट्ये सांगा.

२. भारतीय समाजकार्य परिषदेने सांगितलेला समाजकार्याचा अर्थ स्पष्ट करा.

३. समाजकार्यतत्त्वज्ञानासंबंधित ठळक मुद्दे स्पष्ट करा.

४. समाजकार्याचा अर्थ स्पष्ट करा.

५. समाजकार्याच्या व्याख्या सांगून विविध वैशिष्ट्ये नमूद करा.

६. समाजकार्य तत्त्वज्ञानाची बदलाची गरज – चर्चा करा.

७. समाजकार्य तत्त्वज्ञानाचे टीकात्मक परीक्षण करा.

प्रकरण ३

१. ऐच्छिक समाजकार्य व व्यावसायिक समाजकार्य यांतील फरक स्पष्ट करा.

२. व्यावसायिक समाजकार्याची कोणतीही दोन वैशिष्ट्ये लिहा.

३. व्यावसायिक समाजकार्याची व्याख्या द्या.

४. ऐच्छिक समाजकार्य व व्यावसायिक समाजकार्य एकमेकांस पूरक आहेत – चर्चा करा.

प्रकरण ४

१. समाजकार्याची उद्दिष्टे विशद करा.
२. समाजकार्याची वैशिष्ट्ये सांगा.
३. समाजकार्यमूल्याचे सविस्तर विवेचन करा.
४. समाजकार्यातील समाजकार्यतत्त्वांचे महत्त्व सांगा.
५. समाजकार्यसंशोधन व समाजकल्याणप्रशासन यांवर टिप्पणी लिहा.
६. समाजकार्याची कोणतीही पाच वैशिष्ट्ये सांगा.
७. समाजकार्यातील मूल्यांची भूमिका विशद करा.
८. व्यक्तिसहयोगकार्य, गटकार्य व समुदायसंघटन यांतील महत्त्वाचा फरक सांगा.
९. समाजकार्यसंशोधन म्हणजे काय? सोदाहरण स्पष्ट करा.
१०. समाजकल्याणप्रशासनाची कोणतीही दोन वैशिष्ट्ये सांगा.
११. समाजकार्याची कोणतीही पाच उद्दिष्टे सांगा.
१२. समाजकार्याची तत्त्वे यांवर सविस्तर निबंध लिहा.
१३. समाजकार्याच्या पद्धती विशद करा.

प्रकरण ५

१. समाजकार्यक्षेत्रांची यादी तयार करुन त्याचे विश्लेषण करा.
२. युवककल्याण क्षेत्रात मोडणाऱ्या युवकांच्या कोणत्याही दोन जबाबदाऱ्या सांगा.
३. समाजकार्याच्या प्रमुख मर्यादा सांगा.
४. समाजकार्याच्या विविध क्षेत्रांचे सविस्तर वर्णन करा.
५. समाजकार्यव्यवसायाच्या मर्यादा विशद करा.
६. समाजकार्याची व्याप्ती सांगा.

प्रकरण ६

१. समाजकार्य शिक्षण : वैश्विक दृष्टिक्षेप यावर सविस्तर चर्चा करा.
२. हाँगकाँग येथे पार पडलेल्या जागतिक परिषदेवर टिपण्णी लिहा.
३. वैश्विक समाजकार्य विकासाचा आढावा घ्या.

प्रकरण ७

१. भारतातील समाजकार्यशिक्षणाचा इतिहास सांगा.
२. भारतातील समाजकार्याची वाटचाल विशद करा.

३. ब्रिटिशकालीन समाजकार्य यावर टिपण्णी लिहा.
४. भारतीय स्वातंत्र्यानंतरचे समाजकार्य - चर्चा करा.

प्रकरण ८

१. समाजकार्यशिक्षण व व्यवसायामध्ये वापरण्यात येणारे विविध दृष्टिकोन सांगा.
२. सर्वव्यापी दृष्टिकोनावर टिपण्णी लिहा.
३. रचनाबद्ध दृष्टिकोनाची गरज स्पष्ट करा.
४. समाजविकासासाठी विविध दृष्टिकोनाचे महत्त्व स्पष्ट करा.

प्रकरण ९

१. समाजकार्याद्वारा समस्या सोडवणुकीची सक्षमीकरणाधारित प्रक्रिया विशद करा.
२. 'सक्षमीकरणाधारीत समाजकार्य' यावर निबंध लिहा.

प्रकरण १०

१. समाजकार्यकर्त्याच्या विविध भूमिका विशद करा.
२. 'समाजकार्यकर्त्याची भूमिका व समाजविकास' यावर निबंध लिहा.

प्रकरण ११

१. समाजकार्य शिक्षणातील क्षेत्रकार्यावर प्रकाश टाका.
२. समाजकार्यशिक्षण व त्यातील क्षेत्रकार्यामध्ये डायरी लेखनाचे (दैनंदिनी लेखनाचे नोंदवही - लेखनाचे) महत्त्व विशद करा.
३. 'नोंदवही (डायरी) लेखनाचा आदर्श नमुना' सोदाहरण स्पष्ट करा.
४. KRA व Zero Pendency या तंत्रावर टिपण्णी लिहा.

प्रकरण १२

१. भारतातील शोषितांच्या चळवळी यावर सविस्तर निबंध लिहा.
२. दलित चळवळीचे बदलते स्वरूप विशद करा.
३. सद्य:स्थितीतील शेतकऱ्यांच्या चळवळीवर प्रकाश टाका.
४. 'आदिवासी चळवळ' यावर टिपण्णी लिहा.
५. पर्यावरण चळवळींचे आजच्या काळातील महत्त्व विषद करा.

प्रकरण १३

१. व्यावसायिक समाजकार्यासमोरील आव्हाने विशद करा.

२. व्यावसायिक समाजकार्यकर्त्यास कार्य करण्यासाठी सध्याची व भविष्यातील कार्यक्षेत्रे नमूद करा.
३. 'व्यावसायिक समाजकार्यकर्त्यास कार्य करण्यासाठी संधीची क्षेत्रे' यावर चर्चा करा.

प्रकरण १४

१. अखिल भारतीय समाजकार्य महाविद्यालय (आस्वी) संघटनेसंबंधी सविस्तर टिप्पणी लिहा.
२. महाराष्ट्र समाजकार्य महाविद्यालय शिक्षक (मास्वे) संघटनेची उद्दिष्टे व साध्याची चर्चा करा.
३. भारतातील व महाराष्ट्रातील समाजकार्य व्यावसायिकांच्या संघटनांचे समाजकार्यातील योगदान विशद करा.

प्रकरण १५

१. समाजकार्य शिक्षण व व्यवसायाचे टीकात्मक परीक्षण करा.
२. समाजकार्यव्यवसायामध्ये अधिक व्यावसायिकता (औपचारिकता) आणण्यासाठी मार्ग सुचवा.

प्रकरण १६

१. समाजकार्यकर्त्याकडे अपेक्षित ज्ञान व कौशल्य विशद करा.
२. ''समाजकार्य शिक्षण व व्यवसाय : एका दृष्टिक्षेपात'' हे स्पष्ट करा.
३. समाजकार्याची तंत्रे यावर सविस्तर टिपण्णी लिहा.
४. व्यावसायिक व अव्यावसायिक यांतील फरकाची वैशिष्ट्ये सांगा.
५. व्यावसायिक संबंध व अव्यावसायिक संबंध यातील फरक स्पष्ट करा.
६. सामाजिक कृतीची प्रक्रिया स्पष्ट करा.
७. समाजकार्यातील मध्यस्थीच्या विविध पातळ्या आकृतीच्या आधारे स्पष्ट करा.
८. समाजकार्याची तंत्रे नमूद करा.
९. समाजकार्याची क्षेत्रे व सेवा यांवर प्रकाश टाका.
१०. सामाजिक न्यायासाठी समाजकार्याचा हुकूमनामा यांवर टिपण्णी लिहा.

संदर्भसूची

१. आगलावे (डॉ.) प्रदीप (२०००), संशोधन पद्धतिशास्त्र व तंत्रे,
   विद्या प्रकाशन, नागपूर.

२. कुंभार (डॉ.) नागोराव (१९८८), न्याय म्हणजे काय?
   प्रबोधन प्रकाशन, लातूर.

३. गोखले (डॉ.) शरदच्चंद्र (१९८९), सामाजिक विकासाचे प्रश्न व धोरण,
   व्हीनस प्रकाशन, पुणे.

४. मायी (डॉ.) सुनील (२००८), सामाजिक संशोधनपद्धती,
   डायमंड पब्लिकेशन्स, पुणे.

५. लक्कावार (प्रा.) नीलप्रभा (२००१), समाजकार्याची रूपरेखा,
   रेखा प्रकाशन, नागपूर.

६. शहा घनश्याम (२००८), भारतातील सामाजिक चळवळी,
   डायमंड पब्लिकेशन्स, पुणे.

७. शहा घनश्याम (लेखक), वेंगुर्लेकर योगिनी – अनुवादक, (२००२),
   सामाजिक चळवळी आणि सरकार, डायमंड पब्लिकेशन्स, पुणे.

८. शिंदे (डॉ.) देवानंद (१९९८), युवकांशी हितगुज, विठ्ठलगजरी प्रकाशन, पुणे.

९. शिंदे (डॉ.) देवानंद, नंदा (डॉ.) पांगूळ (२०१०), व्यावसायिक समाजकार्य:
   इतिहास व विचारप्रणाली, (वाचन–साहित्य) यशवंतराव चव्हाण महाराष्ट्र मुक्त
   विद्यापीठ, नाशिक.

१०. टांकसाळे (डॉ.) प्राजक्ता (२००७), व्यावसायिक समाजकार्य : संकल्पना
    आणि सैद्धांतिक ज्ञान, श्री साईनाथ प्रकाशन, नागपूर.

११. टांकसाळे (डॉ.) प्राजक्ता (२००८), गटकार्ये, श्री मंगेश प्रकाशन, नागपूर.

१२. ताटके (डॉ.) निलम (२००८), समाजकार्य कोश, डायमंड पब्लिकेशन्स, पुणे.

१३. Brenda Dubois, Karla Krogsrud Miley (1992), Social Work : An
    Empowering Profession (3rd edition) Allyn and Bacon, Boston,
    London.

१४. Bradford W.sheafor, Charles R.Horejsi, Gloria A. Horejsi (1997); Techniques & Guidelines for Social Work Practice, Allyn & Bacon, London, Boston.

१५. Chaudhri (Dr.) D. Paul (1976), Introduction to Social Work, Atmaram & Sons Delhi.

१६. Field work mannual (2006), Published by Karve Institute of Social Service, Pune.

१७. Frederic Reamer (2000), Social Work Values and Ethics.

१८. Joselyn Lobo, Global Scenario of Social Work Education, supplementary reading material - I, Prepared by IGNOU, Delhi.

१९. Mishra P. D. (1994), Social Work, Philosophy and Methods, Inter-India Publication, New Delhi

२०. Monograph (2010), published by Karve Institute of Social Service, (College of Social Work), Pune.

२१. Nair Krishna T. (1981), Social Work Education and Social Work Practice in India, Published by Association of Schools of Social Work in India, (Chennai).

२२. Purohit B. R., Joshi Sandeep (2003), Social Justice in India, Rawat Publication, Jaipur.

२३. Shinde (Dr.) Devanand (2004), Quarterly 'Lakshya' 1st issue, Published by Vitthal Gajri Prakashan, Pune.

२४. Singh k. (1984), Social Work Theory and Practice, Prakashan kendra, Lucknow.

२५. Wadia (Prof.) A. R.(1961), History & Philosophy of Social Work in India, Allied Publishers Private Limited, Mumbai.